మనసు పలికే కథలు

OrangeBooks Publication

1st Floor, Rajhans Arcade, Mall Road, Kohka, Bhilai, Chhattisgarh 490020

Website: **www.orangebooks.in**

© Copyright, 2025, Author

All rights reserved. No part of this book may be reproduced, stored in a retrieval system, or transmitted, in any form by any means, electronic, mechanical, magnetic, optical, chemical, manual, photocopying, recording or otherwise, without the prior written consent of its writer.

First Edition, 2025
ISBN: 978-93-6554-804-4

మనసు పలికే కథలు

Sri Krishna

OrangeBooks Publication
www.orangebooks.in

మనసు మాట

పుట్టడం ఒక యుద్ధం

చావడం ఒక యుద్ధం

మధ్యలో కాస్త విశ్రాంతి ఈ జీవితం.

ఒకప్పుడు నా మనసులో అనేక ప్రశ్నలు, కానీ ఇప్పుడు నాలో నాకే దొరికాయి సమాధానాలు, అవే ఈరోజు నా అనుభవాలు.

మనసుపై ఎన్నో రంగులు అద్దింది ఈ కాలం, ప్రతీ రంగువెనుక కొంత అనుభవాన్ని మిగిల్చింది జీవితం.ఎన్నో బంధాలు,ఆకర్షణలు, గెలుపోటములు, చిరునవ్వులు, చింతలు, చీకటి వెలుతురులని ఇచ్చింది కాలం వాటన్నిటిని అనుభవాలుగా మారుస్తోంది మాత్రం ఈ మనిషి జీవితం.

ఒక కవి ఇక్కడ ప్రతీ గుండెకి ఒక కథ రాసాడు..

కానీ అన్ని కథలని ఒకేలా ముగించాడు..

ఆ కవే భగవంతుడు.ఆ ముగింపు మనిషి ముగింపు.

ప్రతీ కథకి సారం ఒక్కటే "అనుభవం"

కష్టం రోజు వచ్చే బంధువే, కన్నీరుని కానుకగా తెస్తుంది.

ఆ కథల్లో పాత్రలన్నీ నిజాలే. కథ ఒక్కటే కల్పితం.

- శ్రీ కృష్ణ

సూచిక

1. వసుధ 1
2. సీతమ్మ 15
3. భానుమతి మేడం 24
4. కవి మనసు 35
5. వాన 42
6. సొంతూరు 54
7. మరుపు రాని నేస్తం – అమ్మ 62
8. పెళ్లి చూపుల సర్కస్ 73
9. నా స్ఫూర్తి 82
10. పేరు లేని బంధం 92
11. ఆమె చేతి వంట 100
12. జంగందేవర 106
13. యశోద కథ 116
14. పసిమనసు 124
15. గోదారమ్మ ఇల్లు 130

16. ఆడపిల్ల-ఆటబొమ్మ 137
17. అప్పగింతలు 151
18. దేవుని పల్లకీ 157
19. గుడి తలుపులు 168
20. అదే నేను 175
21. ఒంటరి విహంగం 184
22. మనిషి గమ్యం- మానవత్వం 191
23. గ్రంథాలయం 200
24. అబ్బులు హోటల్ 209
25. మనసుకు సమాధానం 217
26. సాధించినది ఏముంది 223
27. మాస్టారు చెప్పిన మాట 230
28. ప్రకృతి - మనిషి ప్రవృత్తి 237
29. పల్లె మనసులు 248
30. తర్కం 256
31. శివ.శివా 263
32. తల్లి భారతి 271
33. బంధానికి శెలవు 277
34. గుర్తించలేని గమనం 286
35. మనసు ఎంచుకున్న దారి 294

36. భావి భారతం 305

37. చిన్న వెలుగు.. 313

38. గోదానం 318

39. తల్లి గుండెలో 323

40. మనసుకి ప్రతిరూపం 333

41. తన కుటుంబం 340

42. అతని గమ్యం 347

43. మనసుపొరల్లో "మనిషి" 357

44. అతని జీవితం – కళ 364

45. బజ్జీల బండి 369

46. చుక్కన్న హోటల్ 375

47. తోడు 382

48. హైదరాబాద్ బస్సు 388

49. కన్యాదానం 398

50. గమ్యం లేని పయనం 405

51. మామ్మ లాంటి అమ్మాయి 413

వసుధ

అన్ని బంధాలు వచ్చి వెళ్లిపోయేవే... జ్ఞాపకాలు మాత్రమే పదిలం!

నీలి ఆకాశం కథ చెబుతోంది...

నేను ఆకాశాన్ని...

ప్రతీ ఊరిలో ఎందరో మనుషులు...

ప్రతి మనిషికి ఒక కథ...

ప్రతి కథకి ఎవరూ ఊహించని ముగింపు...

ఇవన్నీ పైనుంచి చూస్తూ ఉంటాను. మనసు కరిగే కథ కనిపిస్తే, నా గుండెభారాన్ని మేఘాలతో పంచుకుని కరిగి వర్షిస్తాను.

ఆలా నామనసుని కరిగించిన కథ ఈ గ్రామంలో ఒకటి ఉంది. 20 సంవత్సరాల క్రితం విడిపోయిన స్నేహితులు మళ్ళీ ఒక్కసారైనా కలుస్తారా అని ఎదురుచూస్తున్నాను.

రోజులు. నెలలు..సంవత్సరాలు కరిగిపోయాయి కానీ ఈ "రిక్షా సాంబయ్య" కథలో ఒంటరితనం మాత్రం అతన్ని విడిచిపోలేదు.

కార్తీకమాసం అందులోనూ సోమవారం ఉదయాన్నే ఎవరో శివాలయంలో గంట కొడుతున్నారు, అప్పటివరకు సరిగా నిద్రపట్టని సాంబయ్యకు ఆ గుడిగంటలు మేల్కొల్పు పాడాయి.

అతను ప్రతి ఉదయం నిద్రలేవాగానే తనని తాను ప్రశ్నించుకునే మొదటి ప్రశ్న "ఈరోజు నేను చెయ్యాల్సింది ఏముంది ...?"

దానికి సమాధానం కూడా అతనిలోనే ఉంది "గడిచిన గతం తాలూకు జ్ఞాపకాలని ఇంకోరోజు ముందుకు మొయ్యడమే".

కానీ ఈరోజు కొత్తగా చాలా సంవత్సరాల తరవాత ఏదో చిన్న ఆశతో నిద్రలేచినట్లుగా కనిపిస్తున్నాడు.

తలస్నానం చేసాడు, చారల చొక్క తెల్లటి పంచి ట్రంకుపెట్టిలోంచి బయటకు తీసి కట్టుకున్నాడు, నుదిటిమీద సింధూరం పెట్టుకుని, రెండు అగరబత్తులు వెలిగించి బయటకు వచ్చి తన రిక్షాకి చూపించి నమస్కారం చేసుకున్నాడు.

గత పది సంవత్సరాలనుంచి రిక్షా తొక్కడం మానేసాడు కానీ తన వృత్తిని, ఆ పాత రిక్షాని పూజించడం మానడు సాంబయ్య. తనకి మిగిలిన బంధం అదొక్కటే అని అనుకుంటాడు. ఆ రిక్షా నడవడం మానేసినా గతజ్ఞాపకాలు సాంబయ్య మదిలో నడుస్తూనే ఉంటాయ్.

తనపెద్దమ్మ కూతురు చంద్రమ్మ మూడుపూటలా వచ్చి ఇంత అన్నం పెట్టివెళ్తుంది, దాచుకున్న పదివేలరూపాయలు ఆ పాత ట్రంకుపెట్టిలో అలానే ఉన్నాయ్. చంద్రమ్మ డబ్బులు ఇచ్చినా తీసుకోదు ఎందుకో.నువ్వు తినే నాలుగు ముద్దలు నాకు భారమా అన్నయ్య అంటుంది.

ఆరోజు చంద్రమ్మ రాకముందే, ఇంటి తలుపు దగ్గరకి వేసి చేతిసంచి పట్టుకుని బయటకు బయలుదేరాడు..నేను ఆకాశాన్ని కదా తాను ఎంతదూరం నడిచినా ,ఎక్కడికి వెళ్లినా నేను చూడగలను తనకూడా వెళ్ళగలను.

అతని చేతి సంచీలో ఏవో చీరలున్నాయ్, కొంచం కొంచం గా బయటకి కనిపిస్తున్నాయ్.నెమ్మదిగా అడుగులు వేసుకుంటూ ఆ మట్టి రోడ్డు మీదుగా ఎక్కడికో వెళ్తున్నాడు. ఆ సందు చివర రావిచెట్టు దాటగానే అప్పుడే ఉదయించిన లేత సూర్యకిరణాలు అతనిని పలకరించాయి.ఒక్కసారి ఆగి ఆ సూర్యభగవానుడికి ఒక నమస్కారం చేసుకుని నడక కొనసాగించాడు..

దూరంగా ఉన్న రామాలయం మైకు లో సుప్రభాతం ప్రారంభమైంది. ఒక సైకిల్ గుంపు ఏవో మాట్లాడుకుంటూ పక్కనుండి వెళ్లిపోయారు, వారి గుంపులో ఒక సైకిల్ కి రేడియో ఉంది అందులోంచి ఏవో గంటసాల పాటలు వినబడుతున్నాయి. అవి వింటూ ఏవో మాట్లాడుకుంటూ వారి దారిలో వారు వెళ్తున్నారు.

సాంబయ్య తనలో తాను అనుకుంటున్నాడు, నాయుడుగారిపొలం చేరుకోవాలి అంటే ఇంకో పదినిమిషాలు నడవాలి అని, ఇంతలో ఆపొలం వైపే వెళ్తున్న చంద్రమ్మ కొడుకు ఆగి ముసలాయన ఇంత ప్రొద్దున్నే ఎక్కడి బయలుదేరావ్ పద

సైకిల్ మీద దింపుతా అని రెండు నిమిషాలలో ఆ పొలంగట్టుదగ్గర దింపేసి వెళ్ళిపోయాడు.

ఆ పొలంగట్టు ఎక్కి కుడివైపు ఉన్న ఒక దిమ్మమీద కూర్చున్నాడు.

కళ్ళలో నీరు. భారంగా ఉన్న గొంతుతో మాట్లాడలేక, గొంతు సరిచేసుకుంటూ "ఎలా ఉన్నావ్ పార్వతి...", ఈ మధ్యకాలంలో నిన్ను చూడటానికి రావడం అవ్వలేదు. వయసుపెరిగింది కదా రిక్షా తొక్కలేను,ఇంత దూరం నడిచి రాలేను అని ఏదో మాట్లాడుతున్నాడు ఆ గట్టుమీద కూర్చుని, కానీ అక్కడ ఎవరూ లేరు.

ఈరోజు నా పుట్టినరోజు, నువ్వు ఉన్న ఆ ఒక్కపుట్టినరోజు ఎంత బాగా జరుపుకున్నానో. ఇన్నాళ్ళకి మళ్ళీ నాపుట్టినరోజునాడు తలస్నానం చేసి గుడికి వెళ్ళాలి అనిపించి ముందు నిన్ను చూడటానికి వచ్చాను, 20 సంవత్సరాల క్రితం "వసుధ" ఇచ్చిన చొక్కా, అప్పుడు కట్టుకోలేదు ఇప్పుడు చూసావా ఎంత వదులుగా అయిపొయింది. కారణం నువ్వే పార్వతి, నువ్వు ఉండి వేళకి ఇంత అన్నం ప్రేమగా పెట్టివుంటే ఇలా సన్నంగా అయిపోయేవాడినా చెప్పు అంటూ తనలో తానే నిస్సహాయంగా నవ్వుకున్నాడు.

ఏ పుట్టినరోజు నాకు ఆఖరి పుట్టినరోజవుతుందో తెలియని వయసుకు చేరుకున్నాను.ఈ వయసులో నా పక్కన ఉండి నన్ను చూసుకుంటే ఎంత బాగుండేది, పెళ్లై సంవత్సరం గడవకుండా నన్ను విడిచి వెళ్లిపోయావ్ పార్వతి కానీ.. కానీ. ఆ సంవత్సరం జ్ఞాపకాలతో 40 సంవసరాల జీవితాన్ని ఒంటరిగానే మోసుకొచ్చాను.

ఆరోజు పొలంపని చేసి వచ్చి కూర్చుని ఈ గట్టుమీద ఒరిగిపోయావ్, అంత చిన్న వయసులో గుండెపోటువచ్చేంత బాధ నీ గుండెల్లో ఏముందో తెలియదు. సొంత స్థలంలో జ్ఞాపకంగా సమాధి కట్టించే ఓపికలేక, నువ్వు ఒరిగిపోయిన ఈ ప్రదేశాన్ని నీ జ్ఞాపకంగా భావిస్తూ ఇక్కడికి వస్తున్నాను.నువ్వు నా మాటలు వింటున్నావు అని నా నమ్మకం పార్వతి అంటూ కళ్ళు తుడుచుకుని లేచి నిలబడ్డాడు.

రామాలయానికి వెళ్తాను ఇంక మరి.మళ్ళీ ఎండ ఎక్కువైతే నడుచుకుంటూ ఇంటికివెళ్లలేను.

ఆ రామయ్య పక్కన ధీమాగా ఉన్న సీతమ్మవారి విగ్రహం చూస్తే మన వసుధమ్మే గుర్తొస్తుంది పార్వతి. కాళ్ళ దగ్గరే మిగిలిపోయిన హనుమంతుడిని చూస్తే నా గతం గుర్తొస్తుంది.

అందుకే వసుధ్దమ్మని చూడాలన్నా, మాట్లాడాలన్నా ఆ రామాలయంలో సీతమ్మని చూసి వస్తాను, ఈ మధ్యకాలంలో అదికూడా వెళ్లలేకపోతున్నాననుకో అంటూ లేచి వెళ్ళొస్తాను మరి అన్నాడు.

మళ్ళీ ఏదో గుర్తొచ్చి ఈ చేతిలో ఉన్న చీరలు గుడిలో సీతమ్మవారి పెట్టేదం అని తీసుకెళ్తున్న పార్వతి.

వసుధమ్మ పండక్కి వాళ్ళ పుట్టింటికి వచ్చినప్పుడు ఈ సాంబయ్యని కూడా చూడటానికి వస్తుందేమో అని ప్రతీ పండక్కి కొత్త చీర కొనిపెట్టాను, కానీ ఒక్క పండక్కి కూడా రాలేదు. ఇంక ఇప్పుడు ఆశలేదు.

మొత్తం 20 చీరలు అంటే సుమారు ఇరవై సంవత్సరాల గతం. నా కూతురు కాకపోయినా ఈ భుజాలపై పెంచిన ప్రేమ కదా పార్వతి బెంగ తట్టుకోలేకపోతున్నాను అనుకుంటూ నడక ముందుకు సాగించాడు, కానీ ఆలోచనల్లో మాత్రం వసుదే ఉంది. వసుధ పుట్టిన ఆ సందర్భం గుర్తొచ్చింది ముసలాయనికి.

ఆకాశం తన గుండెల్లో దాచుకున్న గతం ఇది, ఒకరోజు తెల్లవారుజామున ఎవరో వచ్చి తలుపు కొట్టారు నిద్రాముఖంతో సాంబయ్య బయటకు వచ్చి తలుపు తీసాడు. ఎదురుగా కృష్ణ మూర్తిగారు, ఏంటి సర్ ఇలా వచ్చారు ఏమైంది అన్నాడు

సాంబయ్యా. మా ఆవిడకి నొప్పులు వస్తున్నాయ్ సాంబయ్యా వెంటనే ఆసుపత్రికి తీసుకెళ్లాలి అన్నాడు. వెంటనే సాంబయ్య రిక్షా తీసాడు, పదిహేను కిలోమీటర్ల అవతల ఉన్న ఆసుపత్రికి సమయానికి చేరుకున్నారు. అంతా మంచే జరిగింది ఆరోజు శుక్రవారం మహాలక్ష్మి లాంటి వసుధ పుట్టింది. కృష్ణ మూర్తిగారి ముఖం ఆనందంతో వెలిగిపోయింది.

కృష్ణమూర్తిగారు అంటే ఆ ఊరిలో అందరికీ చాలా గౌరవం, అందరూ చదువుకోవాలని, స్త్రీలకి కూడా విద్య సమాన హక్కులు ఉండాలని పోరాడి ఆ గ్రామంలో బాల్యవివాహాలని ఆపి ఎందరో ఆడపిల్లలు చదువుకునేలా చేసిన మహాను బావుడు ఆయన.

ఏ జన్మ ఋణమొ, ఏమిటా బంధమో తెలియదు కానీ సాంబయ్య రిక్షా వస్తే చిన్న తనం నుంచి వసుధకి ఎంత ఆనందమో చెప్పలేం. కొంచం కొంచం మాటలు వచ్చే వయసులో సాంబయ్య రిక్షా పిలవమని ఎంత ఏడ్చి, మారం చేసేదో. ఇంక గత్యంతరం లేక సాంబయ్య రిక్షాని పిలిపించి కృష్ణ మూర్తి తన పాపని ఊరంతా తిప్పేవాడు. అది ఒక అలవాటుగా మారింది సాంబయ్యకు. రోజూ ప్రొద్దున్న ఒకసారి సాయంత్రం ఒకసారి వచ్చి ఊరంతా తిప్పి ఇంట్లో దిగపెట్టేవాడు.

సాంబయ్య కథచెబితేనే అన్నం తినేది, కూనిరాగం తీస్తుంటే అతని బుజం మీద పడుకునేది.

పైనుంచి చూస్తూన్న నాకు కూడా ఎంతో ఆనందం కలిగి పరవశించి వర్షించేదానిని.

ఎంత ఆకాశాన్నైనా నిజానికి నేనొక శూన్యాన్ని. ఈ శూన్యంలోనే పగలు-రాత్రులు పుడతాయి ఈ శూన్యంలోనుంచే కాలం పయనిస్తుంది.అలా గడిచిపోయిన కాలం కొన్ని గాయాలని మిగులుస్తుంది.

ఈకథలో ఆలాంటి ఒక గాయముంది. ఆ చిన్నారి, సాంబయ్య మధ్య బంధాన్ని ఈ గ్రామంలో ప్రతి చెట్టు, పువ్వు, పక్షి, ప్రవహించే కాలువ, ప్రతి మట్టి రేణువు ఎంతో ఆస్వాదించాయి. వారు దూరం అయినప్పుడు మనుషులకన్నా అవే ఎక్కువ ఏడ్చాయి.

ఇంతలో మన ముసలి సాంబయ్య నెమ్మదిగా రాములువారి గుడికి చేరాడు. పక్కనే ఉన్న కాలవలో కాళ్ళు కడుక్కుని గుడిలోకి వెళ్ళాడు. ఆ సీతారాములని చూసి ఎంతో సంతోషించి, తాను తెచ్చిన ఇరవై చీరలు సీతమ్మకి, ఒక పల్చటి పంచి రామయ్యకి అందచేసి.

నమస్కరించుకుని బరువెక్కిన గుండెతో వచ్చి గుడిపక్కనే ఉన్న కాల్వగట్టుమీద కూర్చున్నాడు. అతని కళ్ళు ఏవో ఆలోచనల్లోకి వెళ్లిపోయాయి, బహుశా అది వసుధ కోసమే అయ్యిఉంటుంది

ఎందుకంటే వసుధకు ఈ గుడన్న, గుడిబయట ఉన్న హనుమంతుడి విగ్రహం అన్న, పక్కనే ప్రవహిస్తున్న కాలవన్న, గుడివెనక ఉన్న మామిడి చెట్టు కాయలన్న చాలా చాలా ఇష్టం.

కాలేజ్ చదువుకుంటున్న రోజుల్లో తన స్నేహితులు ఎంత అడిగినా, వారితో కలిసి తిరిగేది కాదు. తనకన్నా వయసులో 25 ఏళ్ళ పెద్దవాడైనా చిన్నపిల్లాడితో ఆడుతున్నట్లుగ అనిపించేది ఆమెకి.

కాలేజ్ కి వెళ్లే ముందు గుడిదగ్గర ఆగి, హనుమకు నమస్కరిస్తూ "స్వామి! నాకు సాంబయ్య ఉన్నాడు కనుక నా గొడవ నీకు లేదు, ఊరిలో జనాల కష్టాలు చూసుకో" అనేది పక పక నవ్వుతూ.

కాలేజ్ నుంచి వచ్చేటప్పుడు అదే గుడి మెట్లమీద కూర్చుని కాలేజ్ లో జరిగిన ప్రతివిషయం చెప్పేది ఒకవేళ సరిగా వినకపోతే సాంబయ్య. రెండు రోజులు మాట్లాడేది కాదు కానీ రిక్షా మీదే వెళ్లి వచ్చేది.

ఒకరోజు వసుధ కాలేజ్ నుంచి వచ్చే సమయంలో నేను వర్షిస్తున్నాను. గుడి దగ్గరకి రాగానే ఆ వర్షంలో నెమలి పిల్లలా మనసు విప్పి తడిసి ఆడింది. ఊరిలో ఎవరేం అనుకుంటారు అనే భయం లేదు ఎందుకంటే పక్కన సాంబయ్య ఉన్నాడుగా.

కాలవలోకి సాంబయ్యని లాక్కుని వెళ్లి దోసిలతో నీరు తీసి అతని నెత్తిమీద పోస్తూ ఏడిపించింది.

ప్రవహిస్తున్న కాలవ నీటిలో వర్షపుచినుకులు పడుతుంటే ఆ శబ్దం ఆమెకి ఎంతో ఇష్టం.ఆ సాంబయ్యని తన దోసిట నీళ్లతో తడుపుతుంటే పసిపాప సాంబశివుడుకి అభిషేకం చేస్తున్నట్లే కనిపించింది. వర్షంలో తడిశాక దారిలో అబ్బులు బండిదగ్గర ఆగి మిరపకాయ్ బజ్జిలు తింటుంటే, అబ్బులు సాంబయ్య తో "రేయ్ సాంబయ్య నీకు భగవంతుడు భార్యను తీసుకెళ్ళిపోయిన ఈ వసుధమ్మ రూపంలో కూతుర్ని పంపాడురా" అని గట్టిగా నవ్వేవాడు.

వసుధకి పెళ్లి కుదిరింది, సాంబయ్య ఊరంతా మిఠాయి పంచాడు ...కొత్తబట్టలు కుట్టించుకున్నాడు. వసుధ ఒక చారల చొక్కా కుట్టించి ఇచ్చింది సాంబయ్యకి. పెళ్లికి ముందురోజు రాత్రి కృష్ణ మూర్తిగారు వచ్చి, "సాంబయ్య. వసుధ నీకూతురే, నీ చేతుల్లో పెరిగిన పిల్ల, తన పెళ్లి తంతులు ఒక తండ్రిలా నీ చేతులు మీదుగా జరగాలని ముచ్చటపడుతోంది. దాని మాట కాదనకు, నాకు ఇంకో కొడుకు ఉన్నాడులే. ఈ వసుధమ్మ నీకూతురే అనుకో అని నవ్వాడు, సాంబయ్య కళ్ళలో కన్నీరు, పైనుంచి అంటే. నాలోంచి వర్షపు చినుకులు ఒక్కసారిగా జాలువారాయి.

ఎంతో ఉబలాటంగా తెల్ల పంచె, వసుధమ్మ ఇచ్చినా చొక్కా వేసుకుని రామాలయంలో జరుగుతున్న వసుధ పెళ్ళికి బయలుదేరాడు. కానీ ఇంతలో చంద్రమ్మ ఎదురొచ్చి,

"అన్నయ్యా. పెళ్ళివారు, కృష్ణ మూర్తిగారు ఏదో వాదించుకుంటున్నారు.రిక్షా వాడు పెళ్లి పెద్ద ఎలా అవుతాడు ..? భార్య లేనివాడు పీటలమీద కన్యాదానం ఎలా చేస్తాడు అంటూ గొడవపెడుతున్నారు. వసుధ మేనత్తలకు కూడా నువ్వు అంటే గిట్టదు, వారు చాలా కోపంగా ఉన్నారు" అంది.

ఆ మాట విన్నవెంటనే సాంబయ్య లోపలకి వెళ్లి తన బట్టలు మార్చుకుని దూరంగా కాల్వగట్టున నిలబడి. పెళ్లికొడుకూ, కూతురు ఎప్పుడు బయటకు వస్తారా అని చూస్తున్నాడు.

కృష్ణ మూర్తి చేతులమీదుగా పెళ్ళిజరిగింది.

వసుధ అత్తవారింటికి బయలుదేరింది తన మనసుతో ఎక్కడో దూరంగా ఉన్న సాంబయ్యని గుర్తించింది, గుడిబయట ఉన్న హనుమ విగ్రహాన్ని భర్తతో కలిసి నమస్కరించింది.

పాదాలను పట్టుకుని ఆశీర్వచనం తీసుకుంది. వసుధ మనసుకు ఆ హనుమ అంటే ఎవరో కాదు సాంబయ్య. ఎక్కడో దూరంగా ఉన్న సాంబయ్య కాళ్ళకి మొక్కినట్లే తన భావించింది.

అది సాంబయ్యకి కూడా అర్ధమయింది. ఒక్కసారి బెంగతో హనుమ విగ్రహాన్ని గుండెలకు హత్తుకుంది. దూరంగా ఉన్న సాంబయ్య మనసు జల్లుమంది.

ఆ హనుమ విగ్రహంపై 5 సెకన్లు తలవాల్చింది, మనసులో ఇలా ప్రార్ధించింది "ఈ ఊరు జనాలు చాలా తెలివైన వాళ్ళు, వాళ్ళకి బ్రతకడం వచ్చు, నేను వెళ్ళిపోయాక మా సాంబయ్యని జాగ్రత్తగా చూడు" అని.

తన కుటుంబం సాంబయ్యని తక్కువ చెయ్యడం ఇష్టం లేక దూరం జరిగింది. సాంబయ్య బెంగపెట్టుకుంటాడు అని తెలుసు. కానీ **బంధం కన్నా సాంబయ్య గౌరవము నిలబెట్టడమే ముఖ్యం అని భావించింది. తనకు తానే తప్పుకుంది.**

ఇదంతా ఆలోచిస్తున్న ఈ ముసలి సాంబయ్య ఇంకా కాలవ పక్కనే ఉన్నాడు.అతని కళ్లు ఆలోచనలు ముగించుకుని ఇంక అస్తమిస్తున్నాయా అన్నట్లు ఉన్నాయ్

ఒక్కసారి దీర్ఘ శ్వాస తీసుకుని ఆగిపోయాడు.ఎవరో దూరంగా ఉన్న శివాలయంలో శంఖం ఊదారు.సాంబయ్య కథ ముగిసిపోయింది

ఇంక ఈ ఆకాశం అలా గంబిరంగా ఉండిపోయింది.

ఆడపిల్ల జీవితం తండ్రి, భర్త, కొడుకు లేక అల్లుడు చేతుల మీదుగా సాగిపోతుంది.

తండ్రి, వారి ప్రేమని అర్థం చేసుకున్నాడు కానీ మధ్యలో వచ్చిన

భర్త, తన వైపు బంధువులు ఒక్కరోజులో 20 సంవత్సరాల వారి బంధాన్ని తెంచేశారు. తన భార్యను బాధపెట్టి, తాను సాధించిన విజయం ఏంటో ఎవరికీ తెలియదు.

ఒప్పుకుని ఉంటే సాంబయ్య ఏమిచేసేవాడు. మహా ఐతే పండక్కి ఒక చీర కొని పెట్టేవాడు, తన రిక్షా మీద జంటని గుడికి లేదా సినిమాకి తీసుకెళ్ళేవాడు.

ఎలాంటి కల్మషం లేని ఈ బంధాలని ఎందుకు అడ్డుగా అనుకుంటారో. కొన్ని బంధాలు అలంటి అనుభవాలుగా మిగులుపోతాయి

సీతమ్మ

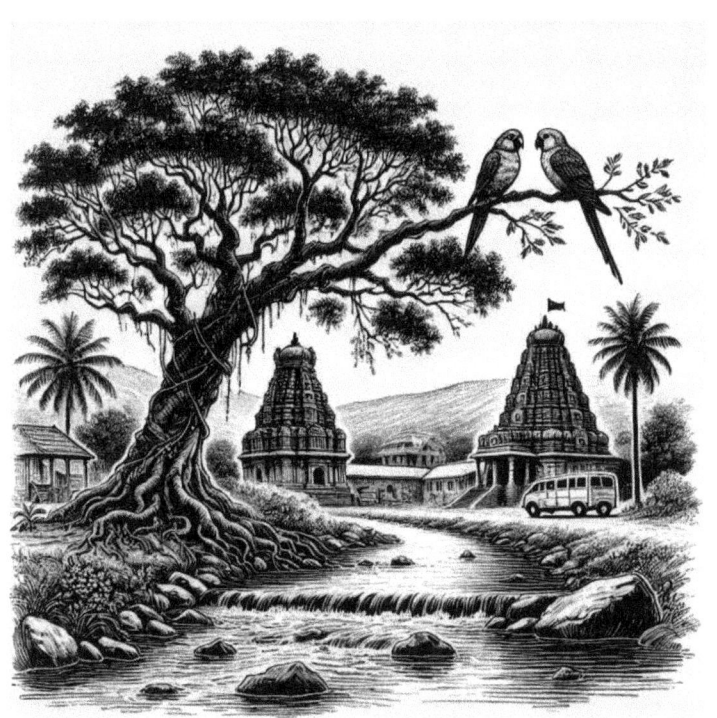

మనసు పురాతనం, కానీ దానికి అద్దిన సోయగం మాత్రం నవీనం!

సూర్యోదయమవుతోంది.

ఆ వంతెన క్రిందనుంచి గల గల నీటి ప్రవాహాన్ని చూస్తుంటే, నడుస్తున్న కాలం తన కాళ్ళకి పట్టీలు తొడిగితే అందులోంచి వచ్చే సవ్వడిలా ఉంది.ఆ వంతెన పక్కనే ఉన్న పాకపై లేలేత సూర్యకిరణాల పడి అది బంగారు భవనంలా మెరిసిపోతోంది.

ఆ పాకకి ఆనుకునున్న చింతచెట్టుమీద ఏ చింత లేని పక్షుల జంట ఒకటి నివసిస్తోంది.ఆరోజు ఎందుకో ఆడపక్షి త్వరగా నిద్రలేచి కొమ్మమీద కూర్చుని అందమైన ఆ గ్రామాన్ని చూస్తోంది.దానికి ఆరోజు ఆగ్రామం చాలా అందంగా, ఆహ్లాదంగా కనిపిస్తోంది.

ప్రజలందరూ వారి వారి ఇంటి గుమ్మం బయట నుంచుని ఎవరికోసమో ఎదురుచూస్తున్నారు, ఆచార్లుగారు కూడా పూజ కార్యక్రమాలు ముగించుకుని గుడి బయటే నుంచుని ఎదురుచూస్తున్నారు.

ఇదంతా చూసిన ఆ ఆడపక్షికి ఆశ్చర్యం కలిగి మొగపక్షిని నిద్రలేపుతోంది "ఏవయ్య లే. లే ఈరోజు మన ఊరంతా కొత్త గా మారింది. నువ్వు తప్ప ఊరంతా నిద్రలేచారు, స్నానాలు చేసి మంచి బట్టలు కట్టుకుని, ఆహ్లాదంగా కుటుంబమంతా వారి వారి ఇళ్ల బయట నించుని ఎవరికోసమో ఎదురుచూస్తున్నారు.

పిల్లలేమో చిన్న చిన్న గిన్నెల్లో బియ్యం వేసుకుని నించున్నారు, ఎందుకు ఈరోజు ఇంత హడావుడి... లే.త్వరగా లే అని.

మగపక్షి నిద్రలేచి నాకేం తెలుసు నన్ను అడుగుతావ్ అని మళ్ళీ నిద్రపోయింది. నేనైతే పట్నం నుంచి వలస వచ్చాను, నువ్వు ఎప్పటినుంచో ఈ గ్రామంలోనే ఉంటున్నావు కదా నీకు తెలియదా అంటూ కోపంగా దూరంగా ఉన్న కొమ్మ మీదకి ఎగిరి కూర్చుంది ఆడపక్షి అలకతో.

మగపక్షి తప్పక నిద్రలేచింది, ఇంతలో ఎవరో హడావుడిగా ఆ చెట్టుకింద వచ్చి సైకిల్ స్టాండ్ వేసి,సంచిలో ఉన్న పట్టు దోవతి బయటకు తీసి పంచకట్టి, కండువా నడుముకు చుట్టి, కాలికి గజ్జెలు, మెడలో ఒక పూల హారం ధరించి చక్కగా తిలకం దిద్దుకుని ,తలపై అక్షయ పాత్ర పెట్టుకుని. రామలయాంవైపు నడుస్తున్నారు.

అప్పుడు మగపక్షి అంటోంది ఆడపక్షితో, గుర్తొచ్చింది ఇది ధనుర్మాసం కదా హరిదాసు ఊరిలోకి వస్తాడు, నెలరోజులు అక్షయ పాత్రను తలపై ధరించి, హరికీర్తనలు పాడుతూ గ్రామ సంచారం చేస్తాడు, ఆ హరిదాసుకోసమే ఈ ఊరంతా ఎదురుచూస్తోంది,ఆయన వస్తే ఇంక పండగ పనులు ప్రారంభించుకోవచ్చు, పిండివంటలు, పిల్లల కొత్తబట్టలు

కుట్టించుకోడం, భోగి పిడకలు వేసుకోవడం,అమ్మాయిలు కొత్త కొత్త ముగ్గులు నేర్చుకోవడం అన్ని ప్రారంభిస్తారు రేపటి నుంచి.

ఇంతలో హరిదాసు రామాలయం చేరుకొని రాముడిని నమస్కరించుకుని, ఆచార్లుగారిని పలకరించి. శ్రీ హరి కీర్తనలు పాడుకుంటూ గ్రామంలోకి వెళ్లారు. ఆయన ఏ ఇంటికి వస్తే ఆయింటి జనాలంతా బయటకు వచ్చి నుంచుంటున్నారు పిల్లలేమో వారి చిన్న చిన్న దోసిళ్ళతో ఆయన తలమీద ఉన్న అక్షయపాత్రలో బియ్యం వేస్తున్నారు, వారు ఇచ్చిన దానధర్మాలు అందుకోని వారికి ఆయురారోగ్యాలు, భోగభాగ్యలు కలగలని దీవించి మరో గుమ్మం ముందుకు వెళ్లి ఆ హరి కీర్తను పాడాతున్నాడు ఆ హరిదాసు.

ఇలా ఆ చిన్న గ్రామంలో ఉన్న మూడువందల ఇళ్ళకి వెళ్లి వారి ఇచ్చే దానం పుచ్చుకుని, గ్రామం చివరిలో ఉన్న సత్రం అరుగు మీద కూర్చుని అతనకి రోజంతా వచ్చిన బియ్యం చక్కగా ఒక సంచిలో వేసుకుంటున్నాడు. క్రింద పడిన నాలుగు బియ్యపు గింజాలు కూడా ఏరుకుని కళ్ళకర్దుకుని తన సంచిలో వేసుకుంటున్నాడు.

ఎక్కడో వేరే పట్నంనుంచి వలసవచ్చిన ఆ ఆడపక్షికి

ఇది చాలా కొత్తగా అనిపించింది, ఆయన పాడే

పాటలకి భక్తురాలయింది. ఆరోజునుంచి గ్రామప్రజల్లాగే తాను కూడా త్వరగా నిద్రలేచి హరిదాసు

కోసం ఎదురుచూసేది.ఎక్కడినుంచో జామకాయో, మామిడికాయో, ఏది దొరకక పోతే ఒక చిన్న పువ్వైనా పట్టుకొచ్చి ఆయన అక్షయ పాత్రలో భక్తితో పడేసేది.

ఆ చెట్టే ఆ పక్షులకు నివాసం కనుక ఆయన ఆచెట్టు దగ్గరకి వస్తే తన ఇంటికి వచ్చినట్లుగా భావించి తను వంతు అక్షయ పాత్రలో ఏదోకటి వేసేది. కానీ దానికి ఒకటే దిగులు మనుషులకి చేతులు ఉన్నాయ్ కనుక చేతులతో వేస్తున్నారు, నేను నోటితో ఎంగిలి పదార్థాలు వేస్తున్నాను" మనసులోనే ఆ హరిదాసుకి, ఆభగవంతుడికి క్షమాపణ అడిగింది.

కొన్నిరోజులు గడిచాక తాను కూడా స్నానం చేసి, శుభ్రంగా ఆ హరిదాసుకి నమస్కారం చేసుకోవాలని భావించి రోజు ఆ ప్రవహిస్తున్న కాలవలో రెండు మునకలు వేసి వచ్చి అప్పుడు ఆ హరిదాసుకోసం ఎదురుచూసేది.

ఆలా నెల రోజులు గడిచాక ఆఖరి రోజు ప్రతీ ఇంట్లోనూ ఆయనకి బట్టలు పెట్టి, స్వయంపాకం ఇచ్చి నమస్కారం చేసి సాగనంపుతున్నారు.

ఆడపక్షి మళ్ళీ మగపక్షిని అడిగింది

రేపటి నుంచి ఆయన రారా ?

కేవలం నెలరోజులే వస్తారా ...?

చిన్న పిల్లలు వారి చిన్న చిన్న చేతులతో వేసిన బియ్యం ఆయనకు సంవత్సరమంతా సరిపోతాయా.? అని కన్నీరు పెట్టుకుంటూ అడిగింది.

హరిదాసు మీద ఎంత ప్రేమ పెంచుకుందో పాపం ఆ అమాయకపు పక్షి. ఆయన రేపటినుంచి రారు అంటే పాపం దాని గుండె బరువెక్కిపోయింది.

మగపక్షి ఆఆడపక్షిని చూసి గట్టిగ నవ్వింది. మగపక్షి నవ్వుకు మళ్ళీ అలిగి ఆడపక్షి దూరంగా ఉన్న కొమ్మ మీద కూర్చుంది. మగ పక్షికి మాత్రం నవ్వు ఆగలేదు. ఆడపక్షికి కోపం పెరిగిపోతోంది.

కొంతసేపు అయ్యాక నవ్వు ఆపుకుని మగ పక్షి ఇలా అంటోంది " పిచ్చి దాన అతను హరిదాసే కానీ ఈ గ్రామంలో ఎవరైతే ఆయనకి బియ్యం వేసారో, బట్టలు పెట్టారో వారంతా ఆ స్థాయికి రావడానికి కారణమా ఆయనేనే, పట్టణంలో

ఒక పెద్ద సంస్థకి యజమాని ఆయన, ఈగ్రామంలో చాలామంది యువకులు ఆయన సంస్థలోనే ఉద్యోగం చేస్తున్నారు.రైతులకు ప్రతి పంటకి పెట్టుబడిగా కొంత డబ్బు ఆయనే ఇస్తారు. మన

ఊరిలో ఉన్న పాఠశాలని బాగుచేసి, పిల్లలకి మంచి చదువు చెప్పిస్తున్నది కూడా ఆయనే".

మా అమ్మ చెప్పేది ఆయన తండ్రిగారు, తాతగారు హరిదాసులుగా గ్రామా సంచారం చేసి, హరికథలు చెబుతూ కుటుంబాన్ని పోషించేవారట. పొట్ట చేతపట్టుకుని మనగ్రామం వచ్చారట,ఆకలి బాదతట్టుకోలేక కుటుంబమంతా అలమటిస్తుంటే అది చూసి జమిందారుగారి అమ్మాయి సీత వారికి నాలుగు రోజులు అన్నం పెట్టిందట.అప్పుడు ఎనిమిదేళ్ల బాటే ఇప్పుడు ముప్పయిరెండేళ్ల ఈ హరిదాసు.

ఆ సీతమ్మ వారిదగ్గర ఎన్నో హరికీర్తనలు నేర్చుకునేదట.అందరికష్టాలని చెప్పకుండా తెలుసుకుని సహాయం చేసే సీతమ్మ అంటే ఊరందరికీ చాలా ఇష్టం, అంతమంది ఇష్టపడ్డ సీతమ్మని దేవుడు కూడా ఇష్టపడ్డాడు జబ్బు అనే నాటకం ఆడి ఆ సీతమ్మని చిన్నతనంలోనే తీసుకెళ్లిపోయాడు.

రోజు ఈ హరిదాసు కూర్చునే ఆ "సత్రం" అరుగు మీదే చిన్నప్పుడు పదేళ్ల సీతమ్మతో కలసి ఆడుగునేవాడట. జమిందార్ గారు పోయాక అప్పులవాళ్ళ చేతిలో పడకుండా ఆ ఇల్లుని తానే కొని ఎందరో బాటసారులకు ఆకలితీర్చే సత్రం నిర్మించాడు అంది మగపక్షి.

అది విన్నాక ఆడపక్షి ఇలా అంది "ఆయన హరికి దాసుడితే ఇకనుంచి నేను ఆయనకు దాసురాలని అని ". గ్రామా జనాలతో పాటుగా ఆ హరిదాసుని సాగనప్పడానికి తాను వెళ్లింది.

ఆ హరిదాసు సీతమ్మని తలుచుకుని, ఒక్కప్పుడు అన్నం పెట్టిన ఆ ఇంటికి నమస్కరించుకుని, తన పూర్వీకులు ఆచరించిన కులవృత్తికి విలువ ఇస్తూ ఆ అక్షయ పాత్రని కళ్ళకద్దుకుని ,నెల రోజులుగా వచ్చిన బియ్యాన్ని ఒక సంచిలోకి సర్దుకుని , గ్రామస్తులు ఇచ్చిన బట్టలని కూడా శుభ్రం గా మడతపెట్టుకుని తన కారులో పెట్టుకున్నాడు.కొద్దిగా బియ్యం క్రింద పడితే ,అవి ఏరుకుని తన అరిచేతులో వేసుకుని, గ్రామస్తులందరికి ఒక్క చేతితోనే నమస్కరించుకుని కార్ ఎక్కేసాడు.

చెట్టు కొమ్మ మీద ఉన్న పక్షి మాత్రం ఎంతో ప్రేమగా అతని వంకే చూస్తోంది.ఇంతలో వెళ్తున్న కార్ ఒక్కసారిగా ఆగింది , తన బయటకు దిగి చెట్టుమీద ఉన్న పక్షులను చూసాడు , దగ్గరకి వచ్చి అక్కడే ఉన్న ఒక ఆకుని శుభ్రం చేసి తన చేతిలో ఉన్న బియ్యాన్ని ఆ ఆకులో వేసి, చిన్న కొబ్బరి చిప్పలో నీరు పోసి ఆ పక్షులకు పెట్టి వెళ్ళిపోయాడు.

కానీ అంత ప్రేమ పెంచుకున్న ఆ పక్షే గత జన్మలో "సీతమ్మ" అని ఆ ఊరి రామాలయంలో రాముడికి తప్పఎవరికి తెలియదు.

వచ్చే ఏట ధనుర్మాసంకోసం ఆ పక్షి ఈరోజు నుంచి ఎదురుచూస్తోంది.

ఇప్పుడు ఎంత ఎదిగినా, ఎంత సంపాదించినా ఒక్కప్పుడు తన కుటుంబాన్ని ఆదుకున్న కులవృత్తిని, ఆకలి తీర్చిన ఆ ఊరుని ఎప్పటికీ వదలలేడు.

ఎందుగంటే తన మనసు "పురాతనం" కానీ దానికి అద్దిన సోయగం మాత్రమే "నవీనం".

తనకే తెలియకుండా తన బంధం వెంటాడుతోంది ఆ పక్షి ప్రేమ రూంపంలో.

భానుమతి మేడం

చుట్టూ నటనే ఉంది, నువ్వు కోరుకున్న జీవితం నీలోనే ఉంది.
ఏది నీదికాదో తెలుసుకున్న క్షణమే, మనఃశాంతి విలువెంతో
తెలిసేది!

రేపు ఆఖరి రోజు. ఒక్క రాత్రిలో సుమారు 34 సంవత్సరాల జ్ఞాపకాలు, ఎందరో విద్యార్థులతో కలిసి గడిపిన క్షణాలు, ఆడపిల్లల చదువుకోసం పోరాడిన రోజులు, రాష్ట్ర ఉత్తమ ఉపాధ్యాయురాలిగా గుర్తింపు పొందడం, నన్ను కట్టుకున్నవాడు నేను వద్దూ అని విడిచి వెళ్ళిపోయిన సందర్భం, ఆసమయంలో ఈ ఒంటరి ఆడదానిపై సమాజం సంధించిన ప్రశ్నలు. సినిమా తెర మీద బొమ్మల్లా నా కంటిముందే కదలాడుతున్నాయి.

చిన్నప్పుడు కలగన్నాను, తరవాత ప్రయత్నించాను, నా కల కోసం పోరాడాను, ఈరోజు మనసుకు కావలన్సిన జ్ఞాపకాలని గతమంతా నింపుకున్నాను.మేడం, మేడం అని రోజూ పిల్లల పిలుపుకు అలవాటు పడిపోయాను. రేపు నా పదవీవిరమణ, ఆఖరి రోజు, మేడం అనే ఆ పిలుపుకి కూడా ఆఖరిరోజా ...?

ఆడదానికి అమ్మ అనిపించుకోవాలని ఉంటుందట, నాకేంటో చిన్నతనం నుంచి స్కూల్ పిల్లలతో "మేడం" అని పిలిపించుకోవాలని కలగన్నాను.

ఊహ తెలిసీతెలియని వయసులో తాతే నాకు అన్ని, తాతకి ఆడపిల్లలంటే ఇష్టం, ఆడపిల్లలు చదువుకుంటే ఇష్టం, పనిచేస్తే ఇష్టం, పోరాడితే ఇష్టం, సమాజానికి ఉపయోగపడితే ఇష్టం. అవన్నీ నాలో చూడాలనుకునేవారు. నా పదకొండేళ్ల వయసులోపే జీవితపు విలువలు నేర్పిన మనిషి, నా

స్నేహితుడు, నా గురువు మా తాత నన్ను విడిచి వెళ్లిపోయారు, కానీ ఆయన ఆలోచనలు, ఆశయాలు నాకు ఇచ్చి వెళ్లారు.

జీవితం ఎక్కడ ప్రారంభమైనా, ముగింపుమాత్రం సమాజానికి, దేశానికి ఉపయోగపడ్డ మనిషిగానే ముగిసిపోవాలి అనేవారు. ఒక సామాన్య రైతుగా బ్రతికిన మా తాతకి అన్ని విలువలు, సిద్ధాంతాలు ఎలా వచ్చాయో నాకు కూడా తెలియదు కానీ ఆ విలువలే ఈరోజు నన్ను మనిషిలా నిలబెట్టాయి, ఆసిద్ధాంతాలే నన్ను సమాజంకోసం బ్రతికేలా చేశాయి.

ఇలా ఆలోచిస్తుంటే ఒక్కసారి తాత ఫోటో చూడాలి అనిపించింది. తడుముకుంటూ, తడుముకుంటూ నెమ్మదిగా లేచి లైట్ వేసాను. గోడమీద తాత ఫోటోని చూడగానే కళ్ళలో నీళ్లు తిరిగాయి. ఆరేళ్ళ పిల్లలా మారి తాత ఒళ్ళో పడుకుని ఏడవాలనిపించింది.

అవును మనసారా ఏడ్వాలన్నా మనసున్న మనిషి తోడుండాలి కదా.

చదువు పూర్తవ్వగానే నాన్న పెళ్ళి చేసేసాడు. ఎవరో తెలియని మనిషి వెనుక నడవమని పంపేశాడు, కానీ నాకు కలిసి నడవాలని ఉండేది.

వెనుకాల నడిచే స్త్రీ మాత్రమే అంత గొప్పదా.?

కలిసి నడవాలనుకున్న స్త్రీకి మాత్రం స్వేచ్ఛ ఎక్కువ అంటారా.?

తనకోసమే బ్రతికే భార్య కావాలనుకున్న నా భర్త ఇంట్లో నాకు మాత్రమే చోటు ఉంది అన్నాడు, ఎగరాలని ఆశపడ్డ నా రెక్కలకి ఆ ఇంట్లో చోటులేదని అవి కత్తిరించి ఇంట్లోకి రమ్మన్నాడు.రెండు సంవత్సరాలు ఒప్పించే ప్రయత్నం చేసాను కానీ ఇంటిపట్టునే ఉండాలని, స్కూల్కి వెళ్ళొద్దని, వంటగదే ఇంద్రభవనమని , వంట చెయ్యడమే ఆరోజుకి విజయమని భావించమన్నాడు.

ఆకలి అందరిదీ అయినప్పుడు వంటగది నా ఒక్కదానిదే ఎలా అవుతుంది అని నేను అడిగాను. శాసించడమే తప్ప నామాట వినే మనుషులు లేరక్కడ. ఆత్మాభిమానం వదులుకోలేకపోయాను, తాను విడిపోదాం అన్నాడు, నేను ఒంటరిగా బ్రతకాలని నిశ్చయించుకున్నాను.

ఆరోజు సమాజం నేను ఎక్కడికి వెళ్లినా ప్రశ్నించేది.

మనసారా నవ్వితే "భర్త వదిలేసాడన్న బాధకూడా లేకుండా ఎంత బరితెగింపు" అనే మాటలు.

ఒంటరిగా కూర్చుని ఏడుస్తుంటే భర్త దగ్గరకి పోవచ్చుగా ఇక్కడ ఏడవడం ఎందుకు అనే దూషణలు.ఈరెండు వింటూ నాలో నేనే మధనపడ్డాను.

రోజు స్కూల్ నుంచి ఇంటికి వెళ్ళేదారిలో ఎన్నో దూషణలు, ఎన్నో మాట విరుపులని తట్టుకుంటూ ఇంటికి వెళ్లేదానిని. ప్రతిరోజు

ఎవరో ఒకరు నన్ను ఒక ప్రశ్న అడిగేవారు "ఒక్కదానివే ఎలా బ్రతుకుతావు.?" అని. సమాధానం నాకు కూడా తెలియదు, కానీ అలా అని బ్రతకడం మానెయ్యలేను కదా.

ఇంక ఈరాత్రి నిద్రపట్టదులె అనిపించి లేచి కూర్చున్నాను, నేను రాసుకున్న కవితలు, చదివిన పాత పుస్తకాలు అన్నీ తిరగేస్తున్నాను.ప్రతీ సంవత్సరం జనవరి 1st కి పిల్లలు ఇచ్చిన ఎన్నో గ్రీటింగ్ కార్డులు ఇప్పటికీ నాతోనే ఉన్నాయి..అవన్నీ చూసుకుంటూ కూర్చుంటే , ఆ జ్ఞాపకాలకు ఈ జీవితం చాలదేమో అనిపించింది. ఇంతలో ఒక పుస్తకం లోంచి ఒక లేటర్ క్రింద పడింది, అందులో ఇలా రాసి ఉంది.

"మేడం మీరు అన్నం తినడం మానకండి మేడం. మేము ఇంక ఎప్పుడూ చెడ్డపనులు చెయ్యం, అబద్ధాలు ఆడాం. మమల్ని క్షమించండి మేడం అని రాసి ఉంది, క్రింద K.కృష్ణ, 10th క్లాస్ అని ఉంది."

నాకు వెంటనే ఆ సందర్భం గుర్తొచ్చింది.రాంబాబు కొట్టువెనకాల కూర్చుని ,ఎవరూ చూడటం లేదనుకుని కృష్ణ, వాడి స్నేహితులు కూర్చుని సిగరెట్ కాలుస్తున్నారట. అది ఇంగ్లీష్ మాస్టర్ సుబ్బారావుగారు చూసి నాతో చెప్పారు. ఈ పిల్ల వెధవలు మారరండి మీరేదో పిల్లల్ని మంచిమార్గంలో పెడతాను.. అది ఇది

అంటారు, వాడు చూసారా పదవతరగతిలోనే ఎలాంటి పనులు చేస్తున్నాడో అంటూ నా వంక హేళనగా చూసారు.

మన కుటుంబాలు మనం ఉద్ధరించలేం కానీ సమాజాన్ని ఉద్ధరిస్తాం అంటారు అంటూ అక్కడ నుంచి వెళ్లిపోయారు.

కృష్ణ, వాడి స్నేహితులని పిలిచి అడిగాను, వాళ్ళు అబద్ధం చెప్పారు "మేము కాల్చలేదు మేడం ఒట్టు మేడం" అని, నాకు చాలా కోపం వచ్చింది కానీ ఈ చేత్తో పిల్లల్ని ప్రేమగా దగ్గర తీసుకోడమే కానీ ఎప్పుడూ కొట్టిఎరగను, అందుకే బాధతో మీరు మారేవరకు నేను భోజనం చెయ్యనురా అని ఒకరోజు భోజనం మానేసాను.

మరసటి రోజు కృష్ణ గాడు ఈ ఉత్తరం ఇచ్చి కన్నీళ్లు పెట్టుకుని నన్ను పట్టుకుని ఏడ్చాడు, ఇంకెప్పుడు ఆలా చెయ్యను మేడం అని, మీకు ఇందులో రాసి ఇస్తున్నాను అన్నాడు.. వెధవ ఎలా ఉన్నాడో ఇప్పుడు అనుకున్నాను, పెద్దవాడు అయ్యి ఉంటాడు ఇప్పుడు వెధవా అనకూడదేమో అనుకున్నాను మళ్ళీ. ఈ 34 సంవత్సరాలలో ఇలాంటి సంఘటనలు చాలా మంది విద్యార్థులతో జరిగాయి. ప్రతీ సంవత్సరం ఒక 100 మంది పిల్లలకి నేనే పుస్తాకాలు కొని, బట్టలు కుట్టించి, పరీక్ష ఫీజ్ లు కట్టేదానిని.

ఎందరో ఆడపిల్లల తల్లి తండ్రులతో మాట్లాడి వారికి చదవు ఎంత ముఖ్యమో చెప్పి వారి ఖర్చులు నేను పెట్టుకుని పై చదువులు చదివించాను.

నా దగ్గర చదువుకున్న పిల్లలు ఎంతో గొప్పవారు అవ్వాలని, మంచి వ్యక్తుల్లా సమాజాన్ని ముందుకు తీసుకెళ్లాలనే ఆశయం నాది. అందుకోసమే నా భర్తని కూడా వదులుకుని వచ్చాను. నా కడుపున పిల్లలు పుట్టకపోయినా, ఇంతమంది పిల్లలని సమాజంలో మంచివారిగా, ప్రయోజకులుగా చేస్తే అదే నా జీవితానికి పరమార్ధం అనుకున్నాను.

మేడం. మేడం. అని వారి పిలిచే పిలుపులోనే అమ్మ ప్రేమని వెతుకున్నాను, కొన్ని వేల మంది విద్యార్థులు నా దగ్గర చదువుకున్నారు. అందరి మనసులోను మంచి ఆలోచనలు నాటడానికే ప్రయత్నించాను ఇప్పుడు వారంతా ఎలా ఉన్నారో అనుకుంటూ తెలియకుండా ఆలా ఆలోచిస్తూ ఆ కుర్చీలోనే చాలాసేపు ఉండిపోయాను. తెల్లవారింది, గడియారం ఆరు గంటలు కొట్టింది.

దూరంగా ఉన్న అద్దం, పక్కన ఒక దువ్వెన, కొబ్బరి నూనె డబ్బా, తిలకం సీసా, రెండు పిన్నులు ఉన్నాయ్, పక్కనే ఉన్న గూటిలో 6 నేత చీరలు ఉన్నాయ్.చిన్నతనంలో 8 గౌనులు ఉండేవి , తర్వాత 4 పరికినీలు, ఇప్పుడు 6 చీరలు కానీ నాకు అవే

చాలు..ఎంత స్త్రీ అయినా ముస్తాబవడానికి అంతకన్నా ఏంకావాలో నాకు ఇప్పటికీ అర్ధం కాదు అనుకుంటూ లేచాను , స్నానం చేసి, పూజ అయ్యాక , ఒక గంట ముందే స్కూల్ కి బయలుదేరాను..

పిల్లలు రాకముందే ఏకాంతంగా ఉన్న స్కూలు, ఆ బల్లలు, సుద్దముక్కలు, బ్లాక్ బోర్డు, పిల్లలకోసం ఎదురుచూస్తున్నట్లుగా ఉన్న స్కూల్ గ్రౌండ్ అన్నీ తిరిగి చూసుకున్నాను. ఒకప్పుడు కల, ఈరోజు ఇలా పూర్తయింది అనుకుంటుంటే మళ్ళీ కళ్ళలో కన్నీరు వచ్చింది. రేపటినుంచి మేడం మేడం అని ఎవరు అంటారు నన్ను అని ఆలోచిస్తే మనసు బరువెక్కింది.

ఇంతలో రుద్రయ్య వచ్చి ఆఫీస్ రూమ్ తలుపులు తీసాడు, వెళ్లి లోపల కూర్చున్నాను. కొంత సేపటికి మాస్టర్లందరూ వచ్చి నన్ను పలకరిస్తున్నారు, ఆఖరి రోజు కదా ఏవో. ఏవో. నా తో వారికున్న అనుభవాలు పంచుకుంటున్నారు.ఇంతలో రుద్రయ్య గంటకొట్టాడు, పిల్లలందరూ గ్రౌండ్లోకి వస్తున్నారు కొన్ని ప్రార్ధనలు, ఆ వందేమాతరం, ప్రతిజ్ఞ ఇంక రేపటి నుంచి వినలేను అనుకుంటూ నెమ్మదిగా వస్తున్నాను.ఒక్కసారి గ్రౌండ్ వైపు చూసాను చాలా మంది విద్యార్థులు స్కూల్ యూనిఫామ్ లో ఉన్నారు, "రుద్రయ్య..!" మనస్కూల్ లో పిల్లలు 350 మందే కదా ఇంతమంది ఉన్నారేంటి అని అడిగాను, సరిగా చూడండి

మేడం అన్నాడు. పరీక్షగా చూసాను పెద్దవాళ్ళు కూడా స్కూల్ యూనిఫామ్ లో వచ్చి నించున్నారు అని తెలిసింది.

ఒక్క నిమిషంలో నాకు విషయం అర్ధమైంది వారంతా నా దగ్గర చదువుకున్న పిల్లలు, ఈ పదవీ విరమణ రోజు నన్ను కలవడానికి వచ్చారు. కళ్ళలో మళ్ళీ నీళ్లు వచ్చాయి, నేను ఒంటరిదాన్ని కాదు ఇంతమంది పిల్లలకి తల్లిని అని చెప్పాలనిపించింది.

వారు ఒక్కక్కరు వచ్చి నాతో వారికున్న అనుభవాలు పంచుకుంటూ, నా కాళ్ళకి నమస్కారం చేసుకుని వెళ్తున్నారు. రుద్రయ్య అన్నాడు సుమారు 5000 మంది పూర్వ విద్యార్థులు వచ్చారట నన్ను చూడటానికి. ఏదో సన్మానం చేశారు, నా గురించి ఏవో ఏవో మాట్లాడుతున్నారు కానీ నా మనసంతా మా తాత దగ్గరే ఉంది, నేను లోపల ఆయనతో మాట్లాడుతున్న **"తాతా నీకు నచినట్లుగానే బ్రతికేనా.?, నువ్వు నేర్పిన విలువలని వదలకుండా** బ్రతికేనా...?".

నన్ను మాట్లాడమన్నారు.మొదటిసారి మాట్లాడటానికి మాటలు రావడంలేదని అందరికీ నా ఆసిస్సులు తెలిపి ఇంతటితో సెలవిప్పించమని అడిగాను.పిల్లలందరూ కళ్ళలో నీళ్లు పెట్టుకుని ఏడుస్తున్నారు, పూర్వవిద్యార్థులు కూడా మేడం మేడం అంటూ చాలా భావోద్వేగానికి లోనయ్యారు..

స్టాఫ్ రూమ్ బీరువాలో ఉన్న నాపుస్తకాలు, వివేకానందుని ఫోటో తీసుకుని ఇంటికి బయలుదేరాను. పూర్వవిద్యార్ధులందరు బయట పూలతో అలంకరించిన ఒక "రధంలా ఉన్న గుర్రపు బండి" సిద్ధం చేశారు, కానీ దానికి గుర్రాలు లేవు. నన్ను మొహమాట పెట్టి మరీ ఆబండిలో కూర్చోపెట్టి వారే ఆ బండి మోస్తూ ఊరంతా తిప్పారు..

ఒకప్పుడు ఇలాంటి సన్మానం వివేకానందునికి జరిగింది. నా చేతిలో పుస్తకాలు, ఒడిలో వివేకానందుని ఫోటో, మనసులో తాత ఆలోచనలు.ఏగ్రామ వీధుల్లో, నన్ను భర్త వదిలేసిన భార్య అని మాట్లాడుకున్నారో అదే వీధుల్లో ఏమిటి ఈ సత్కారం అనుకుంటూ మౌనం గా ఉండిపోయాను, కాసేపటికి ఇంటికి చేరుకున్నాను.

హడావిడి అయ్యింది.అందరూ వెళ్లిపోయారు. ఒంటరిగా బ్రతకడం అలవాటేగా, మంచం మీద నడుంవాల్చాను, ఇంతలో ఎవరో తలుపు కొడుతున్నారు లేచి తలుపు తీసి చూస్తే ఇద్దరు పిల్లలు సుమారు 14 సంవత్సరాలుంటాయి. ఎవరమ్మా మీరు అన్నాను వెనకనుంచి ఒకతను వచ్చి. వాడు నాకొడుకమ్మ, పక్కవాడు వాడి స్నేహితుడు ఇద్దరూ ఎవరికీ కనపడకుండా కొట్టువెనకాల నుంచుని సిగరెట్ కాలుస్తున్నారమ్మ, మీరే నాలుగు మంచి మాటలు చెప్పి బాగుచెయ్యాలి అన్నాడు

వెంటనే నాకళ్ళలో నీరు వచ్చేసింది. అవును వాడు కృష్ణ, వీడు వాడి కొడుకు. నాకు గుర్తు చేయడానికి ఇలా నాటకాలు ఆడుతున్నాడు... ఈ భానుమతి మేడం అంటే ఎంత ప్రేమో ఈ పిల్లలకి.

కవి మనసు

ఏకాంతంలో ఆనందాన్ని...

సమూహంలో ఒంటరితనాన్ని అనుభవించేవాడే ఈ కవి

కవి మనసు రమిస్తే అక్షరాలు నర్తిస్తాయి. కమ్మని కథలా మారతాయి.

కన్నీరు పెట్టించే కవితలవుతాయి.

అతని కథలో పాత్రలన్నీ నిజాలే కథ ఒక్కటే కల్పితం. అవును కథలో వచ్చే ప్రతీ పాత్రకి నిజ జీవిత రూపం కవికి మాత్రమే తెలుసు.

ఆకాశంలో మౌనాన్ని.

వర్షంలో గతాన్ని.

కురిసే మంచులో అమ్మ అనురాగాన్ని..

వాడిపోతున్న పొద్దులో కోల్పోయిన ప్రేమని..

చూస్తాడు కవి.

గత నలభై సంవత్సరాలుగా తన కథలో పాత్రలతో కలిసి బ్రతికాడే తప్ప తనకంటూ ఒక బంధం కావలనుకోలేదు రామకృష్ణ.

రోజూ ఊరిచివర ఉన్న వంతెన మీద ఒక గంట కూర్చుంటాడు, ఆరోజు ఆ వంతెన మీద తన కంటికి కనిపించిన మనుషులతో, వారి పాత్రలతో ఒక కథ రాసుకొని ఇంటికివచ్చేస్తాడు.

అలా ఇప్పటికి ఎన్ని వందలు కథలు రాశాడో, కానీ ప్రతీ కథలో ఏదో శూన్యం, అర్ధాంతరంగా ముగిసిపోయే పాత్రలు.. అవే కనిపిస్తాయి

చిన్నతనంలోనే అమ్మానాన్న కోల్పోయినారు, ఇరవై ఏళ్ళ వయసులో అప్పటివరకూ ఆదరించిన నాయనమ్మ చనిపోయినా, తను ప్రేమించిన అమ్మాయికి తన ప్రేమని చెప్పలేకపోయినా ఏనాడు కళ్ళల్లో కన్నీళ్లు రాలేదు, మనసులోంచి కవితలే పుట్టాయి అతనికి.

సరిగ్గా ఇదే రోజు నలబైఏళ్ల క్రితం “రమ”ని చూసాడు రామకృష్ణ..ఆఊరి వంతెనకి కొద్దిగా క్రింద ,కాలువ గట్టుమీద ఉన్న శివాలయంలో నాట్యం నేర్చుకోడానికి వచ్చింది ఆమె, నాట్యం నేర్పే గురువుగారు “అమ్మ రమా ముందు శివుడికి నమస్కారం చేసుకునిరా..” అన్నారు.అప్పుడు తెలిసింది ఆమె పేరు "రమ" అని

వంతెనపై కూర్చుని ఆమె నాట్యం చూస్తుంటే పక్కనే ప్రవహిస్తున్న కాలువకి, రమ నాట్యానికి పెద్ద తేడాలేదు అనిపించేది.

ఆమె కాళ్ల గజ్జెలు సవ్వడి, ఆ నీటి ప్రవాహం రెండూ కలిసి ఒకే శృతిలో ఉన్నాయా అనిపించేది.

ఏ జన్మ ఋణమొ తెలియదు కాని ఆమెని చూసిన మరుక్షణం నుంచి మరువలేని మనిషిగా మారింది అతనికి. ఎందుకో అతనికి కూడా తెలియదు.

రోజూ ఎంతోసేపు ఆమె రాకకోసం ఎదురు చూసేవాడు.ఆమె రోజూ సాయంత్రం సన్నజాజి పూలమాల తీసుకొచ్చి శివుడికి అలంకరించి,అప్పుడు నాట్యం ప్రారంభించేది.

అలా ఆరు నెలలు గడిచినా ఆమెకి రామకృష్ణ అనే వ్యక్తి ఒకరు ఉన్నారని, తనకోసమే రోజూ వస్తున్నాడనేవిషయం కూడా తెలియదు.కానీ తనకంటూ ఎవరూ లేని రామకృష్ణ ప్రతీరోజు ఆమెని చూడటంకోసమే ఎదురుచూసేవాడు.

ఒకరోజు సాయంత్రం ఎడతెరుపు లేకుండా వర్షం పడుతోంది.శివాలయమంతా నిశబ్ధంగా ఉంది.వంతెన మీద వర్షంలో రమకోసం ఎదురు చూస్తున్నాడు రామకృష్ణ కానీ ఆమె రాలేదు. మరుసటి రోజు వర్షం పడకూడదూ అని కోరుకున్నాడు, కోరినట్లుగానే వర్షం పడలేదు, పరుగు పరుగున వంతెన మీదకు వచ్చి నించున్నాడు.ఎంతసేపటికి రమ రాలేదు కాని అక్కడ మిగతా బృందం నాట్యం చేస్తున్నారు, వారిని అడగాలి అనుకున్నాడు కానీ మోహమాటం..

వర్షం పడకూడదు అని కాకుండా రమ రావాలని కోరుకోవాల్సింది అనుకున్నాడు.

అలా రోజులు, నెలలు, సంవత్సరాలు గడిచాయి కానీ ఆమె రాలేదు అతను ఎదురుచూడటం మానలేదు.

ఆరునెలలు కేవలం దూరంనుంచి చూసిన ఒక మనిషికోసం జీవితాంతం ఎదురుచూడటం అతిశయోక్తిగా ఉండచ్చు కానీ **మోస్తున్న గుండెకి తెలుసు ఆ జ్ఞాపకం విలువెంతో.**

నలభై సంవత్సరాలుగా రోజుకోక కవిత లేదా కథ రాస్తాడు, ప్రతీ కథలోను రమా అనే పాత్ర ఉంటుంది లేదా ఆమెను పోలుస్తూ కవిత ఉంటుంది..

ఒక కథలో చిన్నపిల్లగా, మరో కథలో ఒకరి భార్యగా, ముసలి మామ్మగా ఎన్నెన్నో పాత్రల్లో ఆమెని ఊహించుకుని కథలు రాసాడు.

ఆరోజు ఆ వంతెన మీద ఏ పాత్ర కనిపిస్తే ఆ పాత్ర.ఒకోసారి ఎవరూ కనబడకపోతే వర్షంతొనో లేక చందమామ తోనో, అదీకాకపోతే శివుడు గుడిలో పూసే పువ్వుతోనో పోల్చి కథ రాస్తాడు..

నేను అనే ఒక మనిషిని ఉన్నాను, తనని ఇంతలా ప్రేమిస్తున్నాను అని కూడా తెలియదు రమకి అని తలుచుకుని తనలో తానే నవ్వుకుంటాడు.

ఆరోజు మొదటసారి కథ కానీ కవితకాని తట్టలేదు చాలాసేపు శివుడు గుడిని చూసి వెన్నక్కి వచ్చేసాడు రామకృష్ణ.

చీకటి పడుతోంది ఎందుకో సాయంత్రంనుంచి కొద్దిగా ఆయాసపడుతున్నాడు.పెరటిలో తను పెంచుకుంటున్న సన్న జాజి పూలను కోసి లోపల పూజా మందిరంలో శివలింగం మీద వేసి దణ్ణం పెట్టుకుని, లోపల మంచం మీద పడుకున్నాడు.బయట చిన్నగా గాలి వాన ప్రారంభమైంది. గూటిలో ఆ కాగితాలు తన రాసిన కథలు,కవితలు తనవంక అమాయకంగా చూస్తున్నాయి అనిపించింది.

రామకృష్ణకి ఇంకా ఆయాసం పెరిగింది, తాను వెళ్లిపోయే సమయం వచ్చేసిందని తనకి అర్ధమైంది..ఆఖరి క్షణాల్లో ఆ ఊహలతో తన మనసులోని తాను రాసుకున్నాడు చివరి కథ..

ఇన్నాళ్లు నేను రమకోసం రాసిన పాత్రలన్నీ నా కథల్లోంచి బయటకు వచ్చి నన్ను సాగనంపితే ఎంత బాగుంటుంది, ఈ ప్రాణం హాయిగా వెళ్లిపోతుంది అని అనుకున్నాడు..

తన కథల్లో చిన్న పిల్లగా ఉన్న రమ పాత్ర తన కాళ్ళు రాస్తోంది, పడుచువయసులో ఉన్న రమ నా పక్కనే కూర్చుని గుండెలమీద చెయ్యి వేసింది నాకు ధైర్యం చెప్పడానికి.అలాగే మధ్యవయసు ఉన్న రమ నాకోసం తులసి తీర్ధం

తీసుకొచ్చింది..కానీ ముసలివయసులో ఉన్న రమ మాత్రం కన్నీరు పెట్టుకుని ఏడుస్తోంది.

తాను నాకోసం ఏడుస్తోంది అనేది ఊహ అయినా రామకృష్ణకి కళ్ళు చమ్మగిల్లాయి మొదటిసారి అదే చివరిసారి.

ఇంతలో ఒక్కసారిగా గాలి బలంగా బయటకు వదలి కళ్ళు పెద్దగా తెరిచాడు ఆ కళ్లలోంచి ప్రాణం వెళ్ళిపోయింది.

ఈలోకం నచ్చని కవి తనకోసం తన కథల్లో కొత్త లోకాన్ని సృష్టించుకోగలడు.తన మనసు మాటున అక్షరాలతో నర్తింపచెయ్యగలడు.

వాన

బ్రతుకుపోరులో మనిషి,బ్రతకడమే మర్చిపోతున్నాడు.

మనసున్న మనిషిలా!

ప్రతీ మనిషికీ తనకే చెందిన ఒక ప్రత్యేకమైన ప్రపంచం ఉంటుంది, తన ప్రపంచంలో తాను సంతోషంగానే ఉంటాడు, కానీ తన ప్రయాణంలో ఎందుకో ఒకచోట ఆగి పక్కవాడితో పోల్చుకుంటాడు. ఆ క్షణం నుంచే మనిషి జీవితంలో ఏదో కోల్పోతున్నాను, నాకన్నా వారు అదికులు అనే ఆలోచన ప్రారంభమవుతుంది. ఆ ఆలోచన పేరే "అశాంతి"...

నిన్న హైరాబాద్ నుంచి వచ్చాడు ప్రకాష్, ఇంటికి వస్తూనే ఏదో విచారం, మౌనం, అశాంతితో వచ్చాడు..

నిన్న మధ్యాహ్నం తనతో చదువుకున్న కిరణ్ కనిపించాడు, ప్రకాష్ లాగ ఏదో ఉద్యోగం చేస్తూ బ్రతకడం కాకుండా, తనకు తానే సొంతంగా కంపెనీ పెట్టుకుని కోట్లు సంపాదిస్తున్నాడు అని తెలిసింది.

ప్రకాష్ తన జీవితంలో ఆస్థాయికి ఎదగాలని ఎన్నో కలలు కన్నాడు.కానీ తను కలగన్న స్థానంలోకి తనతో చదువుకున్న మరొకరు చేరారు. తాను మాత్రం సామాన్య ఉద్యోగిగా మిగిలిపోయాడు.

నేను ఎదగలేకపోయారు అనే ఆలోచనల్లో పడి తను “ఆడని ఆటలో కూడా ఓటమిని తీసుకుని, ఆ ఓటమి భారాన్ని మోస్తూ నిన్న రాత్రి బస్సు ఎక్కి ఉదయానికి ఊరు చేరాడు”.

ఇంటికి రాగానే నాన్న మరో వార్త చెప్పాడు, తన ఇంటి వెనకాల ఉన్న కొబ్బరితోటని అమ్మేసారట.

కొబ్బరితోట మద్యలో చెరువు, ఆ చెరువులోకి మెట్లు, చెరువు గట్టు పక్కనే ఉన్న రెండు గదుల చిన్న ఇల్లు.ఆ ప్రదేశం అంటే ప్రకాష్ కి చాలా ఇష్టం..

ఎందుకు అమ్మారు.? అని తండ్రిమీద అరిచి తన గదిలోకి వెళ్ళిపోయాడు.సాయంత్రం వరకు బయటకు రాలేదు.

అతని మనసులో నిజానికి ఉన్న కోపానికి కారణం తాను ఏదగలేకపోయానే అని, కానీ ఆకోపం తండ్రి మీద మరో కారణంతో చూపిస్తున్నాను అని తనకి తెల్సు.

ఇంతలో ఎవరో తలుపు కొడితే కోపంగానే తలుపు తీసాడు ప్రకాష్.

అమ్మ. అన్నం పట్టుకొచ్చి పక్కనే కూర్చుని కొడుకుకి జరిగింది చెప్పాలి అనుకుంది.

ముద్దలు కలిపి పెడుతూ. నాన్న ..! "వారు ఎక్కడినుంచో వచ్చిన వలస జీవులురా తండ్రి కూతురు తప్ప వారికి నా అన్నవారు లేరు...వారు అన్నవరం వెళ్తుంటే వారి కారు మన ఇంటిముందే ఆగిపోయింది. కారు బాగయ్యేవరకు రోడ్ మీద నిలబడ్డారని మన ఇంటికి రమ్మని పిలిచాను.

మన ఇంటివెనక కొబ్బరి తోట అందులో ఇల్లు చూసి వారికి కావాలని అడిగారు.

జీవితంలో ఏదో మనఃశాంతి వెతుకుతూ మన ఊరు వచ్చారు. తన కూతురికి మాటలు వినబడవని, ఆ అమ్మాయికి అందమైన నివాసం బహుమతిగా ఇవ్వాలని ఆ తండ్రికోరికని...ఆయన తన కూతురి కోసం ఆ ఇల్లు అమ్మమని అడిగితే కాదనలేక నాన్న సరే అన్నారు..."

నీకు చెబితే ఇలా కొప్పడతావనే ఇంటికి వచ్చేవరకు చెప్పలేదు నాన్న, అని ఒకో ముద్దా పెడుతూ చెబుతోంది కొడుకుకి..

ఆయనకి యాభై ఏళ్లు, తన కూతురికి ఇరువై ఏళ్ళుంటాయి .ఎందుకో వారు అన్నీ వదిలి ఇక్కడే ఉంటున్నారు..

ఆ అమ్మాయి ఎంత అందంగా ఉంటుందిరా కానీ పాపం వినబడదు, పుట్టుకతో చెవులు వినబడని వారికి దేవుడు ఇచ్చే మరో బహుమతి మాటలు కూడా రాకపోవడం.

ఆ పిల్ల మంచి మంచి బొమ్మలు కూడా వేస్తుంది. వాళ్ళ నాన్న ఆ ఇంట్లో బయట అరుగుమీద ఉన్న చిన్న గదిలో ఆమె వేసిన బొమ్మలను అలంకరిస్తారు. వెళ్ళి చూడు చాలా బాగుంటాయి, మంచినీళ్లు కాస్త తాగమని చెప్పి వెళ్ళిపోయింది ఆమె.

నిజమా పుట్టుకతో వినికిడి లోపం ఉన్నవారికి, మాటలు కూడా రావా అని ఆలోచిస్తూ. ఆ అమ్మాయిని చూడాలనే కోరికతో గదిలోంచి బయటకు వచ్చి డాబా ఎక్కాడు ప్రకాష్.

ఆకాశమంతా మబ్బులు ముసిరేసాయి, కొద్దిగా వర్షపు జల్లు పడుతోంది..తన ఇంటి వెనక కొబ్బరి తోట మధ్యలో ఆచిన్న ఇల్లు, ఆఅరుగుమీద కుర్చీలో ఒకాయన కూర్చున్నారు ఏదో ఆలోచిస్తూ. ఆయన మీద తల వాల్చి, పక్కనే నేలమీద ఒక అమ్మాయి కూర్చుని ఆకాశం వైపు చూస్తోంది, వాన ఎప్పుడు వస్తుందా అన్నట్లు..

ముఖం సరిగా కనిపించడంలేదు గానీ పసుపు ఆకుపచ్చ కలిసి చక్కగా రంగులద్దిన బొమ్మలా లంగా ఓణీలో ఆఅమ్మాయి కనిపించింది.

ఇంతలో ఒక్కసారిగా పెద్ద వర్షం, కూర్చున్న ఆ అమ్మాయి లేచి వర్షంలో ఆడుతూ, తనకి వచ్చిన నాట్యం చేస్తోంది.

వర్షం, పసుపు రంగు ఓణీ, ఆ కొబ్బరి చెట్లు మధ్య గుబురు చీకటి, అబ్బా ఎంత అందంగా ఉంది ఆ దృశ్యం అనుకుంటుంటే ఇంతలో ఒక సందేహం వచ్చింది.

సంగీతానికి నాట్యం చేస్తారు, వినబడని ఈఅమ్మాయి ఎలా నాట్యం చేస్తోంది అని, అసలు ఎలా నేర్చుకుంది అనిపించింది.

శబ్దం లేకుండా నాట్యం ఉంటుందా అనే ప్రశ్న మనసులో.

తనలో పుట్టిన ఆసందేహం తీర్చుకోడానికి ఆడాబాపై ఆంత వర్షంలోనూ తీవ్రంగా ఆఅమ్మాయిని పరిశీలిస్తున్నాడు ప్రకాష్.

కాసేపు చూసాక ఆతనికి అర్థమైంది, ఆ అమ్మాయి నాట్యం చెయ్యడం లేదు, తన ఇంటి చూరు నుంచి చినుకులు నేలకు జారీ అక్కడ నుంచి ఒంపులు తిరుగుతూ నెమ్మదిగా చెరువులో కలిసిపోతోంది.

ఆ నీటి ప్రవాహాన్ని అనుకరిస్తూ ఆ అమ్మాయి వేసే అడుగులు, తన చేతుల కదలిక నాట్యంలా కనిపిస్తున్నాయి అతనికి.

ఆ నీరు ఎలా పయనిస్తోందో ఆఅమ్మాయి అలా అన్వయిస్తోంది. తనలో తానే మురిసిపోతుంటే చూడటానికి ఎంతో అందంగా ఉంది.ఇదే కదా నిజమైన నాట్యం అంటే అనిపించింది ప్రకాష్ కి.

తను అలా అమ్మాయిని చూడటం గ్రహించాడు ఆ అమ్మాయి తండ్రీ. అది తెలిసి మొహమాటంతో క్రిందకి వెళ్లిపోయాడు ప్రకాష్.

రాత్రంతా ఆఅమ్మాయి ఆలోచనలే, ఉదయాన్నే నిద్ర లేచాక అమ్మాయి బొమ్మలు వేస్తుంది అంది కదా అమ్మ, చూడటనానికి వెళ్ళాలి అనుకున్నాడు.

అనుకున్నట్లుగానే వెళ్ళాడు, ఆ అమ్మాయి తండ్రి ఎదురొచ్చి లోపలకిరా బాబు అని ఆత్మీయంగా పిలిచాడు.

మీ పాప పెయింటింగ్ బాగా వేస్తుంది అని చెప్పింది అమ్మ, ఒక్కసారి చూసి వెళ్దాం అని వచ్చానండి అన్నాడు ప్రకాష్..

చిన్న నవ్వు నవ్వి రా బాబు అని అరుగుమీద ఉన్న గదిలోకి తీసుకెళ్ళాడు.

అక్కడ గోడమీద బొమ్మలు చూసి ఆశ్చర్య పోయాడు.

చిన్నప్పటి నుంచి తనకు తెలిసిన ఆ చెరువు, కొబ్బరి చెట్లు మధ్య మధ్యలో చిన్న పూల మొక్కలు వాటిలో దాగి ఉన్న రంగులు.అబ్బా రాత్రి పూట ఈ ప్రదేశం ఎలా ఉంటుంది , తెల్లవారు జామున ఎలా ఉంటుంది, వర్షం పడినప్పుడు.. అలా రకరకాలు సమయాల్లో ఆ ప్రదేశం అందాన్ని చూపిస్తున్నట్లుగా ఉన్నాయి ఆ చిత్రాలు,

వీరు ఈ ఇంటికి వచ్చి నెలరోజులు కాలేదు కాని చిన్నప్పటి నుంచీ నాకు తెలిసిన ఈ ప్రదేశం నాకన్నా బాగా ఆఅమ్మాయికి తెల్సు అన్నంత లోతుగా ఉన్నాయి ఈ చిత్రాలు..

మీరు ఈ ఊరు ఎందుకు వచ్చారు ...?

మీ అమ్మాయిని మంచి డాక్టర్ కి చూపించకపోయారా.?

అలా ఏవో ఏవో మాటలు కలుపుతున్నాడు ప్రకాష్ కానీ చెరువు గట్టు మెట్లమీద ఏకాంతంగా కూర్చున్న ఆఅమ్మాయి మీదే ఉంది అతను మనసు.

అది గ్రహించిన ఆఅమ్మాయి తండ్రి బాబు, మా పాపకి వినబడదు అని మనకి మాత్రమే తెల్సు కానీ తనకి తెలియదు.

ఆశ్చర్యంగా చూసాడు ప్రకాష్..

తనకి పుట్టుకుతోనే వినబడదు కనుక "శబ్దం" అంటే ఎంటో తనకి తెలియదు..

తనలాగే అందరూ ఉన్నారు అనుకుంటుంది తాను.మనిషికి చెవులు ఉంటాయని అవి వినబడతాయి, తనకి ఆలోపం ఉందని తనకి తెలియదు.

తనలో ఏదో లోపం ఉందని చెప్పాలి అంటే తనకి ఎలాగో వినబడదు..

తనకి ఉన్నది నేను మాత్రమే, నేను కూడా మౌనంగా ఉంటే చాలు ప్రపంచంలో వినబడడం అనేది ఒకటి ఉందని తనకి తెలియదు.. ఇక అంతా నిశబ్దం, ప్రశాంతత అంతే.ఇన్నాళ్లు అలాగే పెంచాను.

ప్రకృతీ వడిలో చదువు నేర్చుకుంది.తను వేసే బొమ్మల్లో తన మనసుని ఆవిష్కరిస్తుంది.అంతే చాలు

సహాయం చెయ్యాడానికి ముందుకు రాని సమాజం, పక్కవాడిలో లోపాన్ని ఎత్తి చూపించడానికి ముందుంటుంది

అలాగే నా కూతురి లో ఉన్న లోపం తనకి తెలియ చేయడానికి మాత్రం ఆరాటపడుతోంది ఎందుకో. తన లోకంలో తను మనఃశాంతి గానే ఉంది కదా.

పెళ్లి వయసు వచ్చింది, పెళ్లి ఎలా చేస్తావ్.? అని నన్ను విసిగించేవారు కొందరు..

డాక్టర్ దగ్గరకి పెళ్లి ఏదో ఏదో చేయించి తనని విసిగించి. తనలో ఏదో లోపం ఉందని తనకే తెలపాలని తాపత్రయం కొందరిది..

సమాజం.వారి సలహాలు చూసి ఆలసిపోయి ఇటు వచ్చాం.

ఏదోకరోజు. ఏదోరకంగా తనలో ఏదో లోపం ఉందని ఈ సమాజం తనకి తెలియచేస్తుంది అని భయం నాది.

అందుకే ఇంత దూరం పారిపోయి వచ్చాను, అని చిన్న నవ్వు నవ్వుకుని..

ఐనా నాకూతురికి ఈప్రకృతితో ఏనాడో పెళ్లి జరిగింది, చూసావా ఆ ప్రకృతిని ఆస్వాదిస్తూ ఎంత చక్కగా సంసారం చేసుకుంటుందో.

అని మళ్ళీ నవ్వుకున్నాడు.

హోరుగాలి, వర్షం మనకి వినబడుతుంది, తనకి అది కూడా నిశబ్దం గానే ఉంటుంది.అందుకే ఆనందించగలదు.

ప్రకాష్ మౌనంగా వెళ్లిపోతుంటే, చూడు బాబు మనిషి ఇంకో మనిషితో పోల్చుకుంటేనే "లేమి" అనేది తెలుస్తుంది..

నా కూతురు ఇంకొకరితో పోల్చుకుని అశాంతితో బ్రతకడం నాకు ఇష్టం లేదు. తన జీవితాన్ని పరిపూర్ణం గా బ్రతికితే చాలు..

అంతే నా కోరిక ఒక తండ్రిగా. చదువు, పెళ్లి ,పిల్లలు కన్నా తాను మనఃశాంతిగా బ్రతకడమే నాకు కావాలి..

ఏదో ఆలోచిస్తూ..

మీ అమ్మాయి పేరేంటండి అన్నాడు ప్రకాష్..మా అమ్మాయికి పేరు పెట్టలేదు ఎందుకంటే తనని ఎవరూ పిలవక్కర్లేదు..పిలిచినా తనకి తెలియదు.అందుకే అన్నాడు.

ఆ తండ్రి పెంపకం, ఆ అమ్మాయి జీవితం చూస్తే ఇంత అందమైనదా జీవితం అనిపించింది ప్రకాష్ కి.

ఒక్కసారి మీ అమ్మాయి దగ్గరికి వెళ్తాను అని చెప్పి సమాధానం కోసం ఎదురు చూడకుండా కొబ్బరితోటలో ఏకాంతంలో కూర్చున్న ఆఅమ్మాయి దగ్గరకి వెళ్ళాడు..

తను కూర్చుని ఏదో బొమ్మ వేసుకుంటోంది.. వెనకనుంచి మౌనంగా ఆ బొమ్మవంక చూస్తూ ఉండిపోయాడు..

ఒక అమ్మాయి వర్షంలో నాట్యం చేస్తుంటే పైనుంచి ఈశ్వరుడు తన కోసం వర్షం ప్రసాదిస్తున్నాడు అన్న భావంతో ఉంది ఆ చిత్రం, మరో కోణంలో నిన్న ఆ అమ్మాయి ఆడుతుంటే పై నుంచి చూస్తున్న ప్రకాష్ ని గ్రహించి వేసినట్లుగా ఉంది ఆచిత్రం..

ఆ అమ్మాయి తనని చూసింది అని అర్థమైంది.

మనసు ఉప్పొంగి, ప్రేమతో కన్నీళ్లు వచ్చాయి ప్రకాష్ కి,

తన కన్నీళ్లు ఆఅమ్మాయి నుదిటి మీద పడ్డాయి..

వర్షం వస్తోంది అనుకుని ఆకాశం వంక ఆశగా చూసింది..

తన ఏకాంతాన్ని పాడుచేయుడం ఇష్టంలేక, దూరంగా ఉంటూనే తనకోసం బ్రతకాలి అనుకున్నాడు.తనలాగే బ్రతకాలి అనుకున్నాడు.

తన ప్రపంచలో తాను బ్రతకాలి ఆంతే కోరిక మిగతా అంతా

మామూలే కదా జీవితం అనుకుని అక్కడనుంచి వెళ్లిపోయాడు ప్రకాష్, తను కూడా తన ప్రపంచాన్ని వెతుకుతూ, తన లోకంలో తాను సంతోషంగా బ్రతకడానికి.

ఆరోజు నుంచి ఆ ఊరు రావడానికి అతనికి రెండు కారణాలు ఒకటి అమ్మ నాన్న, మరోకటి "వాన". ఆ అమ్మాయికి తాను పెట్టుకున్న పేరు అది.

ఆశ లేకుండా ఒక మనిషిని చూస్తూ బ్రతకడం కూడా చాలా గొప్ప విషయం,తనకోసమే ప్రతీ వారం ఊరు వచ్చి వెళతాడు.

బహుశా ఆ తండ్రి తర్వాతా ఆ అమ్మాయికి తానే సొంతమని మనసులో అనుకున్నాడేమో.

పోలిక లేని తనదైన జీవితం ఆరోజు నుంచి ప్రారంభించాడు ప్రకాష్.

సొంతూరు

చివరికి పంచుకోవడానికి జ్ఞాపకాలు...

ఇవ్వడానికి అనుభవాలే మిగులుతాయి!

తెలియని దూరం కాదు ...

మనసుకు చాలా దగ్గరైన దూరం.అదే "సొంతూరు"

"పార్వతి" పక్కనే తన భర్త కూర్చున్నాడు.ఆమె చేతిలో అతని చెయ్యుంది, ఆ చెయ్యిపట్టి నలభై సంవత్సరాలు గడిచింది.ఆ చెయ్యి విడిచే ఆఖరి క్షణం రాబోతోంది అని డాక్టర్లు చెప్పారు.

ఆమె కొడుకు, కోడలు, కూతురు, అల్లుడు మనవలు కూడా పక్కనే ఉన్నారు, అయినా కళ్ళు తెరిచి వారిని చూడలేని స్థితి, కానీ వారి స్పర్శని మనసులో అనుభూతి చెందుతోంది.

సంతృప్తిగా ప్రాణం వదిలేయాల్సిన ఆఖరిక్షణంలో కూడా ఆ ఒక్కటే దిగులు. పుట్టినఊరుని మనసారా ఒక్కసారి చూడాలనే ఆశ. ప్రాణం కొట్టుకుంటోంది ఆ చివరిక్షణంలో కూడా.

పదిహేను సంవత్సరాల క్రితం తల్లి చనిపోయినప్పుడు ఆఖరిసారి తన ఊరు తాను చూడటం.తనవారు అక్కడ ఎవరున్నారు వెళ్ళడానికి అనే సమాధానం భర్త నోటిలోంచి విని.. విని. అలసిపోయింది.

అక్కడ ఎవరూ లేకపోతే ఆ ఊరు తనది కాకపోతుందా.?, తన జ్ఞాపకాలు మాసిపోతాయా...?

ఎన్నిసార్లు తన ఊరిగురించి ప్రస్తావించినా ఉ... కొట్టి వెళ్లిపోయేవారే కానీ స్పందించే మనుషులే లేరు ఆ ఇంట్లో తనకి.

ఇంతలో అమ్మా. అమ్మా... అని కూతురు గట్టిగ అరిచింది కళ్ళలో నీళ్లతో.కొడుకు ఆమె కాళ్ళమీద పడి ఏడుస్తున్నాడు. మొదటిసారి తల్లి లేని పిల్లల "ఏడుపు కూడా అనాధే" అని ఆరోజు తెలిసింది వారికి.

భర్త చేతిలో ఆమె చెయ్యి బిగుసుకుంది..పార్వతి ఈ ఋణం తీరిపోయిందా, వెళ్లిపోయావా ...! మన బంధం ఇంక ముగిసిందా అని విలపిస్తున్నాడు..

శరీరంలోనుంచి తప్పుకున్న పార్వతి పక్కనే ఆత్మలా నిలబడి చూస్తోంది వారందరిని, ఎలాంటి స్పందనలేని ఒక వాయు రూపంగా.

కొంతసమయం తరవాత బాధలోంచి తేరుకుని, అమ్మకి తన ఊరంటే చాలా ఇష్టం నాన్న, అమ్మని అక్కడకి తీసుకుని వెళ్లి అంత్యేష్టి చేద్దాం నాన్న అని అంది కూతురు.అవును తాను కూడా అత్తవారింటికి వెళ్లింది కదా బహుశా ఆ బాధ తానే గ్రహించగలదు అనుకుంది పక్కనే ఉన్న పార్వతి ఆత్మ..

అక్కడ మనకి ఎవరున్నారు అమ్మా అన్నాడు తండ్రి..

అమ్మమ్మ ఇల్లు అలాగే ఉంది కదా నాన్న, ఊరి పెద్ద ఏడుకొండలు గారి ఫోన్ నెంబర్ అమ్మా డైరీ లో ఉండాలి నాన్న, తండ్రి

సమాధానం కోసం చూడకుండా లేచి ఆ గది గోడకి తగిలించిన అమ్మ చేతి సంచి తీసింది.

అందులో పిప్పరుమింటు బిళ్ళల ప్యాకెట్, ఒక పక్కకి ఒంగి ఒంకరగా ఉన్న కళ్ళజోడు, చిన్న సీతారాముల ఫోటో, భగవద్గీత, చాకలి పద్దు పుస్తకం ఉన్నాయి.

ఆ చాకలి పద్దు పుస్తకం ఆఖరు పేజీలో నెలవారీ ఇంటి ఖర్చులు కూడా రాసి ఉన్నాయి..మధ్యలో చిన్న కాగితంలో ఏడుకొండలుగారి ఫోన్ నెంబర్ దొరికింది.

కళ్లనీళ్లు తుడుచుకుంటూ కూతురు ఏడుకొండలుగారికి ఫోన్ చేసింది.జరిగిన విషయం చెప్పింది ఆయన సరే అని చెప్పారు.

ఆమె కొడుకు అంబులెన్స్ తెప్పించాడు. పార్వతి తన కుటుంబంతో తన సొంతూరికి బయలుదేరింది.

ఇదంతా పక్కనే నుంచుని చూస్తోంది పార్వతి ఆత్మ ఆశ్చర్యంగా.ఆమె భర్త ఆమెతో ఆదే బండి ఎక్కాడు.

మిగతావారంతా వారి సొంత కార్లలో బయలు దేరారు.పార్వతి ఆత్మ ఇంకా అంశాంతిగానే ఉంది ఊరు చూడకుండా తనువు చాలించాను అని.ముందు అంబులెన్సు వెనక తన బంధుగణం ఆలా సాగుతోంది ఆమె ఆఖరి మజిలీ.

తన చావు, ఆమె శరీరం కాసేపటికి అందరికీ అలవాటు అయిపోయాయి.దారిలో ఆగి కాసేపు కాస్త కాఫీలు తాగారు. లౌకికంలో పడిపోయారు, కార్యక్రమం ఎలా చెయ్యాలి ఎవరెవరికి చెప్పాలి అనే మాటల్లో పడిపోయారు.

పార్వతి ఆత్మా ఇందతా తనకి చెందిన విషయం కాదు అన్నట్లు అలా చూస్తోంది.ఆరుగంటల ప్రయాణం తరవాత ఆఖరికి తన సొంతూరు పొలిమేర చేరుకుంది పార్వతి పయనం..

ఊరి చివర గ్రామదేవత గుడి కనిపించింది.అమ్మా నన్ను ఈ ఊరుకి పిలవడానికి ఇన్ని రోజులు పట్టిందా అని అడిగింది పార్వతి ఆ గ్రామదేవతని..ఎలాంటి సమాధానం వినబడలేదు.

ఓహో ఆత్మలకి కూడా దేవుడు సమాధానం చెప్పడన్నమాట అనుకుంది.

తర్వాత తాను చదువుకున్న స్కూలు కనిపించింది..ఆ స్కూలు చూస్తే బాల్యం గుర్తొచ్చింది, ఆ స్కూలుని, పక్కనే ఉన్న తన దేహాన్ని చూసుకుంది. ఆత్మలు తనలో తాను నవ్వుకోలేవు పాపం, అనేక వాయువుల మధ్య తాను వాయువుపై కలిసిపోడం తప్ప.

వాహనం ముందుకు వెళ్తుంటే అక్కడే ఒక స్తంభాన్ని ఆనుకుని ఒక ముసలతను కూర్చుని ఏడుస్తున్నాడు.అతను ఎవరో పోల్చుకుంది ఆ ఆత్మ..

చిన్నతనం నుంచి తనని ఎంతగానో ప్రేమించి కూడా దగ్గరికి రాకుండా, ఏదీ చెప్పకుండా మొహమాటంగా అలా దూరంగా ఉండిపోయిన సూరిబాబు.

ఆ స్తంభం దగ్గరే నిలబడి రోజు పార్వతి స్కూలు కి వస్తుంటే చూసేవాడు.ఇదంతా సుమారు యాభై సంవత్సారాల క్రితం కథ..ఇప్పుడు అదే స్తంభం దగ్గర నిలబడి ఏడుస్తున్నాడు, బహుశా నాకోసమేనా అనిపించింది పార్వతికి. అనిపించి అనిపించగానే ఏదో సంతృప్తి మనసులో.కానీ కాదేమోలే అనుకుని అనుకునేలోపు వాహనం ముందుకు సాగింది.

కొంతదూరం ముందుకు వెళ్ళగానే చెరువుగట్టు మీద తన అమ్మా,నాన్నల సమాధులు చూసింది. ఒకప్పుడు నాన్న పొలం పని చేసుకుంటే మధ్యాహ్నం అమ్మ అక్కడే అన్నం పెట్టేది నాన్నకి. అందుకే సమాధులు అక్కడే కట్టించాను అని గుర్తు చేసుకుంది...

ఇదే ఊరిలో.ఇదే వీధుల్లో నాన్న భుజం మీద పసిపాపలా .. నాన్న సైకిల్ మీద ముందు కూర్చుని అల్లరి అమ్మాయిలా..అదే

వీధిలో వేరే ఆయన చేయిపట్టుకుని వెళ్లిపోయాను ఈ ఊరునుంచి..

ఇప్పుడు ఈయన మళ్ళీ అదే ఊరుకి నన్ను తిరిగి అప్పగించడానికి వస్తున్నారు అనుకుంది ఆమె ఆత్మ.

వాహనం తన పుట్టింటికి చేరింది.దేహాన్ని క్రిందకి దింపారు..

పంతులుగారు వచ్చి సనాతన ధర్మం ప్రకారం ఆ దేహానికి ఏంచెయ్యాలో అదే చేస్తున్నారు.ఊరిజనాలు ఒక్కరొక్కరుగా వచ్చి నమస్కారం చేసి వెళ్తున్నారు ఆ దేహానికి.

సూరిబాబు కూడా వారి మధ్యలోనుంచి వచ్చాడు.అంటే నేను సూరిబాబుకి ఇంకా గుర్తున్నానా అనుకుంది ఆమె ఆత్మ.

పార్థివదేహం పక్కనే కూర్చుని ఏడుస్తున్నాడు. ఇతను ఎవరు అని పార్వతి కుటుంబలో అందరి మదిలో సందేహం.అతని వంకే ఆశ్చర్యంగా చూస్తున్నారు. నెమ్మదిగా పార్వతి చెయ్యి తన చేతులోకి తీసుకుని గట్టిగ ఏడ్చి.పార్వతి దేహాన్ని గుండెలకు హత్తుకున్నాడు.ఆమె ఆత్మ చెలించింది.

ఐదు నిమిషాలతరవాత బూడిదైపోయ్యే చచ్చిన దేహాన్ని ఒకటయుట వాడెవరో ముట్టుకున్నాడు అని ఆమె భర్తకి,కొడుకుకి కోపం వచ్చింది. సూరిబాబుని పక్కకి లాగి కొట్టబోయారు, ఎదో గొడవ జరుగుతోంది.

ఇదంతా చూసి కలత చెందడం ఇష్టం లేక ఆ ఆత్మ ఆ ఊరి శివాలయం వైపు పయనించింది సంతృప్తి తో.

నా కుటుంబంతో పాటు, నా ఊరిలో జ్ఞాపకాలతో పాటు, ఒక మనిషి ఇన్నాళ్లు నన్ను నిస్వార్ధంగా ప్రేమించి ఒక బంధంగా మిగిలిపోయాడు.ఇదే నా జీవితం అనుకుని శివునిలోకి వెళ్ళిపోయింది.

అతను ఎవరు పార్వతి గతం ఏమిటి, ఆమె మంచిదేనా అసలు అనే అనుమానాలు అందరి మదిలో మెదిలాయి.చనిపోయిన పార్వతి వ్యక్తిత్వం మీద మచ్చ వేసాడు సూరిబాబు.

సూరిబాబు కుటుంబం అతను చేసిన పని నచ్చక అతన్ని విడిచి వెళ్ళిపోయింది.ఊరంతా అసహ్యించుకుంది అతన్ని.

అతను ఆమె దేహాన్ని కోరలేదు, అలాంటి వయసులో కూడా లేడు.చచ్చిన దేహం మీద ప్రేమ చూపించాడు..తిరిగి ఆశించేది ఏది లేకున్నా..

ఇక్కడ కథలకు ముగింపు లేదు పాత్రలకే ముగింపు

మరుపు రాని నేస్తం – అమ్మ

వర్షపు చినుకులు, కన్నీటి జ్ఞాపకాలు...

ప్రతీ చినుకు నీలో దాగి ఉన్న మనుషులను గుర్తు చేస్తుంది!

అందరిలాగే నా ప్రయాణం కూడా ఒక గమ్యం కోసం ప్రారంభించాను. రాత్రి 11 గంటలకి విశాఖపట్నంలో బస్సు ఎక్కాను.నా బాల్య జ్ఞాపకాలని, 20 సంవత్సరాలుగా ఉన్న ఆ అద్దె ఇంటిని విడిచి మొట్టమొదటి సారిగా పయనం ప్రారంభించాను..నా వెంట తీసుకునిరావడానికి పాతపెట్టెలో అమ్మ చీర, గోడపై ఆమె ఫోటో తప్ప మారె ఇతర బంధాలు లేవు, ఆస్తులు కూడా లేవు.

బస్సు పయనిస్తూనే ఉంది కానీ నాకు అమ్మ జ్ఞాపకాలతో అసలు నిద్రపట్టలేదు, తాను నన్ను విడిచి వెళ్లి నాలుగు సంవత్సరాలు అయింది.నన్ను ఒక స్కూల్ టీచర్లా చూడాలని ఆశపడేది.

ఆమెకి చిన్నతనంలో తన లెక్కల మాస్టర్ అంటే చాలా ఇష్టం, పాఠాలతోపాటు ఆయన నేర్పిన జీవితపు విలువల వల్లే ఇలా సంతృప్తిగా బ్రతుకుతున్నాను అనేది.అందుకే నన్ను లెక్కల మాస్టర్ అవ్వమనేది...ఆ ఆశ రేపు తీరబోతోంది కానీ అది చూడటానికి ఆమె లేదు బహుశా పైనుంచి చూసి ఆనందపడుతుందని ఆశపడుతున్నాను.

నిజానికి పైన ఏముందో ఎవరికీ తెలియదు కానీ పోయినవారందరూ అక్కడనుంచి మనల్ని చూస్తున్నారు అనుకోడం మనకి సంతృప్తి అంతే...

బస్సు ఆగింది,మనసులో ఆలోచనలు కూడా ఆగాయి...హమ్మయ్య మొత్తానికి అమలాపురం వచ్చాను . ఉదయం 5:30 అయింది..నా ప్రయాణం ఇంకా పూర్తి అవ్వలేదు, నేను భీమనపల్లి వెళ్ళాలి..రేపు నా ఉద్యోగానికి మొదటి రోజు.

ఇంతలో భీమనపల్లికి పల్లెవెలుగు బస్సు వచ్చింది.ఎక్కి కూర్చున్నాను , కండక్టర్ అరగంట ప్రయాణం అని చెప్పాడు...

మనసులో అమ్మ ఆలోచనలు.

నిద్రలేక బరువెక్కిన కనురెప్పలు.

రాత్రి ప్రారంభించిన పయనం ఆ గ్రామానికి ఎప్పుడు చేరుతుందా అనే ఆశలు.

బస్సుకన్నా వేంగంగా ఆ ఊరుని చేరుకున్న నా ఆలోచనలు.

బస్సు "నా ప్రపంచానికి" సంభంధం లేకుండా తనపని తాను చూసుకుంటూ కదులుతోంది.కిటికీ నుంచి చల్లటి మంచు, ఉదయిస్తున్న సూర్యకిరణాలు రెండు కలగలిపి గోరువెచ్చని స్పర్శ నా నుదుటిపై అమ్మ ముద్దు పెట్టినట్లుగా తాకాయి.

ఇంతలో బస్సు అబ్బాయ్ అరుస్తున్నాడు "భీమనపల్లి...","భీమనపల్లి..." అని. ఒక్కసారిగా కనురెప్పలు తెరిచి అప్పుడే పుట్టిన పసిబిడ్డలా బస్సులో ఉన్న మనుషులను, బయట ఉన్న గ్రామాన్ని కొత్తగా చూసాను.

బస్సు ఆగింది, అందరూ దిగాక నెమ్మదిగా నేనుకూడా బస్సు దిగి అటు ఇటు చూసాను, స్కూల్ గుమస్తా ఈశ్వర రావు బస్సు దిగగానే వస్తాను అని ఫోన్ లో ప్రగల్భాలు పలికాడు కానీ రాలేదే అని ఆలోచిస్తూ అక్కడే ఉన్న ఆంజనేయుని ఆలయం బయట ఉన్న చెట్టు క్రింద కూర్చున్నాను..

ఎదురుగా ఉన్న పిల్లకాల్వలో పిల్లలు ఈతలు కొడుతూ అల్లరి చేస్తున్నారు, మధ్యలో ఒక పిల్లాడు నన్ను చూసి

నాలుక బయటపెట్టి ఎక్కిరిస్తున్నాడు, నాకు కోపం వచ్చింది కానీ నాలో నేనే అనుకున్న పోనిలే ఈరోజుకి క్షమించేద్దాం, వాడికి తెలియదు రేపటినుంచి వాళ్ళ స్కూల్లో లెక్కల మాస్టర్ నెనే అని.అడిగిన లెక్క చెయ్యకపోతే అప్పుడు పిక్కవాసం పెడతాను వెధవకి అనుకుని నవ్వుకున్నాను.

ఇంతలో దూరంగా ఎవరో ఒకతను సైకిల్ మీద వేగంగా వస్తున్నాడు.చిన్నప్పటినుంచి కథల్లో చదివిన గ్రహాంతరవాసి వీడేనేమో అన్నట్లు ఉన్నాడు...నల్లటి శరీరం, నెత్తిమీద రెండు వెంట్రుకలు, పొట్ట మరియు పొట్టి..ఆ వింత ఆకారం నాముందుకి వచ్చి ఆగింది, సైకిల్ స్టాండ్ వేసి చేతులు కట్టుకుని అయ్యా మీరు ఈఊరికి వచ్చిన లెక్కల మాస్టర్ శ్రీనివాసరావు గారు కదూ అని అడిగాడు.అప్పుడు అర్ధమైంది అతనే గుమస్తా ఈశ్వర రావు అని, అవును అన్నాను.

అయ్యో క్షమించాలి ఆలస్యానికి, రండి హెడ్ మాస్టర్ గారు మీకోసం ఒక ఇల్లు చూసారు. రండి చూపిస్తాను కొంచం శుభ్రం చేసుకుంటే 5 స్టార్ హోటల్ ల ఉంటుంది అన్నాడు వెకిలిగా నవ్వుతు.ఆ నవ్వులో నాకు ఎన్నో అర్ధాలు, "కొంచం శుభ్రం చేసుకుంటే" అనే మాటవెనక నిగూడ రహస్యాలు కనిపించాయి.కచ్చితం గా ఆ ఇల్లు శిధిలావస్తలో ఉంటుంది అని లోలోపల నిర్ణయించుకుని మరో మార్గం లేక ఈ గ్రహతరవాసి చూపించే తొవలోనే నడవసాగాను.

వెకిలి నవ్వు నవ్వి, సారు ఇప్పుడు కుర్రాళ్ళు software లోకి వెళ్తుంటే మీరేంటి టీచర్ వృత్తిలోకి వచ్చారు,అందులోనూ ఇంత మారుమూల గ్రామానికి అడిగిమరీ పోస్టింగ్ వేయించుకున్నారట హెడ్ మాస్టర్ చెప్పారు అని అడిగాడు. సమాధానం చెప్పేలోపు వెకిలి నవ్వు నవ్వుతు నన్ను ఎగాదిగా చూసాడు, పక్కనే ఉన్న బండతో నా నెత్తిమీద కొట్టినట్లు ఉంది వీడు నవ్వుతుంటే.

ఐనా నన్ను నేను కుదుటపరుచుకుని మా అమ్మ కోరిక ఈశ్వరావు, చనిపోయేముందు మారు మూల పిల్లల్ని విద్యావంతులు చేసి దేశానికి సేవ చెయ్యమని అమ్మ చెప్పేది అని చెప్పి గర్వంగా తన వంక చూసాను.తాను నా మాట పట్టించుకోకుండా, కనీసం నా వంక కూడా చూడకుండా

"అట్టానా" అన్నాడు..ఇంకా నాకు చిరాకు, విసుపు వచ్చి ఏదో అనబోయా, ఇంతలో ఇల్లు వచ్చేసింది అన్నాడు..

ఆ ఇల్లును చూడగానే కళ్ళలో నీళ్లు తిరిగాయి,తల్లి లేక, ఆదరణ లేక మాసిపోయిన పిల్లాడిలా , బెంగగా ఉంది ఆ ఇల్లు..చూడగానే నా గత నాలుగు సంవత్సరాల జీవితం గుర్తొచ్చేంత బెంగగా.

సారూ మీకు టిఫన్, భోజనం మాయింటినుంచే పంపిస్తాను.పని ఆవిడ దొరకలేదు కొంచం మీరే ఒక చెయ్యి వేసుకుని శుభ్రం చేసేసుకుంటారా అని పిడుగులాంటి వార్త నెమ్మదిగా గోణికాడు..చేసేదేమీ లేక సరే అని ఇల్లంతా చూపించమన్నాను..రెండు గదులు బయట, పెద్ద అరుగు ఇంటి ముందు చెట్లు, వెనుక పొలాలతో చాలా ఆహ్లాదంగా ఉంది. ఎంత ఆనందంగా అక్కడ ఉన్న మావిడి చెట్టుకు జారబడి చల్లని గాలిని ఆస్వాదిస్తూ, ఏదో లోలోపల సంతోష పడుతున్నా ఇంతలో గుమాస్తా ఈశ్వరావు తన బొంగురు గొంతుతో "రెండు చీపుర్లు పట్టుకొచ్చి సారూ రెండు చాలా అన్నాడు". వీడికి వీడిగోల తప్ప పక్కవాడు గురించి పిసరంత ఐనా ఆలోచన ఉండదు అనుకుంటా.! అనుకున్న లోపల.

వెళ్ళొస్తాను సర్, మా పాప టిఫిన్ పట్టుకొస్తుంది అని చెప్పి వెళ్ళిపోతూ మళ్ళీ ఏదో గుర్తు వచ్చినట్లుగా వెనక్కి వచ్చాడు.. మల్లి వచ్చాడురా బాబు అనుకున్న, "అమ్మ లేకపోయినా అమ్మ

కోరిక తీర్చడం కోసం ఇంత దూరం వచ్చాను అన్నారు" మీరు చాల గొప్పవారు సర్ .అమ్మ లేని భాధ ఎలా ఉంటుందో నాకు కూడా తెలుసు సర్ అని వెళ్ళిపోయాడు..అతని కళ్ళలో రాబోయి ఆగిపోయిన కన్నీరుని నేను చూసాను..అతని మీద ఉన్న నా అభిప్రాయాన్ని అతని కన్నీరే కడిగేసింది..అంతే చెప్పగలను.

చేసేదేమీ లేక తలపాగా గట్టిగా కట్టి, చీపురు చేతబట్టి ఆ ఇంటిమీదకి యుద్దానికి దిగాను.ఇంతలో ఈశ్వరావు కూతురు టిఫిన్ పట్టుకుని వచ్చింది..చూడగానే లక్ష్మి దేవిని నిద్రలేపి పంపేశారా అన్నట్లుగా, కుందనపు బొమ్మల ఉంది... ఆమె ముఖములో ఆమె కళ్ళదే అందం అంతా.. ఆలా చూస్తూ ఉండిపోయా.

సర్ అమ్మ మీకు టిఫిన్ ఇచ్చి రమ్మంది.తినండి అని శుభ్రంగా అరుగుమీద అరిటాకు వేసి వేడి వేడి ఇడ్లీ, సెనగపప్పు పచ్చడి అందులో వేసింది..తినేవరకు అక్కడే కూర్చుంది..మా అమ్మ అలాగే కూర్చునేది.ఆమె వెళ్ళిపోయాక "సుబ్బారావ్ హోటల్" లో చాలా మందితో కలిసి కూర్చుని తినేవాడిని..టిఫన్ తినేసాక ఆగండీ నేను సహాయం చేస్తాను అని తాను ఒక చీపురు పుచ్చుకుని శుభ్రం చేసింది..

ఇద్దరం కష్టపడితే మధ్యానానికి ఇల్లు శుభ్రపడింది..వెళ్తూ వెళ్తూ ఇంటికి రండి భోజనానికి అని చెప్పి వెళ్ళిపోయింది.పేరు ఏంటి

అని అడుగుదాం అని మొహమాటంతో అడగలేదు..తడికాళ్లతో ఆమె అడుగులు వేస్తూ వెళ్తుంటే నేనే ఒక పేరు పెట్టుకున్నాను ఆమెకి "రాగమయి" అని .

తండ్రి తడి కళ్ళతో వెల్తూ నా మనసుకి బరువు పెంచాడు, కూతురు తడి కాళ్ళ గుర్తులతో నామనసుని తేలిక చేసింది.

మధ్యాహ్నం భోజనం చేసి వచ్చాక కూర్చుని మళ్ళీ అమ్మ ఆలోచనల్లోకి వెళ్ళిపోయాను.గోడమీద ఉన్న అమ్మ ఫోటో చూస్తూ నిద్రలోకి జారుకున్నాను..చలిగా అనిపించి మధ్యలో లేచి అమ్మ పాత చీర తెచ్చుకుని కప్పుకుని పడుకున్నాను..ఇంతలో ఆకాశం గట్టిగ ఉరిమింది ఉలిక్కిపడి లేచాను.. గోడమీద అమ్మ ఫోటో నన్నే చూస్తున్నట్లుగా ఉంది. అమ్మని చూస్తూ మళ్ళీ పడుకున్నాను కాసేపటికి మళ్ళీ

ఆకాశం ఉరిమింది.ఉలిక్కిపడి నిద్రలేచి చూసాను తెల్లవారుతోంది..మొదటి రోజు స్కూల్, త్వరగా వెళ్ళాలి అనిపించింది. లేచాను, ఇంటి వెనుక చెట్లు అన్ని నీటితో తడిసి ఎంతో ఆహ్లాదంగా ఉన్నాయి రాగమయి మోములా. ఆలా ఆ చల్లటి గాలి లో కొన్ని పక్షులు తడిచిన రెక్కలతో చెట్టు కొమ్మలకిందకి చేరాయి ..తడి చినుకులు వాటి తల మీద కొత్త పెళ్లి కూతురి తలపై తలంబ్రాలులా ఉన్నాయి.

ఇంతలో చిన్న పాప గొంతు వినిపించింది, అటు చూసాను ఆ వర్షంలో గోనుసంచి తలకు పెట్టుకుని ఒక పాపా పూలు కోస్తూ తనలో తానే శ్రీ రామ శ్రీ రామ అనుకుంటోంది. ఇంత వర్షంలో ఏంటా అనుకున్నాను , చాలా పూలు కొసాక పాప వెళ్లిపోతుంటే దూరం నుంచి పిలిచాను , పాపకి వినబడలేదు వర్షపు హోరులో, ఈసారి గట్టిగా అరిచాను పాప నా వంక చూసింది ..ఇటు రా అని పిలిచాను, బురద కాళ్లతో మట్టిలో అడుగులువేసుకుంటూ వస్తోంది ..

ఆలా చూస్తుంటే దూరం నుంచి ఆ పాప కాళ్ళు, మా అమ్మ కాళ్ళలా అనిపించాయి.

ఇంకా దగ్గరకి వచ్చాక గమనిస్తే ఆ పాపా వేసుకున్న గౌను మా అమ్మ చీరాల ఉంది, ఆశ్చర్య పోయాను..

ఇంకా దగ్గరకి వచ్చి తలపై గోను సంచి తీసి ఏంటయ్యా పిలిచారు అంది. ఆ పాపా ముఖం అచ్చు మా అమ్మ ముఖంలా ఉంది..

నీ పేరు ఏంటి అని అడిగాను "గాయత్రి" అని చెప్పింది. మా అమ్మ పేరు కూడా గాయత్రి ..

సందేహం లేదు మా అమ్మ ఈ ఊరులో మళ్ళి పుట్టింది అనుకున్నాను, ఎక్కడ ఉంటున్నావ్, మీ అమ్మ నాన్న ఎవరూ అన్నాను, నాకు ఎవరు లేరయ్యా రాముల వారి గుడిలో ఉంటాను

అంది.నా కళ్ళు చెమ్మగిల్లాయి, నాతో ఉంటావా అని అడిగాను, ఉంటాను అని తల ఊపింది.

ఈ జీవితంలో మళ్ళీ మా అమ్మ నాకు దొరికింది అనుకున్నాను, ఎదో సాధించిన అంనందం, ఎంతో ఉల్లాసం.పరుగు పరుగున వెళ్ళి ఆ రాముడి గుడికి 108 ప్రదక్షిణాలు చెయ్యాలి అనుకున్నాను..

ఇంతలో...ఇంతలో. మళ్ళీ ఒక్కసారి ఆకాశం ఉరిమింది ఉలిక్కిపడి లేచాను ..

ఇది కల అని,

ఎంత మంచి కల ఐన అందులోనే ఉండలేమని ..

అమ్మ మళ్ళీ రాదనీ తెలుసుకున్నాను..

స్కూల్లో కి వెళ్ళడానికి రెడీ అయ్యాను.. అమ్మని తలుచుకున్నాను, అమ్మ నువ్వు ఉండి ఉంటె తొలిరోజు ఎదురొచ్చి పంపేదానివి కదా అనుకుంటూ గుమ్మం బయటకు అడుగులు వేసుకుంటూ వెళ్తున్నాను రాగమయి ఎదురొచ్చి అయ్యో అప్పుడే వెళ్తున్నారా స్కూల్ కి అమ్మ మీకు ఈ టిఫిన్ ఇచ్చి రమ్మంది అంది .

వాళ్ళ అమ్మ పంపింది అని తాను అంటోంది. మా అమ్మ పంపింది అని నేను అనుకుంటున్నాను. నా పయనం ఇంకా ఉంది..అమ్మ ని మించిన నేస్తం ఎవరూ ఉంటారు..

పెళ్లి చూపుల సర్కస్

నిజం చెప్పడానికి ధైర్యం,

నిజాన్ని తీసుకోగలిగే బలం.అంతే చాలు!

అందరికన్నా ముందే నిద్ర లేచింది "వేదా",

తెల్లవారుజామున నాలుగుగంటలకే నిద్రలేచి, బాల్కనీలో ఒంటరిగా కూర్చుంది.

చిన్న చిన్నగా చినుకులు రాత్రంతా వర్షం పడుతూనే ఉన్నాయి.

ఆ చలికి కాస్త కాఫీ కలుపుకుందామని వంటగదిలోకి వెళ్లింది, అక్కడ తాగి వదిలేసిన కాఫీ కప్పులు ఒక ట్రే లో ఉన్నాయి, అవి చూసి తనలో తాను నవ్వుకుంది.

లోపల బీరువాలో భద్రంగా దాచిన కాఫీ కప్పులు నిన్న బయటకు తీసింది వేదా వాళ్ళమ్మ, నిన్నటివరకు అపురూపంగా దాచుకున్న కాఫీ కప్పులు ఇప్పుడు చూడు ఎలా పడి ఉన్నాయో, జీవితం కూడా అంతే అనుకుంటూ కాఫీ కలుపుకుంటుంది.

మొదటిసారి తనని చూసుకోడానికి పెళ్ళివారు వస్తున్నారని తెలిసాక వేదవాళ్ళమ్మ చాలా కంగారు పడింది, వేదాకి శుభ్రంగా తల స్నానం చేయించి, పట్టుచీర కట్టి, చేతినిండా గాజులు, కళ్ళకి కాటుక పెట్టింది, ఇంట్లో ఉన్న కాస్త బంగారం తన కూతురికి అలంకరించింది.

ముఖానికి రంగులు వేసి, ఉన్నది దాచి అందరిని నవ్వించే "జోకర్" లా తనకి తానే కనిపించింది వేద.కానీ అమ్మ మాట

ఎదురుచెప్పడం, అమ్మని బాధపెట్టడం ఇష్టంలేక ఆమె ఏంచెప్పిన సరే అని తల ఊపింది.

అంత అందమైన అలంకరణతో తన కూతురుని చూసుకున్న వేద తండ్రి, "బంగారం. నా దిష్టే తగిలేలా ఉందిరా నీకు" అని కూతురుని చూసుకుని మురిసిపోయాడు.

ఇంక తాత,మామ్మ ఐతే తన మనవరాలిని పట్టుచీరలో చూడగానే ఆనందంతో కళ్లు చెమ్మగిల్లాయి. ఎంత అందగా ఉందో నా మనవరాలు, నా బంగారు తల్లి అని నుదిటిన ముద్దుపెట్టుకున్నారు.

ఇంతలో కార్ ఆగింది, పెళ్ళిచూపులకి అబ్బాయివాళ్ళు వచ్చారు. అమ్మనాన్నల్లో ఏదో తెలియని హడావుడి చూసింది వేద, అమ్మ తనని లోపలకి తీసుకెళ్ళిపోయింది. వాళ్ళ నాన్న అబ్బాయివాళ్ళకి ఎదురెళ్ళారు. రండి రండి అని లోపాలకి తీసుకొచ్చారు..

వాళ్ళు ఒక నవ్వు నవ్వి చాలా దర్జాగా సోఫాలో కూర్చున్నారు, కొంతసేపు అయ్యాక అబ్బాయి తండ్రి వాళ్ళ అబ్బాయి గురించి చెప్పడం మొదలుపెట్టారు..

మా వాడు చాలా మొహమాటస్తుడు, మేమెంత చెబితే అంతే.ఆఫీస్లో చాలా మంచి పేరు ఉంది మావాడికి..

మావాడు ఇది. మావాడు అది.. అని చాలా చెప్పుకొచ్చారు, అవన్నీ లోపలనుంచి వింటున్న వేద అబ్బాయి ఎంత గొప్పవాడో చూద్దాం అనుకుంది.

ఇంతలో అమ్మాయిని చూపించమన్నారు, అమ్మ వచ్చి వేదాని బయటకు తీసుకొచ్చి అబ్బాయి ఎదురుగా ఉన్న కుర్చీలో కుర్చోపెట్టింది..వేద మొహమాటంగా తల వంచుకుని కూర్చుంది, నిజానికి వేదాకి లోపల ఉన్నది మొహమాటం కాదు ఇబ్బంది, అలా తయ్యారయ్యి, తనని తానే ప్రదర్శించుకుంటున్నట్లుగా ఒకరిముందు కూర్చోడం వేదాకి చాలా ఇబ్బందిగా ఉంది, కానీ అది అందరికి మొహమాటంగా కనిపిస్తోంది అంతే..

ఏం చదువుకున్నావ్ అని అబ్బాయి తల్లి అడిగారు, ఇంజనీరింగ్ చదువుకున్నానండి అని చెప్పింది. కాసేపు వాళ్ళు మాట్లాడాక, అబ్బాయిని అమ్మాయితో ఏమైనా మాట్లాడాలని ఉంటె వెళ్ళి మాట్లాడమన్నారు.

ఆలా మా నాన్న నన్ను ఎందుకు అడగలేకపోయాడు అనుకుంది వేద.

"నాకు కట్నం వద్దు, అమ్మాయిలు ఉద్యోగం చేస్తేనే ఇష్టం.మీకు ఉద్యోగం చేయడం ఇష్టముందా" అని అడిగాడు. ఓహో ఒకప్పుడు కట్నం కానీ ఇప్పుడు నెల నెల జీతం అన్నమాట, ఏదైనా

ఆడవాళ్లు ఇచ్చేదానిమీదే ఆశ తప్పదు అనుకుంది మనసులో, పైకి మాత్రం మీరు చెయ్యమంటే చేస్తానండి అంది.

నిజానికి తాను ఒక్కగాని ఒక్క కూతురు ఉద్యోగం చేసి అమ్మ నాన్నలని తానే చూసుకోవాలని ఉంది కానీ అది చెప్పలేకపోయింది.

చెప్పే అవకాశం మధ్యతరగతి ఆడవాళ్ళకి ఇచ్చేరోజు ఈ దేశంలో వస్తుందా.

మీరు ఏమైనా అడుగుతారా అని కూడా అనకుండా అబ్బాయి సరే అని చెప్పి వెళ్లి కూర్చున్నాడు..ఓహో నేనేం అతన్ని అడగక్కర్లేదన్నమాట అని నవ్వుకుంది..

వెళ్ళాక సాయంత్రం ఫోన్ చేసి చెబుతాం అని వాళ్ళు చెప్పి వెళ్లిపోయారు..

నీకు నచ్చాడామ్మా అబ్బాయి అని అడిగాడు తండ్రి వేదాని, వేదాకి అబ్బాయి నచ్చలేదు, అతని రూపం కూడా నచ్చలేదు.. కానీ ఆలా చెప్పడం సభ్యతకాదని మీరు ఎలా చెబితే ఆలా నాన్న అంది.

పెళ్ళివారు వెళ్ళాక వేదావాళ్ళ మామ్మ

"మా మనవరాలు ఎంతబాగుందో అందరి కళ్ళు నీమీదే ఉన్నాయి " అంటూ తనకి దిష్టి తీస్తున్నారు, ఇంతలో అబ్బాయివాళ్ళ నుంచి ఫోన్..

"వేద చామనఛాయగా ఉందట, అబ్బాయి పక్కన బాగోదు అనుకుంటున్నారట కనుక అమ్మాయి నచ్చలేదు అని చెప్పారు".

అమ్మాయి రూపం నచ్చలేదని చెప్పే హక్కు వాళ్లకి ఎవరిచ్చారు, కనీసం సంస్కారం లేకుండా అని చాలా చిరాకు పడింది వేద.నిజానికి లోలోపల చిన్నబుచ్చుకుంది.

అమ్మానాన్నలకు, తాత మమ్మలకి బంగారుతల్లిలా కనిపించిన నేను వారికి నచ్చలేదు.

నా జీవితానికి ఏ సంబంధం లేని వ్యక్తి వచ్చి, ముప్పై నిమిషాలు కూర్చుని నేను ఎలా ఉన్నానో నిర్ణయించాడు. ఇదేనా ఆడపిల్లలకి ఈ సమాజం ఇచ్చే గౌరవం..అందరూ అలాంటివారు కాదులే ఎక్కడో ఉంటారు ఇలాంటి ప్రబుద్ధులు" అనుకుంది.

"**పెళ్లి చూపుల్లో నచ్చకపోవడం తప్పుకాదు, కానీ పక్కవాళ్ళు బాధపడతారేమో అని ఆలోచించకుండా మాట్లాడే హక్కు అబ్బాయివాళ్ళకి ఎవరిచ్చారు**, అలాంటి కారణాలు చెప్పి అమ్మాయిని అగౌరవపరచకూడదు అనికూడా తెలియని

కుటుంబం వాళ్ళది" అని నిన్న జరిగిన సంఘటన ఆలోచిస్తోంది వేద..

చల్లటి వర్షం, చేతిలో కాఫీ, అప్పుడప్పుడే వస్తున్నా వెలుతురు వీటిమధ్యలో ఎదురింటి అబ్బాయి వేదని కిటికీలోంచి చూస్తున్నాడు.పదోతరగతినుంచి ఆ అమ్మాయిని ప్రాణంగా ప్రేమించాడు కానీ ఏరోజు ఎదురుపడి ప్రేమని వ్యక్తంచేయలేదు.. పాపం చాలా మొహమాటస్తుడు.మంచివాడు.

ముఖ్యంగా ఆ అబ్బాయి అన్నిసంవత్సరాలుగా తనని చూస్తున్నాడని, ప్రేమిస్తున్నాడని వేదాకి కూడా తెల్సు..

ఈ చామనఛాయా అమ్మాయి ఆఎదురింటి అబ్బాయికి ఎందుకు నచ్చింది, నిన్న వచ్చిన మహానుభావుడికి తన రూపం ఎందుకు నచ్చలేదు అనుకుంది.

అమ్మనాన్నలకి, తాత మామ్మలకి, తన స్నేహితులకి, ఎదురింటి అబ్బాయికి తాను అందగానే కనిపిస్తోంది కారణం "మనల్ని ప్రేమించగలిగే వారికే మనం అందంగా కనిపిస్తాం".

పెళ్ళిచూపుల్లో అందరూ మనసుకి /ముఖానికి రంగులు వేసి నిజాలని దాచి కేవలం గొప్పలు చెప్పుతారు.ఆముసుగులే నిజమమని నమ్మి మోసపోయే ఆడపిల్లలెందరో.

అందుకే అందరూ జోకర్లు కలిసి అమ్మాయిని, అబ్బాయిని కూడా జోకర్లగా మార్చి చేసే సర్కస్ పేరే పెళ్లి చూపులు.

ఈరోజుల్లో.

ప్రస్తుత పరిస్థితుల్లో.

అమ్మాయిలకి ప్రేమ ఇవ్వడం ఎంత అవసరమో అంతకన్నా గౌరవం ఇవ్వడం కూడా అంతే అవసరం..

సుమారు ఎనిమిదేళ్లుగా ప్రేమిస్తున్న ఎదురింటి అబ్బాయి ఒక్కసారి కూడా వేదాని ఇబ్బంది పడేలా నడుచుకోలేదు...

లేచి నించుని..ఆ వర్షం చినుకులు దోసిటలో పట్టుకుని తన ముఖం మీద జల్లుకుంది...ఆ అబ్బాయి వంక చూసి మొదట సారి నవ్వింది..తాను కంగారూ పడ్డాడు, తాను కంగారుపడటం చూసి వేదాకి నవ్వొచ్చింది..కొన్ని క్షణాల్లో తేరుకొని ఆ అబ్బాయికూడా నవ్వాడు..

బాల్కనీలోంచి ఇంట్లోకి వచ్చి నాన్న ఫోన్ తీసుకుని నిన్న వచ్చిన పెళ్ళివారికి ఫోన్ చేసి " మీ అబ్బాయికి కొంచం పళ్ళు ఎత్తుగా ఉన్నాయి నాకు నచ్చలేదు..మీ అభిప్రాయం చెప్పారు, మా అభిప్రాయం మేము చెప్పాలికదా..మాకు కూడా మీ అబ్బాయి నచ్చలేదు" అని చెప్పి ఫోన్ పెట్టేసింది.

పెళ్ళిలో అడ్డుతెర తీసాక పెళ్ళికొడుకు మొదటసారి పెళ్లికూతురుని చూస్తాడు అని మన శాస్త్రం చెబుతుంటే ఈ పెళ్లి చూపులు తంతు ఎప్పుడు మొదలయ్యిందో.

ఫోన్లు యుగం కనుక కనీసం.. అమ్మాయి అబ్బాయి ఒక్కసారి ఫోటోలో చూసుకుని, ఒక్కసారి ఫోన్లో మాట్లాడుకుని అంత నచ్చితేనే పెళ్లిచూపులు పెట్టుకుంటే బాగుంటుందేమో అనుకుంది వేద..

అమ్మని.నేలని చుట్టూ ఉన్న పెద్దలని, ఆడపిల్లలని గౌరవించాలనే చిన్న చిన్న విషయాలు కూడా తెలియకుండా ఈ మనుషులు ఎలా ఎదుగుతున్నారో.

నా స్ఫూర్తి

నొప్పికి.. బాధకి మధ్యలో మనసు దాగి ఉంది.

పదవతరగతి పిల్లలకి వాస్తవసంఖ్యల్లో ఆఖరిలెక్క చెబుతుంటే మధ్యలో లంచ్ బెల్ కొట్టారు, పిల్లలు నావంక ఎప్పుడాపుతారు సర్ అన్నట్లుగా చూస్తున్నారు. ఆ ఒక్క లెక్క అయ్యాక వెళ్ళురుగాని అని చెప్పి అది పూర్తవ్వగానే పిల్లల్ని భోజనాలకి వదిలి నేను స్టాఫ్ రూమ్ కి వచ్చాను, అప్పటికే నా తోటి ఉపాధ్యాయులందరూ కబుర్లు, భోజనాలు రెండూ మొదలుపెట్టేసారు.

నేను నా బాక్స్ తెచ్చుకుని టీచర్స్ తో కలిసి భోజనానికి కూర్చున్నాను, ఇంతలో టీవీ లో ఒక వార్త, ఎక్కడో హైద్రాబాద్ లో ఎనిమిదేళ్ల పాపని ఎవరో అత్యాచారం చేసి చంపేశారట.ఆ పాప తల్లి గుండెలు బాదుకుని ఏడుస్తోంది, ఆసన్నివేశం చూసాక తెలియకుండానే నాకళ్ళలోంచి నీళ్ళువచ్చి నాహృదయం శోకంతో తడిసిపోయింది .

రోజులు చాల భయంగా ఉన్నాయండి, ఆ పిల్లని తల్లితండ్రులు జాగ్రత్తగా చూసుకోవద్దూ...! అన్నారు మా తెలుగుమాస్టర్ సీతాపతి. ఇంతలో సోషల్ మేడం అలాకాదండి ఎనిమిదేళ్ల పిల్లని కూడా వదలడంలేదు ఈ మృగాలూ అన్నారు. నాకేం మాట్లాడాలో అర్ధంకాలేదు, మౌనంగా ఉండిపోయాను.

భోజనం అయ్యాక గ్రౌండ్ లో ఉన్న రావిచెట్టు క్రింద నిలబడ్డాను,లోపల ఏవో ఆలోచనలు, ఈసమాజాన్ని

మార్చలేమా, కనీసం పసిపిల్లల్ని కూడా కాపాడుకోలేమా, చనిపోయిన ఆ పాపపేరు "స్ఫూర్తి" అట. ఆపేరు వింటే ఎందుకో నన్ను ఎవరో తట్టిలేపినట్లుగా ఉంటుంది.15 సంవత్సరాలు క్రితం ఇదే స్కూల్లో నేను పదవతరగతి చదువుతున్నాను, ఒకరోజు మా క్లాస్ అయ్యాక నా స్నేహితురాలు వాణి ఇదే చెట్టుక్రింద కూర్చుని ఏడుస్తోంది, నేను నాలుగడుగుల దూరంలో నిలబడి చూస్తున్నాను, ఏంచెయ్యాలో తెలియని వయసు. చిరుగాలికి ఎండిపోయిన ఆకులు కొన్ని చెట్టునుంచి రాలి తనమీద పడుతున్నాయ్. రాలుతున్న ఆకుల మధ్యలో వాణిని చూస్తుంటే ఏమీతెలియని చిన్నారిపెళ్లికూతురు తలపై తలంబ్రాలు పడుతున్నట్లుగా ఉంది.

ఇంతలో ఒక చెయ్యి నా బుజం మీదపడింది, ఉలిక్కిపడి చూసాను మా తెలుగు మేడం. ఎందుకు ఏడుస్తోంది ఆఅమ్మాయి అని అడిగారు, స్కూల్ నుంచి ఇంటికివెళ్తుంటే రోజు ఎవరో దారిలో ఏడిపిస్తున్నారట అందుకే వాళ్ళ అమ్మానాన్న కంగారు పడి పెళ్లి చేసేస్తాను అంటున్నారు, కానీ వాణికి ఎంతో చదువుకోవాలని ఉంది మేడం, తనకి ఇప్పుడు పెళ్లేంటి మేడం అన్నాను..

ఆ అమ్మాయి గురించి ఇంత తెలుసు నీకు, అంటే నీ స్నేహితురాలయివుంటుంది, ఒక మనిషి నిస్సహాయస్థితులో ఉండి గుండెపగిలేలా ఏడుస్తుంటే ఒక్క అడుగుముందుకు వేసి ధైర్యం

చెప్పలేకపోతే, తోడు నిలబడలేకపోతే అసలు మనం మనుషులమవుతామా అని నా బుజామీద తట్టి వెళ్లిపోయారు.

ఆమె నా భుజంమీద తట్టారు కానీ లోపల నాలో నేను మేల్కొన్నాను, మేడం చెప్పింది నిజమే బాధల్లో ఉన్నవారికి తోడునిలవకపోతే మనమెలా మనుషులవుతాం అనిపించింది.

ఆ తరవాత స్కూల్లో మా హెడ్ మాష్టర్తో, ఇంట్లో మానాన్నగారితో మాట్లాడి వారిద్దరిని వాణి వాళ్ళ ఇంటికి పంపి, వాళ్ళ నాన్నగారితో మాట్లాడి పెళ్లి ఆలోచనలు ఆపించి, చదువుకునేలా చేశాను. కాదు కాదు నేను ఆలా చేసేలా నాలో ధైర్యాన్ని తట్టి లేపారు మా మేడం..మా మేడం పేరు కూడా "స్ఫూర్తి".

ఆమె చెప్పిన మాట ఇప్పుడు మళ్ళీ ఇన్నాళ్ళకి గుర్తొచ్చింది..చనిపోయిన పాపని ఆ తల్లితండ్రులకు తెచ్చి ఇవ్వలేను కానీ , వెక్కి వెక్కి గుండెలు పగిలేలా ఏడుస్తున్న ఆడపిల్ల తల్లులకోసం నేను సైతం ఒక అడుగువేయ్యాలి..అలంటి స్ఫూర్తి ఎప్పుడో మా మేడం గారు మాలో నింపారు.

ఇలాఆలోచిస్తుంటే 10th క్లాస్ బి సెక్షన్ రాముగాడు వచ్చి కుర్చీవేసాడు, ఏరా ఏంటి అన్నాను..జేబులోంచి లీవ్ లెటర్ తీసి ఇచ్చాడు అందులో వాళ్ళ నాన్న సంతకం కూడా ఉంది.

ఎందుకురా అన్నాను మా అక్కకి నాలుగురోజుల్లో పాప పుడుతుంది సర్, నాన్న రోజు పనికి వెళ్ళాలి అందుకు నన్ను సాయం ఉండమన్నారు అన్నాడు..మేనకోడలే పుడుతుందా అని నవ్వాను, అవును సర్ మా అమ్మే నాకు మేనకోడల్లా మళ్ళీ పుడుతుంది అని మురిసిపోయాడు..నేను సెలవల్లో పనిచేసి సంపాదించి డబ్బులు కూడా దాచుకున్నాను, పాపకి చెవులు కుట్టించాలికదా సర్ అన్నాడు. వాడి కళ్ళలో పుట్టబోయే మేనకోడలిమీద ఎంతో ప్రేమ కనిపించింది.ప్రతి పాపకి ఇలాంటి మేనమామ ఉండాలి రక్షణగా అనుకున్నాను. వాడు ఇంకా నేను ఏమంటానా అని నా ముఖంపైపే చూస్తున్నాడు.నేను నవ్వి సరే అన్నాను, వాడికి రెక్కలు వచ్చినట్లుగా పరిగెత్తుకుని వెళ్ళిపోయాడు.వెనక్కి తిరిగి కూడా చూడలేదు అల్లరి వెధవ.

ఆ కుర్చీలో కూర్చుని గ్రౌండ్లో ఆడుకుంటున్న పిల్లలని చూసాను.ఏమి తెలియని వయసు, సంతోషంగా ఆడుకుంటున్నారు, వారికి ఆడ మగ తేడా కూడా తెలియదు, స్వచ్ఛమైన బాల్యాన్ని భగంవతుడే కాపాడాలని కోరుకున్నాను, టీవీ లో చూసిన వార్త ఇంకా నాలోనే తిరుగుతోంది, ఏఆడపిల్లకి ఇక అలా జరగకూడదు అని లోలోపల భగవంతుడుని పార్ధించాను.

అవేఆలోచనలతో ఇంటికి వచ్చాను, భోజనం చేశాను, టీవీ చూసి పడుకున్నాను కానీ నామనసంతా ఒకటే ఆలోచన, నేనేం చెయ్యలేనా అని.

టివిలో ఎవరెవరో కూర్చుని చనిపోయిన పాపకి న్యాయం జరగాలి అంటున్నారు. తప్పుచేసినవారికి శిక్ష వెయ్యగలం కానీ చనిపోయిన పాపకి న్యాయమెలా చెయ్యగలం అనిపించింది. ఆలా ఆలోచిస్తూ మంచంమీదే అటు ఇటు దొర్లుతున్నాను. కానీ నిద్ర అనేదే మరిచిపోయాను. ఆలా ఆలోచనల్లో ఎంతసేపు ఉన్నానో నాకే తెలియదు.

మధ్యలో గడియారం నా గుండె తలుపుని టిక్ టిక్ టిక్ అని తట్టి లేపుతోంది అనిపించింది.కాలం గడిచేలోపు ఏదైనా చేయగలమా అని ఆలోచించమంటోంది. టైం చూసాను తెల్లవారుజామున మూడయింది, నిద్రపట్టక లేచాను.బయటకు వచ్చాను, తలపైకెత్తి చూస్తే మబ్బులతో నిండిన నల్లటి ఆకాశం, ఈ సమాజంలో ఆడపిల్ల చుట్టూ అలుముకున్న చీకటిలాఉంది, నడుచుకుంటూ గోదావరి వడ్డుకు వెళ్ళాను, అక్కడ గోదావరి అలలు చేసే ఘోష వింటుంటే ఆ చనిపోయిన పాప తల్లితండ్రుల మనసు చేసే ఘోషలా అనిపించింది.

ఆకాశం ఉరుముతూ చిన్న చిన్నగా చినుకులుగా ప్రారంభమయ్యి ఆలా ఆలా పెద్ద వర్షంలా మారింది.. పరిగెట్టుకుని వెళ్లి పక్కనే ఉన్న చెట్టుక్రింద నించున్నాను..ఒక్కసారిగా ఆ వర్షపు చినుకులు చూస్తుంటే ఎందరో అభంశుభం తెలియని ఆడపిల్లల కన్నీళ్లావి అనిపించింది..ఆ చినుకులన్ని గోదావరిలో కలిసిపోతుంటే, ఆ గుండె బాధ తట్టుకోలేక గోదారమ్మ ఘోషిస్తూ పయనిస్తోందా అనిపించింది.

ఇంతలో ఎవరో దూరంగా ఏవో మాటలు వినిపించాయి, ఎవరో ఎవర్నో రిక్షా ఎక్కిస్తున్నారు. అక్కడ అంతా హడావుడిగా ఉంది ఏంటా అని పరిగెత్తుకుని వెళ్ళాను, రాముగాడు అక్కకి నొప్పులొస్తున్నాయ్, నేను ఒక చెయ్యివేసి రిక్షా ఎక్కించాను..ఆ ఓరుగాలి, వర్షంలో రిక్షా ముందుకు వెళ్లడంలేదు... రాముగాడు, వాళ్ళ నాన్న ,నేను వెనకనుంచి తోస్తూ మూడు కిలోమీటర్ల అవతల ఉన్న ఒక నర్సింగ్ హోమ్ కి తీసుకెళ్ళాం.రాముగాడు నాన్న నాచేతులు పట్టుకుని మీఋణం తీర్చుకోలేము సారూ, అంటూ కన్నీళ్లు పెట్టుకున్నాడు. ఏంపర్వాలేదండి అని మీ పాప నా దగ్గరే పదోతరగతి చదవుకుంది, తాను నా తోబుట్టువులాంటిదే కదండి అన్నాను.

వారితో పాటుగా నేనుకూడా బయట బల్లమీద కూర్చున్నాను, అంతాబాగానే జరిగింది, రాము అనుకున్నట్లుగా తనకి పాపే

పుట్టింది.అందరూ ఎంతో సంతోషపడ్డారు కానీ నెను రాముగాడి కళ్ళలో ఆనందం మాత్రమే చూసాను.

ఒక ఆడపిల్ల పుడితే ఎవరైనా ఇంత సంతోషపడాలి, అలా అందరూ ఉంటె ఎంత బాగుంటుంది అనిపించింది. రామూగాడిని కూర్చోపెట్టి, వాడి ఒళ్ళో పాపని పడుకోపెట్టారు. ఆ దృశ్యం నా కంటికి ఎంత మధురంగా ఉందో చెప్పలేను.. కచ్చితంగా మరో నాన్నలా, పెద్దన్నలా వాడే తన మేనకోడలని జీవితాంతం కాపాడుకుంటాడు అనిపించింది.

అవును నేను కూడా నా చుట్టూ ఉన్న సమాజంలో ఆడపిల్లలకి రాములాంటి మేనమావనవ్వాలి, వారికి ఎన్నో జాగ్రత్తలు చెప్పాలి, ఆ పిల్లల తల్లితండ్రులకి పిల్లల్ని ఎలా కాపాడుకోవాలో నేర్పాలి, నా స్కూల్లో ఉన్న అబ్బాయిలవల్ల భవిష్యత్తులో ఏ అమ్మాయి ఇబ్బందిపడకూడదు కనుక వారిని విలువలతో బ్రతికేలా చెయ్యాలి అని నిశ్చయించుకున్నాను.

ఒక చిన్నపాప మీద ప్రాణం పెట్టుకుని బ్రతికే అమ్మ నాన్న తో పాటుగా తాత, మమ్మ. మా రామూగాడిలాంటి మేనమామ కూడా ఉంటారు. ఆ పాపకి ఏమైనా ఐతే వాళ్లేమైపోతారు..అలా ఆలోచిస్తూ అక్కడ సెలవు తీసుకుని ఇంటికి బయలుదేరాను.

ఒక ఉపాధ్యాయుడిగా రేపటి తరాన్ని కాపాడాల్సిన బాధ్యత నాపై ఉంది.. పాఠాలతో పాటుగా విలువలు కూడా పిల్లలకు నేర్పాలి.. ఈ పిల్లలే రేపటి సమాజం,చదవుకన్నా కూడా విలువలే ముఖ్యం. సూర్యోదయమయ్యింది ఇంటికి వెళ్లి అమ్మని కాఫీ ఇవ్వమని అడిగాను, అమ్మపెట్టిన దోసలని తిని స్కూలుకి బయలుదేరాను, స్ఫూర్తి మేడం మాటలు మనసులో ఉంచుకుని ఈ ప్రయత్నం, నా రేపటి పయనం ప్రారంభిస్తున్నాను.

ఆడపిల్లలకు ధైర్యంగా బ్రతకడం నేర్పాలి, సాటిఆడపిల్లని కాపాడుకోడం మన బాధ్యతని అబ్బాయిలకి నేర్పాలి. తల్లితండ్రులకి మరింత జాగ్రత్తలు నేర్పాలి..ఇకనుంచి నా సెలవుదినాలలో గ్రామా గ్రామాలకి వెళ్లి ఆడపిల్లలపై జరుగుతున్న అఘాయిత్యాలు చెప్పి ఎలాంటి జాగ్రత్తలు తీసుకోవాలో పెద్దలకి తెలియచేస్తాను. నా చుట్ట ఉన్న సమాజంలో విలువలు నింపడానికి కొంత సమయం కేటాయిస్తాను.ఒక గురువుగా అది నా బాధ్యత. ఆ కార్యక్రమాలకి నేను పెట్టుకున్న పేరు "స్ఫూర్తి".

స్కూల్కి వెళ్ళడానికి సైకిల్ ఎక్కాను ఇంతలో అమ్మ వెనకనుంచి పిలిచింది, తిరిగి చూసాను. స్కూల్లో కాలిగా ఉన్నప్పుడు చెల్లికి ఫోన్ చేసి మాట్లాడరా నీకు ఏదో శుభవార్త చెబుతుందట అంది..

అర్థమయింది నేను కూడా మేనమావయ్య అవ్వబోతున్నాను. నాకు మేనకోడలే పుడుతుంది. నేనే చెవులు కుట్టించాలి. అప్పుడు రాముగాడు పరిగెత్తినట్లే, నేను కూడా ఆనందంగా సైకిల్ మీద వేగంగా వెళ్లిపొయను వెనక్కి చూడకుండా..

నా చుట్టూ ఉన్న సమాజంకోసం, ఆ సమాజంలో విలువలు నింపడంకోసం నా ఈ వేగం.

పేరు లేని బంధం

దొరకదని తెలిసినా వెతకడమే ఆశ.. ఆ ఆశకు కారణం స్నేహం.

పుట్టింటికి వెళ్లే ప్రతిసారి కొన్ని విషయాలు కళ్ళముందే కదలాడతాయి.

అమ్మ, నాన్న, మాశివుడి గుడి, చదువుకున్న స్కూల్ వీటితో పాటుగా మా ఊరికన్నా 5 నిమిషాల ముందు వచ్చే "రామాపురం", అక్కడ రావిచెట్టు పక్కనే ఉన్న "పెంకుటిల్లు". అక్కడ బస్సు రెండు నిమిషాలు ఆగుతుంది.

నా బాల్యాన్ని మళ్ళీ పలకరించాలనే కొండంత ఆశతో పుట్టింటికి వస్తూ ఉంటాను.అమ్మ నాన్నల ప్రేమ, మా ఊరి శివుడి గుడి, అక్కడ అరుగు మీద ఆడిన ఆటలు, స్కూల్లో చిన్నప్పటి జ్ఞాపకాలు ఇవి నా ఇద్దరి కొడుకులతో, మావారితో అస్తమాను పంచుకుంటూనే ఉంటాను. కానీ ఆయనకి నిమిషం తీరిక ఉండదు, ఏదీ పూర్తిగా వినరు. ఇంక పిల్లలకి ఎంతసేపు వారి కాలేజీ, అక్కడ ఆటలు,వారి సరదాలే తప్ప 50ఏళ్ళ ఈ అమ్మ కబుర్లు కోసం వారిదగ్గర సమయం లేదు...

మావారు, నా ఇద్దరికొడుకులే నాబలం, వారికి నేనంటే ఎంతో ప్రేమ కానీ కూర్చుని మాట్లాడే తీరిక మాత్రం ఉండదు.

నాకోసం, నా ఆనందంకోసం ఒక్కపని తప్పకుండా చేస్తారు. ప్రతి సంక్రాంతి పండక్కి నాతోపాటు వారుకూడా నా పుట్టింటికి వస్తారు, అక్కడే వారంరోజులు ఉంటారు. గడిచిన పాతికేళ్లుగా ఇదొక్కటి మాత్రం నా జీవితంలో మారలేదు.

ఈ సంవత్సరం కూడా పండక్కి మా ఊరు బయలుదేరాం. మార్గం మధ్యలో నా చిన్నప్పటి జ్ఞాపకాలన్నీ పిల్లలతో పంచుకుంటూ, నవ్వుకుంటూ ప్రయాణం సాగింది కానీ మధ్య మధ్యలో నాకళ్ళు చెమ్మగిల్లేవి అవి మావారు మాత్రమే గ్రహించేవారు, ఎందుకంటే ఆయనకు తెలియని నా జీవితంలేదు ఇప్పటివరకు.

ఇంతలో బస్సు రామాపురం రావిచెట్టు దగ్గర ఆగింది..నా మాటల్లో మౌనం చేరుకుంది, నా చిన్ననాటి స్నేహితుడు "సత్యమూర్తి"ని ఒక్కసారి చూడాలని ఎంతో ఆశతో అతని ఇంటివైపు చూసాను కానీ ఎప్పట్లాగే వాకిలంత సూన్యం. ఏదో నిశబ్దం ఆ ఇంటిబయట ఉన్న మామిడి చెట్టు, రెండు ఆవులు, గోడకి అనుకొని పాత సైకిల్ దాని మీద ఆరేసిన ఒక తువ్వాలు ఇవే కనిపించాయి.

ఇప్పుడే కాదు గత పాతిక సంవత్సరాలుగా ఎందుకో ఒక్కసారి కూడా తను నాకు కనబడలేదు కానీ వారు ఆ ఇంట్లోనే ఉంటున్నారు అని నా మనసు చాలా బలంగా చెప్పింది...నేను ఊరు వదిలి అత్తారింటికి వచ్చేముందు ఆఖరిసారి చూసాను వాడిని. ఈ కంటికి వాడి రూపాన్ని మళ్ళీ చూసే ఋణం లేదు అనుకుంటా.

చిన్నతనంలో కలిసి ఆడుకునేవాళ్లం, ఆ శివుడి గుడి అరుగు మీద ఎన్నో ఆటలు, వాడి ఇంటిముందు ఉన్న మామిడి చెట్టు మేమిద్దరం కలిసి నాటిందే. కాలంతో పాటు మా స్నేహం కూడా

పెరిగింది.అతను పదవతరగతి తో చదువు మానేసాడు, కానీ నేను ఇంటర్ వరకు చదివాను. రోజు నాతో పాటు కాలేజ్ వరకు కబుర్లు చెబుతూ వచ్చేవాడు.సాయంత్రం కాలేజ్ అయ్యాక వాడు అక్కడ లేకపోతే ఆరోజు ఇంకా నా చేతుల్లో ఐపోయేవాడు. నాకోపం తగ్గించడం కోసం సాయంత్రం ఇంటికి వచ్చి బ్రతిమాలేవాడు.

ఆ చెమట పట్టిన చొక్కా, మట్టి మట్టిగా ఉన్న ఆ లుంగీతో ఒకసారి పొలం నుంచి నేరుగా మా కాలేజీకి వచ్చాడు. ఆరోజు చాలా ఏడిపించాను కానీ ఇంటికి వచ్చాక చూస్తే మోకాలు నుంచి రక్తం కారుతోంది ఏంటా అని చూస్తే పడిపోయాడట పాపం పొలం గట్టుమీద.ఇంత సేపు కుంటుకుంటూ నడుస్తున్నాడు, నా కబుర్ల గోలలో అసలు చూడనే లేదు. నాపై నాకే కోపం వచ్చి కళ్ళలోంచి నీళ్లు వచ్చాయి.అది మొదటి సారి వాడుకోసం ఏడవడం..ఇప్పుడిక రోజు వాడి జ్ఞాపకాలతో ఏడుస్తూనే ఉన్నాననుకోండి.

నాకోసం జున్ను, ముంజికాయలు, జామకాయలు తెచ్చేవాడు, మానాన్నకి అతనికి కూడా చాలా మంచి స్నేహం కుదిరింది.ఇద్దరు కలిసి రెండో ఆట సినిమాకి వెళ్లేవారు...నాకు తెలియకుండా ఇద్దరూ చుట్టలు కాల్చేవారు.

నాకు చెల్లి, తల్లి అన్ని మా హేమే అనేవాడు. నా పుట్టినరోజుకి ఏంకావాలన్న కొనేవాడు,మా అమ్మ నాన్న నాతో కలిసి నా కుటుంబంలో ఒకడు అయ్యాడు..

నా ఇంటర్ అయ్యాక వేసవి సెలవల్లో కాకినాడ నుంచి నాకో సంబంధం వచ్చింది, మా నాన్న ఏదో పెళ్ళిలో చూశారట అబ్బాయిని, ఆయనకి చాలా నచ్చాడు.పెళ్ళివారు నన్ను చూడటానికి వస్తున్నారు అని తెలిసింది, నాకు చాలా బయమేసింది, సత్యమూర్తిని నాతో ఉండమన్నాను. అతను ఉంటె నాకు ఎంతో బలం.

పెళ్ళివారు వచ్చారు, నన్ను తీసుకొచ్చి కూర్చోపెట్టారు, సత్యమూర్తి నా ఎదురుగా తలుపుపక్కన గోడకి ఆనుకుని నుంచున్నాడు.నాకు భయంతో చెమటలు పట్టాయి, అబ్బాయ్ వాళ్ళ అమ్మగారు నన్ను "అమ్మ తల ఎత్తి మా అబ్బాయిని చూడు" అన్నారు, నాకు భయం వేసింది, ధైర్యం కోసం సత్యమూర్తి వంక చూసాను ఏంపర్వాలేదు అన్నట్లుగా తన రెండు కళ్ళు ఒక్కసారి మూసి తెరిచాడు. నేను తల ఎత్తి అబ్బాయిని చూసాను బాగానే ఉన్నాడు, సత్య మూర్తి వంక తిరిగి ఎలా ఉన్నాడు అని కళ్ళతోనే అడిగాను తాను చాల బాగున్నాడు అని కళ్ళతోనే సమాధానం చెప్పాడు.

ఇంతలో పెళ్ళికొడుకు తండ్రి సత్యమూర్తిని చూసి ఎవరీ అబ్బాయ్ అని అడిగారు, మా నాన్న తడుముకోకుండా మా అమ్మాయి స్నేహితుడు అని చెప్పారు, వారి ముఖాల్లో ఏదో తేడా వచ్చింది.వెళ్ళాక సమాధానం చెబుతాం అని వెళ్ళిపోయారు...వారికీ సత్యమూర్తితో నాకున్న నాస్నేహం మీద అనుమానం, సంబంధం వద్దు అని మధ్యవర్తికిచెప్పేసారు. ఆ సంబంధం చెడిపోయాక ఊరులో అంతా మాగురించి రకరకాలుగా అనుకున్నారు.

అప్పటివరకు అతనంటే నేను ఆడుకుని బొమ్మ, భయమేస్తే అన్న, నాన్న తరవాత నాన్న, కానీ ఇలాంటి మాట వచ్చాక మొదటి సారి అతన్ని చూస్తే మొహమాటంగా అనిపించేది. నేను మొహమాటపడటం గ్రహించి వాడు మళ్ళి నా కంటికి ఎదురుగా రాలేదు.

జీవితంలో మొట్టమొదటి సారి మానాన్నలో వేరే మనిషిని చూసాను, తనకు ఎంతో నచ్చిన సంబంధం చెడిపోయేసరికి కోపంతో నా దగ్గరకి వచ్చి ఆడా,మగా మధ్య స్నేహం ఏంటి అని నన్ను చాలా తిట్టారు..అవును మా నాన్న కూడా మధ్యతరగతి మానిషేకదా, పాపం ఆయనకి సమాజంతో పోరాడి, అందరికి సమాధానం చెప్పే శక్తి కానీ, ధైర్యం కానీ లేవు. నన్ను ఎంతగానో

ప్రేమించే ఒక మధ్యతరగతి మనిషి మా నాన్న, అయినా కోపాన్ని నేను అర్థం చేసుకోగలిగాను.

మా స్నేహంలో కల్మషం లేదు కానీ సమాజం మా స్నేహాన్ని విడదీసింది.ఆ తరవాత ఊరిలో అందరి నోరు మూయించడానికే మా నాన్న నాకు వెంటనే పెళ్లి చేశారు...కానీ నా పెళ్ళికి వాడు రాలేదు, నన్ను ఆశీర్వదించలేదు.

పెళ్లి రోజు అత్తారింటికి వెళ్తుంటే దారిలో పొలం పని చేసుకుంటే కనిపించాడు, ఇక ఈ 25 సంవత్సరాలలో ఒక్కసారి కూడా వాడిని మళ్ళీ చూడలేదు..

ఇంతలో బస్సు మళ్ళీ ఒక్కసారి ఆగింది, నా వయసు ఉన్న ఒక ఆవిడ బస్సు ఎక్కింది, కూర్చున్న కిటికీలోంచి ఎవరికో చేయ్యివూపుతోంది.ఆ వ్యక్తి సత్య మూర్తి ఇంట్లో మామిడి చెట్టుపక్కనే నించుని తాను చెయ్యి ఊపుతున్నాడు.కళ్ళ జోడు సరిచేసుకుని చూసాను, అవును అతనే సత్యమూర్తి, ఎంతో ఆనందంగా అనిపించింది..ఇన్నాళ్ల తరవాత అతనిని మళ్ళీ చూసాను. మా ఆయనకి చూపిద్దాం అనుకునేలోపు లోపల ఒక అనుమానం వచ్చింది, సత్యమూర్తి వంక మళ్ళీ చూసాను, అతని ఇప్పటికి పాతికేళ్ల కుర్రాడిలా ఉన్నాడేంటి అని, జుట్టు నెరవలేదు, ముఖం మీద ముడుతలు లేవు, అప్పుడు నాకు విషయం అర్థం అయింది, మనసులో ఏదో సంశయం, ఆందోళనతో ఎంతో భయం

భయంగా

బస్సు ఎక్కినావిడ నుదిటిని చూసాను అక్కడ ఒక చిన్న విబూది రేఖ కనిపించింది..వెంటనే మనసు స్తంభించిపోయింది,ఇన్నాళ్లు నాకు తెలియని ఏదో నిజం నా ఊహకు అందింది.

అవును సత్యమూర్తి ఈ భూమిమీద లేడు, ఆమె సత్య మూర్తి భార్య, అతను సత్య మూర్తి కొడుకు. వారు నాకెంతో కావాల్సిన వారు, నా సత్య మూర్తి కుటుంబమే కానీ ఎవరికెవరు తెలియని వారీగా మిగిలి పోయాం ఒకే బస్సు లో వేరే వేరే మనుషులుగా ప్రయాణం సాగిస్తున్నాం.అతను భూమిమీద లేడు అని తెలుసుకోడానికి ఇన్నాళ్లు పట్టింది. ఇంకో 5 నిమిషాలలో పక్కనే ఉన్న మాఊరు చేరుకుంటాం ఇదే ఆఖరిసారి, మళ్ళీ ఈ ఊరు వైపు, ఈ ఇంటిపైవు చూడక్కర్లేదు.చూడలేను కూడా

సత్యమూర్తి లేడు అనే నిజం జీవితంలో ఎవరితో పంచుకోకూడదు అనుకున్న మా వారితో సహా.సత్య మూర్తి నాకేం అవుతాడు అన్నా ,నాన్నా లేక కొడుకా , ఎవరికీ తెలియని విషయం ఏంటంటే మాది పేరులేని బంధం... స్వార్థం లేని జ్ఞాపకం.

ఆమె చేతి వంట

మనసున్న ఈ మనిషిని రోజూ ప్రేమగా పలకరించేవి కొన్ని కన్నీళ్లు... కొన్ని జ్ఞాపకాలు.

నిన్నటి జ్ఞాపకాలను, అనుభవాలును తీసుకుని రేపటి వైపు మరింత ఆశగా చూసే సగటు మనుషులమే మనమంతా.

జీవనయాత్రలో పయనిస్తూ, ఎన్నో విజయాలను సాధిస్తున్నా లోలోపల ఏదో వెలితిని, ఎవరికీ తెలియని కన్నీరుని మోస్తూ ఉంటాడు మనిషి.

ఆకన్నీరుని కాలం మాత్రమే తుడవగలదు, మన మనసుకి మందు వెయ్యగలదు..

మన ప్రశ్నలకు సమాధానాలు దొరికిన రోజు.

గుండెల్లో ఆశ సంతృప్తిగా మారిన రోజు "కల నెరవేరిన రోజు".

ఆరుబయట మడతమంచమీద పడుకున్నాడు వెంకట్రావు.ఆకాశంలో నక్షత్రాలును చూస్తూఏదో ఆలోచిస్తున్నాడు.కుటుంబబాధ్యతలు, పిల్లల చదువులు, ఉద్యోగాలు వారి పెళ్ళిళ్ళు అన్నీ పూర్తయ్యాయి..

నేను లేకపోతే నా భార్య ఏమైపోతుందో, తనని ఎవరు చూస్తారో అనే భయంలేదు వెంకట్రావుకి. ఎందుకంటే ఆమె గంధపు చెక్కలా ఈ ఇంటికి పరిమళాన్ని అందించి తాను అరిగి అరిగి కరిగిపోయింది.

జ్ఞాపకంగా తన చీరలు, కళ్ళజోడు, దగ్గుమందు , ఆ వంటగదిలో ఇప్పటికి శుభ్రంగా ఉన్న స్టీల్ సామాను అంతే మిగిలాయి.

ఆమె వెళ్లిపోయిన ఆరునెలలు తరవాత ఆమె చేత్తో పెట్టిన ఆవకాయ వేసుకుని ఈ పూట అన్నం తిన్నాడు.

ఆమె చేతి వంట తినాలని అనిపిస్తే కొంచం ఆ ఆవకాయ వేసుకుని తినడానికి అలవాటు పడ్డాడు గత ఆరునెలలుగా. కానీ ఈరోజుతో ఆ ఆవకాయ కూడా అయిపోయింది.

నలభై సంవత్సరాల క్రితం కొత్తపెళ్లికూతురుగా ఈ ఇంట్లో అడుగుపెట్టి మొదటి సారి చేసిన వంటలో అతనికి రుచితో పాటు ఏదో ప్రేమ కనిపించింది, ఆమె వెళ్ళిపోయాక కూడా ఈ ఆవకాయలో అదే ప్రేమ.ఆమె చేతి వంట తినడం అలవాటు పడిన ప్రాణం పాపం. రెపటినుంచి ఎలా తినగలడో.

65 సంవస్తారాల వయసు, ఊహించని ఏకాకి జీవితంలో ఆమె జ్ఞాపకాలకె కాదు ఆమె చేతితో చేసిన ఒక చిన్న ఆవకాయ బద్ధకి కూడా ఎంతో విలువైనస్తానమే ఉంది అతని మనసులో.

మనిషిలో ఆత్మ ఉంది అంటారు కానీ అది కంటికి కనబడదు అలాగే పార్వతి చేతి వంటలో ఏదో మమకారం, ప్రేమ ఉంటుంది అవి కూడా బయటకు కనబడవు కానీ లేవు అనలేము.

నిద్రపట్టక లేచి కూర్చున్నాడు వెంకట్రావ్.గోడకి ఆనుకుని ఉన్న సైకిల్ వైపు చూసాడు. పెళ్లైన కొత్తలో సైకిల్ మీద ఇద్దరం గుడికి

వెళ్లే వెళ్ళాం, సైకిల్ మీదే అరపై మైళ్ళు అవతల ఉన్న అత్తగారింటికి కూడా పండక్కి వెళ్ళేవాళ్ళం.

కాసేపు ఆ సైకిల్ మీద ఈ అర్ధరాత్రి పూట ఊరి చివర హనుమంతుడి గుడికి వెళ్లాలనిపించింది వెంకట్రావుకి.ప్రతీ పెళ్లి రోజుకి అక్కడికే వెళ్లేవారు, ఇప్పుడు అక్కడికే వెళ్లాలని బయలుదేరాడు.

దారిలో చిన్నప్పుడు తను చదువుకున్న స్కూలు, స్నేహితులతో ఈత కొట్టిన పెద్ద కాలువ, పోలేరమ్మ గుడి,చిన్నప్పటి ప్రాణ స్నేహితురాలు తులసి ఇల్లు అన్నీ చూసుకుంటూ గుడికి చేరుకున్నాడు వెంకట్రావు.

హనుమంతుడికి నమస్కారం పెట్టి.

స్వామి ఏంటి నా బ్రతుకు...

"ప్రాణం" తీసుకెళ్లిపోయి ఈ దేహంతో బ్రతకమంటున్నావు.

ఉపవాసం రోజు కూడా ఆమెచేతి మంచినీళ్లు తాగి బ్రతకడం అలవాటు పడ్డ ప్రాణం, ఈరోజు ఎలా బ్రతకాలి.?

ఆమె మళ్ళీ రాదు, ఆమెని చూడలేనని తెలుసు కానీ ఈ మనసేందుకో ఆమె చేతి ముద్ద తిని ప్రాణం వదిలేయాలనికోరుకుంటోంది..

నాకు తిండి భ్రాంతి అనుకుంటున్నవా? లేదు స్వామి ప్రేమ కోసం.ఆమె చేతి వంటలో ప్రేమ , మమకారం ఉంటాయి.

ప్రేమలు చెప్పినకునే తరం కాదు, ప్రేమని చూపించే తరం మాది కదా స్వామి, అందుకే కడుపునిండా పెట్టడంలో ఎంతో ప్రేమ చూపించేది.

గడిచిన ఆరునెలలుగా ఆమె మాత్రమే నాఆలోచన..

ఆమె చేత్తో పెట్టిన ఒక్క ముద్ద తిని చనిపోవాలన్నది నా తీరని కల.అలా ఆలోచిస్తూ అక్కడే స్వామి ముందు కూర్చీని ఉండిపోయాడు.

తెల్లవారిపోయింది..

దిగులుగా, గుండె భారంగా ఇంటికి చేరుకున్నాడు...

ఆరుబయట మంచంమీద కూర్చున్నాడు చల్లటి గాలి వేసింది.నెమ్మదిగా వాతావరణం మారింది చినుకులు పడుతున్నాయి..

ఇంతలో రెండు మామిడి పళ్ళు వచ్చి ఆ మంచంమీద పడ్డాయి..తల పైకెత్తి చూసాడు పెద్ద మామిడి చెట్టు పార్వతి తన చేత్తో నాటిన చెట్టు..

గబ గబా లేచి స్నానం చేసి, ఆ రెండు పళ్ళు దేవుడికి నవేద్యం పెట్టి తాను తిన్నాడు..పార్వతి చేతి వంటకి, ఆమె చేత్తో నాటిన చెట్టుకి కాసిని పళ్ళకి తేడాలేదు..

ఆమె చేతి పంటలో కూడా అదే ప్రేమ, మమకారం స్పష్టంగా అతని హృదయానికి తాకింది..

ఆమె వెళ్ళిపోయాక కూడా ఆమె చేతి వంట/పంట తినాలనే అతనికి కల నెరవేరింది.

అన్నం వండటం, పెట్టడం కేవలం ఆకలి తీర్చడం కోసం కాదు.స్వచ్ఛమైన ప్రేమని తెలిపే మార్గం కూడా..!

జంగందేవర

సాయంకాలం అవుతుంటే దీపం కోసం వెతకాలి, లేక చీకటిని ఒప్పుకుని బ్రతకాలి...? ఆ చీకటే అజ్ఞానం.

సాయంసంధ్యాసమయం..

నిశ్శబ్దంగా ప్రవహిస్తున్న గోదావరి.

ఎంతో గాంభీర్యంగా వీస్తున్న గాలి.

వీచే ఆగాలికి జవాబుగా సవ్వడిచేస్తున్న రావిచెట్టు..

దూరంగా పయనిస్తున్న పడవలు..

ఈరోజుకి ఇక సెలవు అని చెబుతూ పడమటమ్మ కొంగుచాటుకి చేరుతున్నాడు సూర్యుడు.

గోదావరి గట్టునున్న తులసికోటకి ఆనుకుని కూర్చుంది "హైమావతి".

ఈ గోదారమ్మ ప్రవాహంలో కూడా ఒక సంగీతం ఉంటుంది, ఆ నీరు ఒడ్డున తాకేటప్పుడు వచ్చే సవ్వడిలో ఎన్ని మనసులు తేలియడాయో, ఎన్ని కన్నీళ్ళకి సమాధానం దొరికిందో. ఎక్కడో మహారాష్ట్ర నాసిక్ లో పుట్టిన గోదారమ్మ, మాఊరు వచ్చింది, మా మనసులని స్వచ్ఛంగా కడిగింది అని ఆలోచిస్తూ లేచి ఆ నీళ్లు కాస్త తలపై జల్లుకుంది హైమావతి.

ఊరిలో ఏమనిషి కడతేరిపోయినా, దేహం కాష్టంలో కాలిపోతుంది, మిగిలిని బూడిద ఈగోదావరిలో

కలిసి పోతుంది.

తల్లి కడుపున పుడతాం,ఈ గోదారమ్మ వడిలో కరిగిపోతాం "గోదారోళ్ళం" కదా అని ఆలోచిస్తుంటే ఇంతలో దూరంగా ఉన్న గుడిలో ఎవరో గంట కొట్టారు.. హైమవతి ఉలిక్కిపడి తన ఆలోచనల్లోంచి బయటకొచ్చింది. మా గోదారమ్మలో ఎంతో ఆకర్షణ ఉంది, ఆలా చూస్తూ ఎంతసేపు ఉండిపోతామో మనకే తెలియదు.

తన చిన్ననాటి జ్ఞాపకం, ఒకప్పుడు తాను ఆడుకున్న ఒక బొమ్మ కూడా ఈగోదావరిలోనే కలిసిపోయింది.కనిపిస్తున్న ఆరావి చెట్టుక్రింద ఒకప్పుడు శివలింగం ఉండేది..అది ఒకానొక రోజున గోదావరిలోకి జారిపోయింది..ఆ శివలింగం అంటే హైమకు ప్రాణం.తాను ఆడుకునే బొమ్మ కూడా అదే.

చిన్నతనంలో హైమ ఒకసారి గోదావరి గట్టుకి ఆడుకోడానికి వచ్చింది.స్నేహితులతో ఆడుతుండగా పక్కనే ఎవరో ఒక వ్యక్తి, పెద్ద పెద్ద విభూదినామాలతో, మేడలో రుద్రాక్షలు, చేతిలో శంఖం, గంట, మరో చేతిలో విభూది పట్టుకుని శివుడు పాటలేవో పాడుకుంటూ వెళ్తున్నాడు.

పిల్లలందరికీ అతని వేషధారణ చిత్రంగా అనిపించి అతనివెనకాలే నడుచుకుంటూ వెళ్లారు.

అతను ప్రతీఇంటిదగ్గర ఆగి శివుడి పాటలేవో పాడి, వారుఇచ్చిన బియ్యం పుచ్చుకుని, కొద్దిగా విబూది తిరిగి ఇచ్చి శంఖం ఊది సాంబసదాశివ సాంబ సదాశివ, శంభో శంకరా అంటూ శంఖాన్ని పూరిస్తూ వెళ్ళిపోతున్నాడు.

అతని వేషధారణ, అతని కళ్ళలో ఏదో ఆకర్షణ, అతని నోటి వెంట వచ్చే శివనామం హైమను చాలా ఆకర్షించాయి.

ఇంతలో అతను హైమవాళ్ల ఇంటికి చేరాడు, అతన్ని అనుసరిస్తూ వచ్చిన హైమ ఆ పిల్లల గుంపుని విడిచి రివ్వున ఇంట్లోకి వెళ్లింది.వాళ్ళమ్మకి చెప్పింది అమ్మ అమ్మ ఎవరో ఒకాయన పెద్ద పెద్ద విబూది నామాలతో, శంఖం పట్టుకుని మన ఇంటి ముందుకి వచ్చి నించున్నారమ్మా అంది.

వెంటనే హైమ వాళ్ళ అమ్మ అవునా తల్లి "జంగం దేవర" వచ్చారు అనుకుంట అని గబా గబా లేచి బియ్యం, ఒక పట్టు పంచె పట్టుకొచ్చి ఆయనకు ఇచ్చి నమస్కారం చేసింది. అతను శంఖం ఊది సాంబ సదాశివ సాంబ సదాశివ, శంభో శంకరా అంటూ వెళ్ళిపోయాడు.

అమ్మ ఆయన ఎవరూ అని అడిగింది హేమ, ఆయన జంగందేవర అంటే సాక్షాత్తు శివుని స్వరూపంగా భావిస్తాం, హరిదాసు

హరికీర్తనలు పాడుతూ ఎలా జీవిస్తారో, జంగములు శివుని పాటలు పాడుతూ బ్రతుకుతారమ్మ అంది హేమతో .

చిన్నతనంలో సహజంగా ఉండే కుతూహలంతో హేమ ఆ జంగందేవరని మళ్ళీ అనుసరిస్తూ వెళ్లింది, ఊరంతా తిరిగి అతను గోదావరి గట్టుమీదకి చేరుకొని అక్కడే ఉన్న రావిచెట్టు క్రింద కూర్చుని సేదతీరుతున్నారు.

తన వెనకాలే హేమ రావడం గ్రహించిన ఆ జంగం దేవర, పాప వంక చూసి చిన్న చిరునవ్వు నవ్వి, ఇలా రా అని అతని దగ్గర ఉన్న విభూదిని పాప నుదిటిమీద పెట్టి సాంబ సదా శివ అని లేచి వెళ్ళిపోయాడు.

పాపకి ఆ జంగమదేవరా వెళ్లిపోవడం బెంగగా అనిపించి, మా ఊరిలోనే ఉండిపోవచ్చుగా అని అడిగింది ఆ జంగం దేవర ఆగి వెనక్కి తిరిగి చూసి మనుషుల మధ్య బంధాలు శాశ్వతంగా ఉండిపోవు, "నాలుగు రోజులు నీతో ఉంటె నువ్వే తరిమి కొడతావు" అని నవ్వు కుని శివనామం చెప్పుకుంటూ వెళ్ళిపోయాడు.

ఆ మాటకి హేమకి దుఃఖం వచ్చేసింది. నేనేందుకు అతన్ని తరిమికొడతాను అను తనలో తాను అనుకుంటూ ఇంటి వెనుక ఉసిరిచెట్టు క్రింద కూర్చుని ఏడ్చింది, ఇంతలో హేమ అక్క రాజి

అక్కడికి వచ్చి ఎవరో భిక్షకొచ్చినతను ఇంట్లో ఉండిపోవాలనుకుంటావేంటీ పిచ్చి దానిలా అని ఓదార్చి, హత్తుకుని ఇంట్లోకి తీసుకెళ్లింది.కాసేపటికి అది మర్చిపోయి హేమ, రాజి ఆటల్లో పడిపోయారు.

మరసటి రోజు తెల్లవారు ఝామున హేమకు మేలుకువ వచ్చింది. అమ్మా. అమ్మా. అను వెతుకుంటూ బయటకు వచ్చింది. అమ్మ ఇంటిబయట నుంచుని పనమ్మాయి సూరీడుతో మాట్లాడుతోంది.తెల్లవారుజామున ఎదో శివలింగం గోదావరిలో కొట్టుకొచ్చిందట, అది తీసి అక్కడే ఉన్న రావిచెట్టు క్రింద పెట్టారట.

అది విన్న హేమ పరుగు పరుగున గోదావరి గట్టుకు వెళ్లింది.ఆ చెట్టుక్రింద శివలింగం ఒంటరిగా ఎవరికోసమో ఎదురుచూస్తున్నట్లు ఉంది.

నిన్న జంగం దేవుడు ఈ చెట్టుక్రిందే కూర్చున్నాడు, అప్పుడు అతన్ని మాతో ఉండిపోమన్నాగా ఇప్పుడు ఈ శివుడు నాకోసం మళ్ళి వచ్చాడా అనుకుంది.

ఆరోజు నుంచి ఆమె కొనుకున్న చాక్లెట్లు, చెట్టున కోసుకున్న ఉసిరి కాయలు, ఉప్పు కారం మామిడికాయ ముక్కలు అన్ని తాను తినే వాటిలో కొన్ని దాచి ఆ శివుడుదగ్గర పెట్టేది.రోజూ

ప్రొద్దున్నే లేచి గోదావరి గట్టుకొచ్చి ఆ శివలింగాన్ని గోదావరి నీటితో శుభ్రం చేసేది..

గుడిలో పూజారుగారు ఎలా చేశారో స్నేహితులతో కలిసి ఆ శివుడికి అలానే చేసి ఆడుకునేది.

మరసటి రోజు హైమావతి పుట్టిన రోజు. వాళ్ళ అమ్మా, నాన్న, అక్క కలిసి మరసటి రోజు గుడికి వెళ్లి అభిషేకం చేయించుకోవాలనుకున్నారు. హైమ కోసం రాజి తాను దాచుకున్న డబ్బులతో కొత్త బట్టలు కుట్టించింది. వాళ్ళ నాన్న తన పనులన్నీ మానుకుని ఆరోజు హైమ, మరియు కుటుంబంతో సమయం సరదాగా గడపాలి అనుకున్నారు.అమ్మ హైమ కి ఇష్టమైన పులిహోర, బొబ్బట్లు చేయాలనుకుంది..

ఉదయాన్నే హైమని లేపి పుట్టిన రోజు శుభాకాంక్షలు చెప్పాలనుకున్నారు, కాని ఈలోపే హైమ లేచి స్నానం చేసి గోదావరి గట్టుమీద ఉన్న తన శివుడు దగ్గరకి వెళ్లి నీటితో శివలింగం కడిగి అక్కడ ఆ శివలింగంతో ఆడుకుంటోంది.

అమ్మా చేత తలస్నానం చేయించుకోకుండా,అక్క కొన్న బట్టలు వేసుకోకుండా, నాన్నకి ముద్దు పెట్టకుండా పొద్దున్నే లేచి గోదావరి గట్టుకు వెళ్లిపోయిందని రాజీకి చాలా కోపం వచ్చింది.

వాళ్ళ నాన్న హైమను తీసుకుని రావడానికి వెళ్లారు.దారిలో గోదావరి గట్టుమీద ఆయనకి కాలికి సీసా పెంకు గుచ్చుకుంది. కుంటుకుంటూనే వెళ్లి హైమని తీసుకొచ్చారు.. ఇంటికి వచ్చేటప్పటికి పాదమంతా ఎర్రగా రక్తపు ముద్దలా మారిపోయింది. హైమ వాళ్ళమ్మ వచ్చి తడిగుడ్డ కాలికి కట్టింది.

ఇదంతా చూసిన రాజీకి మాత్రం హైమ మీద కోపం ఇంకా పెరిగిపోయింది. చెడా మడా తిట్టేసింది. నీవల్లే నాన్నకు ఆలా అయ్యిందని. నిన్ను గుడికి తీసుకెళ్దాం అనుకుంటే ఎక్కడనుంచో కొట్టుకొచ్చిన శివలింగం కోసం వెళ్ళావు.గుడిలో ఉంటేనే దేవుడు గోదారిలో కొట్టుకొస్తే అది కేవలం రాయి మాత్రమే అని చెల్లిని చాలా తిట్టింది..ఆ పుట్టిన రోజంతా హైమ ఏడుస్తూనే ఉంది. గుడికి వెళ్ళలేదు, పిండివంటలు వండలేదు, కొత్తబట్టలు కట్టుకోలేదు, నాన్న మాత్రం ఏంపర్వాలేదమ్మా సరదాగా ఉండు ఈరోజు అని ఓదార్చారు.

హైమకి గోదావరిగట్టుమీద ఉన్న శివుడుమీద కోపం వచ్చింది,నీ వల్లే ఇవన్నీ జరిగాయి రేపటినుంచి నీకోసం రాను అని మనసులో తిట్టుకుని పడుకుంది..ఆకాశం ఉరమడం ప్రారంభమయింది.చిన్న చినుకులుగా ప్రారంభమయ్యి పెద్ద వర్షంలా మారిపోయింది..రాత్రంతా బాగా వర్షం పడి తెల్లవారేసరికి కొంచం తేరుపిచింది.

హైమ నిద్ర లేచి చక్కగా స్నానం చేసి, ఇంట్లోనే ఉండి అక్కకు కోపం తగ్గించే ప్రయత్నం చేసింది.. చాలావరకు ఆ ప్రయత్నంలో గెలిచింది.ఇద్దరూ కలిసి ఆడుకున్నారు..మనసులో మాత్రం రోజంతా గోదావరి గట్టుమీద ఉన్న శివుడే గుర్తొచ్చాడు కానీ పైకి మాత్రం మాట మెదపలేదు అటు వెళ్ళలేదు. ఆలా నాలుగు రోజులు గడిచాక ఒకరోజు పొద్దున్నే లేచి గోదావరి గట్టుకు వెళ్లాలని ఉందని ఆ శివలింగం చూడాలని ఉందని నాన్నని అడిగింది. నాన్న వెళ్ళమన్నారు ఎంతో ఆనందంగా రావిచెట్టుదగ్గరకి వెళ్లింది. కానీ అక్కడ శివయ్య లేడు ఆశ్చర్యపోయింది.

అక్కడే ఉన్న పాలేరు సుబ్బయ్యని అడిగింది ఇక్కడ శివలింగం ఉండాలి ఏదని. నాలుగు రోజులు క్రితం ఒక రాత్రి బాగా వర్షం పడింది కదా అమ్మాయిగారు శివలింగం క్రింద ఉన్న మట్టి కరిగి నెమ్మదిగా ఆ శివలింగం గోదావరిలోకి జారిపోయింది అని.

హైమకి చాలా ఏడుపు వచ్చేసింది.. అవును ఆరోజు జంగందేవర చెప్పినట్లుగా నాకోసం వస్తే నాలుగురోజుల్లో నేనే పంపించేసాను. అక్క కోపం తగ్గించడం కోసం నాకోసం వచ్చిన శివుడిని దూరం చేసుకున్నాను.ఇప్పుడు పూర్తిగా దూరమయ్యాడు ..ఏ గోదావరిలో దొరికాడో అదే గోదావరిలోకి వెళ్ళిపోయాడు.

ఆ శివుడు అక్క చెల్లెళ్లను కలిసి బ్రతకమని వెళ్ళిపోయాడు.. మనం జీవితంలో విలువైనవి కోరుకుంటాం కానీ ఆ విలువని

నిలబెట్టుకోడం మనకి తెలియదు..ఆ హైమకి చిన్నవయసులోనే జీవితం అర్ధమైంది..

కాలం గడించింది, కానీ జ్ఞాపకాలు మరుగున పడలేదు బిడ్డకోసం వెతికే తల్లిలా ఆ హైమ సాయంత్రం పూట ఈ గోదారి గట్టుకు వచ్చి ఆజ్ఞాపకాలని నెమరేసుకుంటూ ఉంటుంది.

ఈ రోజు అలాగే ...!

శివలింగం గోదావరిలోకి జారిపోయాక కంటికి శివుడు దూరమయినా మనసుకి శివుడు దగ్గరయ్యాడు..అంతే కదా దగ్గర ఉంటె కంటిముందు ఉంటారు దూరమైతే మనసులో ఉంటారు..

కాలం గుండెకి గాయం చేసేది మనజీవితాన్ని అందంగా మలచడానికే. పుట్టుకతో జమీందారుల ఇంట్లో పుట్టిన హైమ ఏటా ఎంతోమంది జంగమలకి ధనసహాయం అందిస్తూ, మారుతున్న కాలంలో అంతరించుపోతున్న ఈ సంప్రదాయాన్ని నిలబెడుతోంది.

యశోద కథ

మబ్బుల వెనక శూన్యం పేరు ఆకాశం. మనసు చాటున మౌనం పేరు గతం. ఆ మబ్బులు వర్షిస్తాయి. ఈ మనసు ఏడిపిస్తుంది..

కొన్ని జ్ఞాపకాలు.కొన్ని గాయాలు. ఎప్పటికీ మనిషి మనసులో పదిలంగా ఉంటాయి.

మాధవకి జీతం పెరిగిందని అమ్మకి, నాన్నకి బట్టలు కొని ఎదురింటి యశోదమ్మగారికి కూడా ఒక మంచి చీర కొన్నాడు.యశోదమ్మగారికి చీరకొంటున్నా లోలోపల ఏదో మానసిక మౌనం, నిరుత్సాహం ఉంటూనే ఉన్నాయి..

బట్టలు కొని బస్సు ఎక్కి ఉదయాన్నే ఊరు చేరుకున్నాడు. స్నానం చేసి ఊరిచివర హనుమంతుడి గుడికి వెళ్లి వచ్చాడు. ఎప్పటిలాగే తనకోసం ఎదురింటి యశోదగారు ఏమైనా పంపుతారేమో అని చూసాడు, ఆమె పంపరు అని తెలిసినా ఆశ చావదుకదా.

పదేళ్ల క్రితం ఊరిలో చదువుకోడం ఇష్టంలేదని తనకు తానుగా పట్నంలో చదువుకోడానికి వెళ్ళిపోయాడు. తరవాత అక్కడే ఉద్యోగం.మధ్య మధ్యలో ఊరొచ్చినా రెండురోజులుకన్నా ఎక్కువుండడు..

అమ్మ, నాన్నలకి తనకి జీతం పెరిగిందని చెప్పి బట్టలు పెట్టి, నమస్కారం చేసుకున్నాడు, తరవాత అమ్మకి పదివేలు ఇచ్చాడు దాచుకోమని.

ఇంకో చీర పట్టుకుని యశోదమ్మగారింటికి వెళ్ళాడు ఆమె పెరటిలో కూర్చుని ఏదో పనిచేసుకుంటోంది, పక్కనే అరుగుమీద కూర్చుని రాము దోసెలు తింటూ "పెద్దమ్మ సాయంత్రం పొలంనుంచి వచ్చేటప్పుడు చెప్పులు తీసుకొస్తా, అరికాళ్ళు చూడు ఎలా పగుళ్లు వచ్చాయో. ఇంతకీ బీపీ మాత్రలు ఉన్నాయా.?" అనేదొ అడుగుతున్నాడు.

ఇంతలో మాధవ రావడం చూసి యశోదమ్మ ఎంబాబు ఎప్పుడు వచ్చావ్ అంది, ప్రొద్దున్నే వచ్చాను అన్నాడు.జీతం పెరిగిందని చెప్పి చీర పెట్టాడు. చాలా సంతోషం బాబు, నువ్వు ఇంకా ఇంకా వృద్ధిలోకి రావాలని చెప్పింది కానీ చీర తీసుకోడం ఇష్టపడలేదు. నాకెందుకు బాబు లోపల చాలా చీరలున్నాయి, అప్పుడప్పుడు వచ్చి కనిపిస్తూ ఉండు అంతే చాలు అంది.

మాధవ ఏమి మాట్లాడకుండా ఆమె చేతిలో చీర పెట్టి కాళ్ళకి నమస్కారం చేసుకుని వెళ్ళున్నాను అన్నాడు. ఆమె ఆగరా దోశలు వేస్తున్నాను తిని వేళ్ళు, ఏంటా కంగారు అంటుందని అనుకున్నాడు.అతను ఊహించినట్లుగానే ఆమె బాబు ఆగు అంది కానీ తినమని అడగటం కోసం కాదు, "రెండు రోజులు ఉంటావా" అని అడిగింది లేదు ఈరోజు సాయంత్రమే వెళ్తాను అని చెప్పాడు మాధవ..అయిదొందలు రాము దగ్గర తీసుకుని మాధవ చేతిలో

పెట్టి జాగ్రత్త బాబు, వేళకి తిను ఆరోగ్యం జాగ్రత్తగా చూసుకో అని చెప్పింది..

కాలం ఎంతమారిపోయింది, చనిపోయిన ఆమె కొడుకు స్థానంలో నెనే మరో కొడుకుగా భావించేది.ఎప్పుడో ఒకరోజు జరిగిన తప్పు..! అదికూడా నా ప్రమేయం లేకుండా జరిగిన తప్పు. "నా" అనుకునే భందాలని ఎంత దూరం చేసింది అనుకున్నాడు మాధవ.

తన ఒక్కగాని ఒక్కకొడుకు చనిపోయాక యశోదమ్మ ఎదురింటి మాధవని తన కొడుకులాగే చాల ప్రేమగా చూసుకునేది. అతనకి కోసం ఇష్టమైనవన్నీ వండిపెట్టేది.మాధవ కూడా తన సొంత తల్లిని ఎలా చూస్తాడో అలానే చూసేవాడు..

కొంచం పెద్దవాడయ్యాక సైకిల్ ఎక్కించుకుని ప్రతీ మంగళవారం హనుమంతుడి గుడికి తీసుకెళ్ళేవాడు, ఇంట్లో ఆమెకి కావాల్సినవన్నీ తీసుకొచ్చేవాడు. కొన్నాళ్ళకి తన కొడుకు లేడు అన్న విషయం కూడా మరిచిపోయి మాధవే తన కొడుకు అనే బ్రమలోకి వెళ్ళిపోయింది.

పైనున్న దేవుడు ఊరికే చూస్తూ ఉండడుగా, పరీక్ష పెట్టె తీరతాడు కదా. ఒకరోజు తెల్లవారుజామున, యశోదమ్మ ఇంకా నిద్ర లేవలేదు, మడతమంచం మీద పడుకుని ఉంది, ఎదో పడిన

చప్పుడైంది, ఉలిక్కి పడి లేచి చూసింది తన కొడుకు ఫోటో క్రింద పడి పగిలిపోయింది.

రోజూలాగే మాధవ వచ్చేటప్పటికి ఆమె ఇంట్లో లేదు, పెరట్లో కూర్చుని ఆ పగిలిన ఫోటో పట్టుకుని ఏడుస్తోంది.

ఏమైందమ్మా అని అడిగాడు మాధవ.ఈరోజు నా కొడుకు పుట్టిన రోజు ఆజ్ఞాపకమే లేదురా, వాడి పుట్టిన రోజుకి రెండురోజులు ముందు ఇళ్లన్నీ దులిపిస్తూ ఉంటాను..వాడి పుట్టిన రోజు నాడు ఫోటోకి కొత్త పూల దండ వేస్తాను.

మాములుగా వాడి ఫోటోకి బొట్టు పెట్టడం, దండ వెయ్యడం ఈ తల్లికి మనసుకి కష్టం అందుకే వెయ్యను, కానీ పుట్టిన రోజు ఒక్కరోజూ వేస్తాను.నీ పై ఉన్న ప్రేమ నా కొడుకునే మరిచేలా చేసిందిరా మాధవ అని పట్టుకుని ఏడ్చింది..

నీకొడుకుని నేనేనమ్మా, నీ చేత్తో తలస్నానం చేయించి, ఏమైనా చేసి పెట్టు తింటాను అన్నాడు. మురిసిపోయి వంటికి నలుగు పెట్టి, తల స్నానం చేయించి. పండగకి ఇద్దాం అని కుట్టించి పెట్టిన బట్టలు మాధవకి వేసుకోమని చెప్పి. పాయసం చేసింది, వేడి వేడిగా దోశలు వేసి పెట్టింది.

యశోద కళ్ళలో ఆనందం చూసి మాధవ మనసు కరిగిపోయింది, అమ్మా అని గుండెలకి హత్తుకుని చాలా సేపు ఉండిపోయాడు.కాసేపు అయ్యాక ఇంటికి వెళ్లి వాళ్ళమ్మకి జరిగిందంతా చెప్పాడు.

సాయంత్రం మాధవ వస్తాడని బొబ్బట్లు వేసింది యశోద,ఎంతకీ రాలేదని తానే పట్టుకుని వాళ్ళఇంటికి వెళ్లింది . వాళ్ళ అమ్మా బయటకు వచ్చి వాడికి జ్వరంగా ఉంది, మీరు మీ అబ్బాయ్ పేరుచెప్పి మా వాడికి బట్టలు అవి పెట్టారు అది మంచిపద్ధతి కాదు. పోయినోళ్ళు పేరుమీద మావాడికి పెడతారా మీరు, వయసొచ్చింది ఆమాత్రం తెలియదా మీకు..ఇప్పుడు మా వాడికేమైనా ఐతే అని కోపగించుకుని పంపేసింది..

ఆప్పుడు ఆ యశోదకి కృష్ణుడు దూరం, ఇప్పుడు ఈ యశోదకి ఈ మాధవ దూరం.తరాలు మారిన యశోదకి మాధవ ఎప్పటికీ దక్కడేమో....ఏడుస్తూ ఇంటికి వచ్చి మళ్ళీ తన కొడుకు ఫోటో పట్టుకుని గుండెలు పగిలేలా వెక్కి వెక్కి ఏడ్చింది యశోదా.

నాలుగురోజుల తర్వాత మాధవకి జ్వరం తగ్గింది, ఆరోజు మాధవ ఇంటికి వచ్చేటప్పటికి యశోద దగ్గర ఇంకో బాబు ఉన్నాడు వాడే రాము...

అమ్మా నాన్న లేని రాముని వాళ్ళ మేనమామ దగ్గర పెరుగుతున్నాడు...ఆ పిల్లోడిని తెచ్చుకుని తాను పెంచుకుంటోంది..

కొడుకుని మరిచిపోలేదు, మాధవ మీద ప్రేమ పోలేదు, ఇప్పుడు వచ్చిన రాముని ప్రేమించకుండా ఉండలేదు ఎందుకంటే తల్లికి ఎంతమంది పిల్లలున్న అందరిమీద ప్రేమ సమానమే కదా.

కానీ తన స్థానంలో రాము ఉండటం చూసిన మాధవలో ఎదో మౌనం చోటుచేసుకుంది, రోజు ఆమెకి కనిపిస్తాడు కానీ ఒకప్పటి చనువు లేదు. ఆలా మాధవకి హక్కుగా భావించే యశోదమ్మ మాధవ మనసుకి దూరమయ్యింది. ఆలా దూరమవ్వాలనే యశోద ఉద్దేశ్యం కూడా.

ఎన్ని సంవత్సరాలైన మనిషులుగా కలుస్తారు కానీ వారి మనసులు దూరంగానే ఉండిపోయాయి.ఎదుకంటే బయట బంధాలని కలుపుకోడానికి రక్త సంభందాలు ఒప్పుకోవు...

యశోద కి మాధవ దూరమే అయినా మనసులో ఉన్న కొడుకుని తలవని రోజు లేదు.. ఒక కొడుకు దగ్గర ఉంది ఇంకో కొడుకు దూరంగా ఉంటె తల్లి మనసు దూరమున కొడుకుని మరిచిపోదుగా ఇదీ కూడా అంతే.

దూరమే మంచిదైనప్పుడు..

మౌనంలోనే ఆశీస్సులు..

శూన్యంలోనే జ్ఞాపకాలు..

ఇదే తర తరాలగా మారని యశోద కథ...

పసిమనసు

నిజం తెలియకపోవడమే పసితనం...

మనసుకు నిజం తెలిస్తే ఇక మొదలవుతుంది జీవన సమరం

ఎనిమిదేళ్ల కుర్రాడి జీవితంలో దేవుడు చేసిన మొదటి గాయం .

ఆరోజు కిట్టు స్కూల్ నుంచి ఇంటికివచ్చేటప్పటికి చాలా మంది జనం ఉన్నారు. తాత మంచం మీద ఉన్నాడు. డాక్టర్ గారు ఇంజక్షన్ చేస్తున్నారు కానీ తాత పడుకునే ఉన్నాడు, ఇంజక్షన్ చేస్తున్నా నొప్పి లేనట్లుగా.

వాడి నాన్న డాక్టర్ గారితో ఏదో మాట్లాడుతున్నాడు. మామ్మ, తాత పక్కనే కూర్చుని కన్నీళ్లు పెట్టుకుంటోంది ఎందుకో అనుకున్నాడు కిట్టు, వాడికి భయమేసింది..

ఇంతలో కిట్టు వాళ్ళ అమ్మ వచ్చి స్నానం చేసి రా నాన్న పాలు తాగి హోంవర్క్ చేసుకుందుగాని అంది. అమ్మ చెప్పినట్లుగానే స్కూల్ బట్టలు పక్కన పెట్టి, స్నానం చేసి అమ్మ ఇచ్చిన వేడి వేడి పాలు తాగి హోమ్ వర్క్ చేసుకుంటున్నాడు కిట్టు.. మధ్యలో ఏదో డౌట్ వచ్చి అమ్మ దగ్గరకి వెళ్ళాడు అమ్మే కూడా ఏడుస్తోంది, అది చూసి భయమేసి వెనక్కి వచ్చేసి తలుపు చాటునుండి మంచం మీద పడుకున్న వాళ్ళ తాతని చూస్తున్నాడు.

రోజు సాయంత్రం తాతతో కలిసి స్నానం చేసేవాడు. కిట్టు స్కూల్ నుంచి వచ్చాక తాతతో కలిసి ఆవులకి గడ్డి వెయ్యడం, పాలు పితకడం ఇవన్నీ చేసేవాడు..

తాత పాలు పితికాక ఆ గుమ్మపాలే తాగేవాడు, ఈరోజు ఇంటికి రాగానే తాత పడుకునే ఉండటం అందరూ ఏడుస్తూ ఉండటం చూసి వాడికేమి అర్థం కాలేదు, మద్య మద్యలో డాక్టర్ గారు ఇంజక్షన్ చేస్తున్నారు..

అసలు కిట్టుకి ఆ డాక్టర్ గారంటే ఇష్టం ఉండదు, చిన్నప్పటినుంచి వాడికి ఆయనే చాలా ఇంజెక్షన్స్ పొడిచేవారు.. ఇప్పుడు వాళ్ళ తాతని ఆ డాక్టరుగారే ఏదో చేసిఉంటారు అనుకుని అతని వంక కోపంగా చూడసాగాడు.

రాత్రి ఏడయ్యింది, అమ్మ గిన్నిలో అన్నం కలిపి పెట్టుకొచ్చి, కిట్టు తాతకి ఆయొచ్చింది నువ్వు ఈరోజు విసిగించకుండా గబగబా అన్నం తినాలి నాన్న అంది.. దానికి పూర్తి కారణం ఆ డాక్టరే అనుకున్నాడు కిట్టు మనసులో. అన్నం తిన్నాక అమ్మ వడిలో పడుకుని అక్కడ జరుగుతుందంతా అర్చర్యంగా చూస్తూ నిద్రలోకి జారుకున్నాడు..

ఉదయం ఎవరో గట్టిగ ఏడిస్తే ఉల్లిక్కి పడి లేచాడు ఆరుబయట అరుగుమీదనుంచి.అమ్మ ఓళ్ళో పడుకున్న ఇక్కడ అరుగుమీద ఉన్న ఏంటి అనుకున్నాడు..ఇల్లంతా జనం, బాబాయ్, అత్తలు కూడా వచ్చేసారు హైదరాబాద్ నుంచి..కానీ అందరూ వీధిలో

గుమిగూడి ఉన్నారు ఏంటా అని దగ్గర కెళ్ళి చూస్తే అక్కడ తాత మధ్యలో పడుకుని ఉన్నాడు.. లోపల మంచంమీద పడుకున్న తాత వీధిలో గడ్డిమీద దుప్పడి వేసి పడుకున్నాడేంటి అనుకున్నాడు కిట్టు.వాడితో ఎవరూ మాట్లాడటం లేదు. భయంగా పక్కనే ఉన్న మామిడి చెట్టు క్రింద కూర్చుని చూస్తున్నాడు.

మామ్మ చాలా ఏడుస్తోంది.

వాళ్ళ నాన్న ఏడవడం మొదటి సారి చూస్తున్నాడు.

పంతులుగారు వచ్చారు, ఏంటో మొదటి సారి పడుకున్న తాతకి పూజలు చేస్తున్నారు.

నాన్నకి, బాబాయికి గుండు చేశారు.

వాడికేం అర్థం కాలేదు.తాత ఎప్పుడు లేస్తాడు,,వాడిని మళ్ళీ ఎప్పుడు ఎత్తుకుంటాడు..కథలు ఎప్పుడు చెబుతాడు..సైకిల్ మీద తిరునాళ్ళకు ఎప్పుడు తీసుకెళ్తాడు..అసలు తాతే కదా నా ఫ్రెండ్ నాన్న కొట్టిన,అమ్మ తిట్టినా తాతే కదా వాళ్ళని తిట్టి నన్ను ఎత్తుకుని బయటకు తీసుకెళ్తాడు..

తాత ఎన్నిరోజులు పడుకుంటాడు.ఇదంతా చేసింది ఆ డాక్టరే, ఇంతకీ అతనేడి అనుకున్నాడు..అతను కనబడలేదు.

అందరూ గట్టిగా ఏడుస్తుంటే తాతని కర్రల మంచం మీద పడుకోపెట్టి తీసుకెళ్లిపోయారు.

ఎన్నో రోజులైనా చుట్టాలు వస్తున్నారు కానీ మళ్ళీ తాత మాత్రం రాలేదు.ఎక్కడికెళ్లాడో ఎవరూ చెప్పలేదు వాడికి ,అడిగితే దేవుడు దగ్గరకి వెళ్ళాడు అంటున్నారు. తిరుపతి వెళ్తేనే మా తాత మూడు రోజుల్లో వచ్చేసారు ఇప్పుడు ఇంకా దూరంగా ఉన్న గుడికెళ్ళడా అనుకున్నాడు..

చాల రోజుల తర్వాత ఒకరోజు స్కూల్కి వెళ్తుంటే దారిలో ఒక కాకి పడిఉంది, కదలడం లేదు చుట్టూ కాకులు చేరి కావ్...కావ్. అని అరుస్తున్నాయి..అప్పుడు మా తాత కూడా ఇలానే కదలకుండా పడుకున్నాడు, ఇప్పుడు ఈ కాకి కూడా .. చుట్టూ కాకులు కావ్.. కావ్.. అన్నట్లుగానే మా అమ్మ, నాన్న, మామ్మ అందరూ ఏడ్చారు..

అంటే అందరూ ఏదో ఒకరోజు ఇలానే అయిపోతారా , అప్పుడు మళ్ళీ వెనక్కి రారా అనుకున్నాడు..ఈ కాకి కూడా దేవుని దగ్గరకే వెళ్లిపోయిందా అనుకున్నాడు.

ఇంతలో శివాలయంలో గంటలు మ్రోగాయి.. కిట్టుకి మొదటసారి తాత ఇంకా రాడనీ అర్థమై చాలా ఏడుపొచ్చింది.పరిగెత్తుకుంటూ ఇంటికి వెళ్ళి అమ్మని పట్టుకుని

ఏడ్చాడు..అందరూ ఆరోజు ఎందుకు అంతాలా ఏడ్చారో ఈరోజు వీడికి అర్థమైంది..

మొదటిసారి వాడి గుండెకి గాయమైంది.

గోదారమ్మ ఇల్లు

కాలం అన్ని ప్రశ్నలకి సమాధానాలు తనలోనే దాచుకుంటుంది. సమయం వచ్చినప్పుడే ఆ సమాధానం మనదగ్గరకి ఏదో రూపంలో పంపుతుంది..

మనలో ప్రశ్నలకి ప్రకృతితో కూడా సమాధానం ఇస్తుంది కాలం, అర్థంచేసుకునే మనసుండాలంతే..

ఆ బస్సు ఊరుచేరుకోవడానికి ఇంకో గంట సమయం పట్టెలావుంది.

రాత్రంతా ప్రయాణం కానీ ఒక గంట కూడా కునుకు తీయ్యలేదు సోమయ్య..సుమారు నెలరోజులు పిల్లల ఇళ్లకి వెళ్ళి ఒక్కొక్కరి ఇంట్లో వారంరోజులు ఉండి వస్తున్నాడు..

భార్య ఉన్నప్పుడు పండగలకి, వేసవి సెలవలకి అలా ఏదోరకంగా పిల్లలు వస్తూ వెళ్తూ ఉండేవారు..ఆమె చనిపోయాక వారు ఎందుకో రావడం బాగా తగ్గించారు...

చిన్నప్పటినుంచి నలుగురూ ఉండే ఉమ్మడి ఇంట్లో పెరిగిన సోమయ్యకి ఈ ఒంటరిజీవితం భరించలేని నరకం..

తన పిల్లలు నలుగురూ చాలా మంచివారు, నన్ను చూడటానికి రావడంలేదంటే ఏ పని ఒత్తిడిలో రాలేకపోతున్నారో, నేను వారి వారి ఇళ్ళకి వెళ్లివద్దాం అని నెలరోజుల క్రితం బయలుదేరాడు. మొదట విశాఖపట్నంలో ఉన్న పెద్ద కూతురు ఇంటికి వెళ్లి , అక్కడ నుంచి విజయవాడలో పెద్ద కొడుకు ఇంటికి వెళ్లి, హైదరాబాద్ వనస్థలిపురంలో ఉన్న చిన్న కూతురింటికి, ఇంకా లింగంపల్లిలో అఖరివాడైన రవి ఇంటికీ వెళ్ళాడు..అలా

నెలరోజులుగా కొడుకులు, కోడళ్ళు, మనవలతో ఆనందంగా కాలంగడిపి, తన ఒంటరితనాన్ని కాస్త మరిచాడు.

కానీ నిన్న రాత్రి ఊరు బయలుదేరుతుంటే మళ్ళీ ఎక్కడినుంచో ఒంటరితనం వచ్చి తనని ఆవహించింది..

భార్య జ్ఞాపకాలతో, పిల్లల్ని విడిచిన బెంగతో రాత్రంతా అతనికి నిద్రపట్టలేదు..

ఇంతలో పెద్దగా శబ్దం చేసుకుంటూ బస్సు ఆగిపోయింది, పంక్చర్ అయ్యింది, గంటపడుతుంది మళ్ళీ బస్సు వెళ్ళడానికి అని చెప్పాడు డ్రైవర్ వచ్చి..

అందరి ముఖాలు అసహనంతో నిండిపోయాయి, సోమయ్య మాత్రం యాదాలాపంగా పక్కనే వేరే సీట్లో తల్లి ఒడిలో కూర్చున్న చిన్న పాపని చూసాడు..

ఆ అమ్మాయి ఎంతో ఆనందంగా బయటకి చూస్తూ అమ్మ చూ.అమ్మ చూ.. అంటి వాళ్ళమ్మకి కిటికీలోంచి ఏదో చూపిస్తోంది.ఆ ముఖం లో ఎంత ఆనందమో అదేకదా బాల్యం..

అందరూ కాస్త అసౌకర్యానికి ఇంతలా అసహనపడిపోతున్నారు కానీ ఆ పాప ఎంత సంతోషంగా ఉంది అనుకున్నాడు సోమయ్య..

ఆ పాప వాళ్ళ అమ్మ ఒక రూపాయి బిళ్ళ ఆ పాప చేతికి ఇచ్చి కిటికీలోంచి బయటకు వేయించి దణ్ణం పెట్టుకుంది.. ఎందుకు

మనసు పలికే కథలు

ఆమె అలాచేసింది అని సందేహం కలిగి ఆలోచనల్లోంచి తేరుకుని కిటికీ బయటకు చూశాడు..

అప్పుడు తెలిసింది అతనికి బస్సు రావులపాలెం గోదావరీ బ్రిడ్జి మీద ఆగిందని.తన బాల్యంలో కూడా అమ్మ గోదావరిలో తనతో డబ్బులు వేయించి దణ్ణం పెట్టుకోమనేది..

ఈ ప్రాంతం జనాలకి ఇది కేవలం నది మాత్రమే కాదు జీవం అనేది అమ్మ అనుకున్నాడు సోమయ్య..

ఒకపక్క గోదావరీ ఒడ్డున కొందరు పిల్లలు స్నానాలు చేస్తూ ఆడుకుంటున్నారు, ఎంత చక్కటి బాల్యమో కదా అనుకున్నాడు, కొంత దూరంలో మరోపక్క ఎవరో పంతులుగారు సంధ్యావందనం చేసుకుంటున్నారు..ఒక పక్క పిల్లలు ఆటలు, మరో ఒడ్డున పంతులుగారి భక్తి రెంటినీ తనలో నింపుకుందా గోదారమ్మ అనిపించింది..

ఇంకా కూతవేటు దూరంలో మరో ఒడ్డున ఎవరో కొందరు ఏదో స్నానాలు చేస్తూ, కుండలోంచి ఏదో గోదావరిలో కలుపుతున్నారు, దూరం నుంచి సరిగా కనబడలేదు కానీ ఎవరో అస్థికలు గోదావరిలో కలుపుతున్నారు అని అర్థమైంది..

ఒక పక్క ఆటలు, మరోపక్క భక్తి, ఇంకో చోట శోకం ఆ మూడు గోదావరి ఒడ్డుల్లో మూడు విభిన్న దృశ్యాలు చూశాడు..ఇంతలో

అతనికి ఒక విషయం గుర్తొచ్చింది... తన తల్లి అస్థికలు కూడా ఇదే గోదావరిలో కలిపారని..

నిన్న రాత్రి నుంచి ఒంటరితనంతో, భార్య జ్ఞాపకాలతో బరువెక్కిన అతని మనసు ఇప్పుడు అమ్మ జ్ఞాపకాలతో మరింత బరువెక్కింది..

ఎక్కడ అమ్మ అస్థికలు కలిపారో అక్కడే అమ్మనీ మళ్ళీ కలుసుకోవాలనిపించి బస్సుదిగి ఆ గోదావరి గట్టుమీద నడుచుకుంటూ వెళ్తున్నాడు, ఆకాశం ఉదయమే మబ్బులచీకటితో ముసురుతోంది..

భార్య, పిల్లలు, అమ్మ జ్ఞాపకాలతో చెమ్మగిల్లిన కళ్ళలోంచి ఇప్పుడు నీరు వర్షిస్తోంది..తను ఆ గోదావరి ఒడ్డున చేరి అమ్మా..అమ్మా.. అనుకుంటూ, ఆత్రంగా నీటిలోకి దిగి ఒక మునక వేశాడు,కళ్లలో నీళ్లన్నీ గోదావరిలో కలిసిపోయాయి తెలిక పడ్డ మనసుతో పైకి లేచాడు.. చిన్నప్పుడు ఏడుస్తుంటే అమ్మ తన చేతితో కన్నీటినీ అలానే తుడిచేది.

రెండో మునక వేస్తుంటే ఆకాశం చిరుజల్లు కురిపిస్తోంది.ప్రవహిస్తున్న గోదావరిలో పడుతున్న చినుకులు తను జీవితంలో గడిపిన అనేక సంతృప్తి క్షణాలు, కళ్ళలోంచి వచ్చిన రెండే రెండు కన్నీటి బిందువులు మాత్రమే నిజానికి

కష్టాలు అనిపించింది..మూడో మునక వేస్తుంటే డబ్బై ఏళ్ల తన జీవితం పరిపూర్ణత సాధించింది అనిపించింది..

గోదావరిలో స్నానం చేస్తుంటే చిన్నప్పుడు అమ్మ స్నానం చేయించిన రోజులు గుర్తొచ్చాయి, పైనుంచి వర్షం, క్రింద గోదారమ్మ ప్రవాహం మధ్యలో తెలియని తన్మయావస్తలో ఉన్న తనకి పక్కనే ఉన్న శివాలయంలో గంటల చప్పుడు వినిపించి అటు చూసాడు. గర్భగుడి తలుపు తెరిచి వుంది కానీ గుడిలో ఎవరూ లేరు..

నల్లగా, హుందాగా మూడు నామాలు పెట్టిన శివలింగం కనిపిస్తోంది...అది చూస్తే చిన్నప్పుడు, ఇంకా ఇంకా స్నానం చేస్తూ ఆడుతూ అమ్మ ఎంతరమ్మన్న లోపలకి వచ్చేవాడు కాదు సోమయ్య..అప్పుడు గుమ్మం దగ్గర నాన్న కోపంగా చూస్తే కిక్కురుమకుండా లోపలకి వచ్చేసేవాడు..అలాగే గోదారమ్మ నీటిలో ఆటలడుతుంటే ఈ వయసులో అంతసేపు స్నానాలెంటి అన్నట్లు ఆ శివయ్య నా వంక చూస్తున్నాడు అనిపించి, అక్కడ నుంచే స్వామికి మనసులో నమస్కారం చేసుకుని ఓడ్డుమీదకు వచ్చి కూర్చున్నాడు అక్కడే ఉన్న తులసికోటను ఆనుకుని..

సోమయ్య భార్య పేరు తులసి.. స్వచ్ఛమైన ఆ తులసికోటలో ఆమె రూపం కనిపించింది...ఇంతలో వంతనమీద బస్సు నెమ్మదిగా బయలుదేరుతుంది. అయ్యో బస్సు వెళ్లిపోతే ఎలా

అనే దిగులు లేదు సౌమయ్యకి, జీవితం ఎలా గడుస్తుందో అనే భయం కూడా లేదు ఇప్పుడు అతనికీ....

అతన్ని ప్రకృతి ఆవహించింది, తన మనసునీ తేలిక పరిచింది...

వెళ్లిపోతున్న బస్సుని చూసి నవ్వుకుంటూ అక్కడే ఉండిపోయాడు..ఆ తులసిని అనుకుని..ఎందుకంటే అతను బస్సు కంటే ముందే గమ్యాన్ని చేరాడు.

ఆడపిల్ల-ఆటబొమ్మ

భావం ఉండి మాటలు రాని మనిషికి,

రూపం ఉండి ప్రాణం లేని బొమ్మకి మధ్య స్నేహం.

కూతురి పెళ్లి జరుగుతోంది.. ఇప్పుడే కన్యాదానం అయింది. నేను, నాభార్య పీటలమీదున్న నా కూతురి పక్కనుంచి లేచాం, అక్కడ అల్లుడుగారు వచ్చి కూర్చున్నారు.పంతులుగారు మంత్రాలు చదువుతున్నారు. నేను దూరంగా ఉన్న ఉసిరి చెట్టుని ఆనుకుని కూర్చున్నాను.అక్కడ నుంచి చూస్తే మా పాక, ఆరుబయట జరుగుతున్న పెళ్లి, పీటలమీద బుగ్గచుక్క పెట్టుకుని కూర్చున్న నా కూతురు "మల్లి" కూడా నా కళ్ళకి స్పష్టంగా కనిపిస్తోంది, మనసు మాత్రం ఎందుకో కొద్దిగా మసకబారింది. ఒకప్పుడు ఈ పాకని పెంకుటిల్లు చేయాలనుకున్నాను, కానీ నా కూతురు పుట్టాక దానికి మంచి భవిష్యత్తు ఇవ్వడం ఒక్కటే లక్ష్యంగా పెట్టుకున్నాను..అందుకే మా పాప ప్రభుత్వపాఠశాలలో పంతులమ్మయింది, ఈ పాక ఇంకా పాతదయింది.. ఒకపక్క తెల్లవారుతోంది. నా భార్య నాగమ్మ, తన అక్కాచెల్లెళ్లు మాఅమ్మాయి వెనకాలే కూర్చున్నారు. పందిరిలో కొంతమంది టీ, కాఫీలు తాగుతూ పెళ్ళిచూస్తుంటే, కొందరు బంధువులు కుర్చీల్లో కునికిపాట్లు పడుతున్నారు..పంతులుగారి ఆదేశం కోసం బజంత్రీలవారు ఎదురుచూస్తున్నారు..నా మేనల్లుళ్లు పందిరిలో అందరికీ టీ, కాఫీలు అందిస్తున్నారు.. ఇంత కోలాహలంలో, కంటిముందు కూతురు పెళ్లి జరుగుతుంటే ఈ తండ్రి మనసు మాత్రం ఎందుకో గతంలోకి వెళ్తోంది.

మనసు పలికే కథలు

***** ***** *****

ఇరవైరెండు సంవత్సరాల క్రితం నేను ఎలా ఉండేవాడినో ఇప్పుడు ఎలా ఉన్నానో, ఎంత మార్పో కదా జీవితం... నలుగురితో ఉండటం కన్నా ఒంటరిగా పొలంలో పనిచేసుకోడం, ప్రేమగా పొలం గట్లమీద మొక్కలు పెంచడం, ఆవులతో, గేదలతోనే కాలం గడపడం, వాటికి పుట్టిన దూడలంటే ఎంతో మమకారం..నేను నాటిన మొక్కకి పువ్వో, పండో కాస్తే మనసు ఆనందంతో నిండి కళ్ళలోంచి నీళ్లు రావడం.. ఎందుకో మనుషులకన్నా, ఈ పశువులకు, మొక్కలకు దగ్గరయ్యాను.ఎవరితో మాట్లాడకుండా ఏకాంతంగా ఉండటం ఇష్టం..చందమామ కథల పుస్తకాలంటే చాలా ఇష్టం..ఇంట్లోకి చుట్టాలు వస్తే పొలానికి వెళ్లి చందమామ పుస్తకాలు చదువుకునేవాడిని. అమ్మ నాన్న లేని వీడు ఇలా ఎవ్వరితో కలవకుండా ఒంటరిగా ఏమైపోతాడో అని మా అమ్మమ్మ బెంగపెట్టుకునేది.పది చదివిన నాకోసం ఎంతో కష్టపడి ఎనిమిది చదివిన సూరయ్య కూతురు నాగమ్మని వెతికింది. మా ఇద్దరికీ పెళ్లి చేసింది.

ఒకరోజు మధ్యాహ్నం నిద్రలేచాక అరుగుమీద కూర్చుని టీ తాగుతున్నాను, నాగమ్మ వచ్చి 'పక్కఊరిలో జాతరకు తీసుకెళ్లమ'ని అడిగింది. 'నావల్ల కాదు కావాలంటే నువ్వు వెళ్ళు' అన్నాను.

ఏడుపు మొదలెట్టింది. ఇంక చేసేదేమి లేక మొదటిసారి మామావగారు ఇచ్చిన సైకిల్ మీద నాగమ్మని తీసుకుని జాతరకు వెళ్ళాను. గాజులు, బొట్లు కొనేసింది, జాతరంతా రెండుసార్లు తిప్పేసింది. ఇంకా ఏదో ఆశతీరలేదు, ఇంకా తిరిగి చూద్దాం అంటే నాకు ఓపిక లేక నేను సైకిల్ దగ్గర ఉంటాను కావలసింది కొనుక్కోమని వచ్చేసాను. గంట తరవాత వచ్చింది, సంచి నిండా సామానుతో...

'గేదెల దగ్గరకి వెళ్ళాలి త్వరగా రా' అని తిట్టాను. ఇద్దరం ఇంటికి వచ్చేశాం. మరుసటి రోజు నా పుట్టిన రోజు. కొత్తబట్టలు కట్టుకుని గుడికి వెళ్ళివచ్చాక, తను నాకో ఆడపిల్ల బొమ్మ ఇచ్చింది పుట్టిన రోజు కానుకగా. నాకోసం జాతరలో కొందట.అందుకే పాపం అన్నిసార్లు తిరిగిందట జాతరంతా. ఆరోజు ఆ బొమ్మ ఎందుకో నాకు బలే నచ్చింది. గుండ్రటి ముఖం, పెద్ద పెద్ద కళ్ళు, నవ్వుతున్న పెదాలు, రెండు పిలకలు... వాటికి ఎర్రటి రిబ్బన్లు, పచ్చ గౌను వేసుకుని ఉంది ఆ బొమ్మ.

ఆ మొక్కలకి, పశువులకు, చందమామ కథలకి ఎందుకు దగ్గరయ్యానో ఎలా తెలియదో అలాగే ఈ బొమ్మకి ఎందుకు దగ్గరయ్యానో కూడా తెలియదు ఆ బొమ్మతోనే ఆడేవాడిని, భోజనం చేసేటప్పుడు నాపక్కన ఆ బొమ్మ లేకపోతే నాకు ముద్ద దిగేది కాదు. రాత్రిపూట గుండెలమీద పడుకోపెట్టుకునేవాడిని.

అమ్మ, నాన్న గుర్తొచ్చి బెంగగా ఉన్నప్పుడు ఆ బొమ్మని భుజం మీద వేసుకుంటే ఎందుకో తెలియదు నా గుండెలో బరువు ఆ బొమ్మ తీసేసేది. ఆ బొమ్మకి పేరు కూడా పెట్టుకున్నాను "మల్లి" అని. జీవితంలో మొదటి స్నేహం ఆ బొమ్మతోనే. రోజు పనికి వెళ్లి వచ్చాక ఆ బొమ్మతోనే ఎక్కువ సేపు కాలంగడిపేవాడిని.

కొందరికి చుట్ట, కొందరికి మందు ఎలా వ్యసనమో, అవేమీ లేని నాకు ఈ బొమ్మే వ్యసనం. కొన్నాళ్ళకి నాకు పాప పుట్టింది, పాపతో కన్నా బొమ్మతోనే ఎక్కువసేపు ఉంటున్నానని నాగమ్మకి కోపం వచ్చేది, ఎన్ని సార్లు చెప్పినా నేను ఆ బొమ్మని పక్కన పెట్టి, పాపతో ఎక్కువసేపు ఉండలేక పోయేవాడిని.అది నా తప్పే కానీ బొమ్మపైనే ఎక్కువ మమకారం పెంచుకున్నాను. ఒకరోజు పొలం వెళ్లి వచ్చాక ఇల్లంతా ఆ బొమ్మకోసం వెతికాను. కానీ ఎక్కడా దొరకలేదు.నాగమ్మని అడిగాను. నాకు తెలియదు అంది. మనసుకు బెంగగా అనిపించి బయట అరుగుమీద కూర్చున్నాను...

ఆకాశంలో మబ్బులు, చల్లటి గాలి మొదలయ్యాయి. కొంతసేపు అయ్యాక పెద్ద వర్షం ప్రారంభమయింది.ఆ వర్షానికి పాకపై నుంచి ఎర్రటి రిబ్బను, పచ్చని గౌను, చింపేసిన బొమ్మ నెమ్మదిగా క్రింద పడి, నా కంటిముందే ప్రవాహంలో వెళ్లిపోయాయి. నాగమ్మకి తన కూతురుని పట్టించుకోడంలేదని ఈ బొమ్మని చింపేసి ఇంటిమీద

పడేసిందని అర్ధమయ్యింది. గుండె బరువెక్కి గట్టిగా ఏడ్చేసాను. ఇంతలో నాగమ్మ నా కూతురుని ఆ బొమ్మలాగే తయారుచేసి నా చేతికి ఇచ్చింది. ఎర్రటి రిబ్బన్లు, కళ్ళకి కాటుక, పచ్చని గౌను. ఆ రోజునుంచి పాపని కూడా "మల్లి " అనే పిలిచేవాడిని. స్కూల్ లో మాత్రం రామారావు మాస్టర్ "మల్లి" అంటే బాలేదు అని "కే.మల్లికా" అని రాసారు.

***** ***** *****

పంతులుగారు "రేయ్ రాముడు ఇలా రా! అమ్మాయికి, అల్లుడుకి అక్షింతలు వెయ్యి, బజంత్రీలు వాయించండి..." అని అన్నారు గట్టిగా. గతంలోంచి తుళ్ళిపడి బయటకు వచ్చాను. అక్షతలు వేసి వచ్చాను. ఇంతలో మా మేనల్లుడు వచ్చి "మావయ్యా! పెళ్ళివారి కోసం ఐదు గుర్రపు బళ్ళు మాట్లాడాను. రామాలయం వరకు రిక్షా మీద తీసుకెళ్ళాలి. అక్కడ ఆచార్లుగారు గుడిలోనే ఉన్నారు. గుడిలో పూజ అయ్యేటప్పటికి గుర్రపు బళ్ళు సిద్ధంగా ఉంటాయి" అన్నాడు.

"సరే" అన్నాను. ఆకాశం అంతా మబ్బులు, చిన్నగా గాలి, వర్షం ప్రారంభమయ్యాయి, 'మా అమ్మాయి చిన్నప్పుడు రాళ్లతో కప్పల్ని కొట్టిందేమో అందుకే దీని పెళ్ళికి వర్షం వస్తోంది' అనుకున్నాను.. రిక్షా కిట్టయ్య ఇంటిముందే ఉన్నాడు... అమ్మాయిని అల్లుడిని రిక్షా ఎక్కించాం నెమ్మదిగా రిక్షా వెళ్తోంది,

మిగతా పెళ్ళివారితో కలిసి మేమూ నడుస్తున్నాం..ఒక్కసారిగా గాలి వర్షం పెరిగింది. కిట్టయ్య రిక్షా తొక్కలేక దిగి లాగుతున్నాడు. నేను వెనకాలే చెయ్యి వేసి తోస్తున్నాను..మా అమ్మాయి రిక్షాలోంచి నన్ను చూస్తోంది .

"ఏం పర్లేదమ్మా! ఒక చెయ్యివేస్తే ఐదు నిమిషాలలో వెళ్లిపోతాం గుడిదగ్గరకి అన్నాను నేను. కిట్టయ్య ఒక పట్టు పడితే మొత్తంమీద రామాలయం పదినిమిషాలలో చేరాం. పాపం మిగతా పెళ్ళివారు కొద్దిగా తడిసిపోయారు. అల్లుడు, అమ్మాయి గుళ్లో దర్శనం చేకూతురి పెళ్లి జరుగుతోంది.. ఇప్పుడే కన్యాదానం అయింది.. నేను, నాభార్య పీటలమీదున్న నా కూతురి పక్కనుంచి లేచాం, అక్కడ అల్లుడుగారు వచ్చి కూర్చున్నారు.పంతులుగారు మంత్రాలు చదువుతున్నారు. నేను దూరంగా ఉన్న ఉసిరి చెట్టుని ఆనుకుని కూర్చున్నాను.అక్కడ నుంచి చూస్తే మా పాక , ఆరుబయట జరుగుతున్న పెళ్లి, పీటలమీద బుగ్గచుక్క పెట్టుకుని కూర్చున్న నా కూతురు "మల్లి" కూడా నా కళ్ళకి స్పష్టంగా కనిపిస్తోంది, మనసు మాత్రం ఎందుకో కొద్దిగా మసకబారింది. ఒకప్పుడు ఈ పాకని పెంకుటిల్లు చేయాలనుకున్నాను, కానీ నా కూతురు పుట్టాక దానికి మంచి భవిష్యత్తు ఇవ్వడం ఒక్కటే లక్ష్యంగా పెట్టుకున్నాను..అందుకే మా పాప ప్రభుత్వపాఠశాలలో

పంతులమ్మాయింది, ఈ పాక ఇంకా పాతదయింది.. ఒకపక్క తెల్లవారుతోంది నా భార్య నాగమ్మ, తన అక్కాచెల్లెళ్లు మాఅమ్మాయి వెనకాలే కూర్చున్నారు. పందిరిలో కొంతమంది టీ, కాఫీలు తాగుతూ పెళ్ళిచూస్తుంటే, కొందరు బంధువులు కుర్చీల్లో కునికిపాట్లు పడుతున్నారు..పంతులుగారి ఆదేశం కోసం బజంత్రీలవారు ఎదురుచూస్తున్నారు..నా మేనల్లుళ్లు పందిరిలో అందరికీ టీ, కాఫీలు అందిస్తున్నారు.. ఇంత కోలాహలంలో, కంటిముందు కూతురు పెళ్లి జరుగుతుంటే ఈ తండ్రి మనసు మాత్రం ఎందుకో గతంలోకి వెళ్తోంది.

***** ***** *****

ఇరవైరెండు సంవత్సరాల క్రితం నేను ఎలా ఉండేవాడినో ఇప్పుడు ఎలా ఉన్నానో, ఎంత మార్పో కదా జీవితం ...నలుగురితో ఉండటం కన్నా ఒంటరిగా పొలంలో పనిచేసుకోడం, ప్రేమగా పొలం గట్లమీద మొక్కలు పెంచడం, ఆవులతో, గేదలతోనే కాలం గడపడం, వాటికి పుట్టిన దూడలంటే ఎంతో మమకారం.. నేను నాటిన మొక్కకి పువ్వో, పండో కాస్తే మనసు ఆనందంతో నిండి కళ్ళలోంచి నీళ్లు రావడం.. ఎందుకో మనుషులకన్నా, ఈ పశువులకు, మొక్కలకు దగ్గరయ్యాను.ఎవరితో మాట్లాడకుండా ఏకాంతంగా ఉండటం ఇష్టం..చందమామ కథల పుస్తకాలంటే చాలా ఇష్టం..ఇంట్లోకి

చుట్టాలు వస్తే పొలానికి వెళ్లి చందమామ పుస్తకాలు చదువుకునేవాడిని. అమ్మ నాన్న లేని వీడు ఇలా ఎవ్వరితో కలవకుండా ఒంటరిగా ఏమైపోతాడో అని మా అమ్మమ్మ బెంగపెట్టుకునేది..పది చదివిన నాకోసం ఎంతో కష్టపడి ఎనిమిది చదివిన సూరయ్య కూతురు నాగమ్మని వెతికింది. మా ఇద్దరికీ పెళ్లి చేసింది.

ఒకరోజు మధ్యాహ్నం నిద్రలేచాక అరుగుమీద కూర్చుని టీ తాగుతున్నాను, నాగమ్మ వచ్చి 'పక్కఊరిలో జాతరకు తీసుకెళ్లమ'ని అడిగింది. 'నావల్ల కాదు కావాలంటే నువ్వు వెళ్ళు' అన్నాను.

ఏడుపు మొదలెట్టింది. ఇంక చేసేదేమి లేక మొదటిసారి మామావగారు ఇచ్చిన సైకిల్ మీద నాగమ్మని తీసుకుని జాతరకు వెళ్ళాను. గాజులు, బొట్లు కొనేసింది, జాతరంతా రెండుసార్లు తిప్పేసింది. ఇంకా ఏదో ఆశతీరలేదు, ఇంకా తిరిగి చూద్దాం అంటే నాకు ఓపిక లేక నేను సైకిల్ దగ్గర ఉంటాను కావలసింది కొనుక్కోమని వచ్చేసాను. గంట తరవాత వచ్చింది, సంచి నిండా సామానుతో...

'గేదెల దగ్గరకి వెళ్ళాలి త్వరగా రా' అని తిట్టాను. ఇద్దరం ఇంటికి వచ్చేశాం. మరుసటి రోజు నా పుట్టిన రోజు. కొత్తబట్టలు కట్టుకుని గుడికి వెళ్ళివచ్చాక, తను నాకో ఆడపిల్ల బొమ్మ ఇచ్చింది పుట్టిన

రోజు కానుకగా. నాకోసం జాతరలో కొందట.అందుకే పాపం అన్నిసార్లు తిరిగిందట జాతరంతా. ఆరోజు ఆ బొమ్మ ఎందుకో నాకు బలే నచ్చింది. గుండ్రటి ముఖం, పెద్ద పెద్ద కళ్ళు, నవ్వుతున్న పెదాలు, రెండు పిలకలు... వాటికి ఎర్రటి రిబ్బన్లు, పచ్చ గౌను వేసుకుని ఉంది ఆ బొమ్మ.

ఆ మొక్కలకి, పశువులకు, చందమామ కథలకి ఎందుకు దగ్గరయ్యానో ఎలా తెలియదో అలాగే ఈ బొమ్మకి ఎందుకు దగ్గరయ్యానో కూడా తెలియదు.. ఆ బొమ్మతోనే ఆడేవాడిని, భోజనం చేసేటప్పుడు నాపక్కన ఆ బొమ్మ లేకపోతే నాకు ముద్ద దిగేది కాదు.. రాత్రిపూట గుండెలమీద పడుకోపెట్టుకునేవాడిని. అమ్మ, నాన్న గుర్తొచ్చి బెంగగా ఉన్నప్పుడు ఆ బొమ్మని భుజం మీద వేసుకుంటే ఎందుకో తెలియదు నా గుండెలో బరువు ఆ బొమ్మ తీసేసేది. ఆ బొమ్మకి పేరు కూడా పెట్టుకున్నాను "మల్లి" అని. జీవితంలో మొదటి స్నేహం ఆ బొమ్మతోనే. రోజూ పనికి వెళ్లి వచ్చాక ఆ బొమ్మతోనే ఎక్కువ సేపు కాలంగడిపేవాడిని.

కొందరికి చుట్ట, కొందరికి మందు ఎలా వ్యసనమో, అవేమీ లేని నాకు ఈ బొమ్మే వ్యసనం.. కొన్నాళ్ళకి నాకు పాప పుట్టింది, పాపతో కన్నా బొమ్మతోనే ఎక్కువసేపు ఉంటున్నానని నాగమ్మకి కోపం వచ్చేది, ఎన్ని సార్లు చెప్పినా నేను ఆ బొమ్మని పక్కన పెట్టి, పాపతో ఎక్కువసేపు ఉండలేక పోయేవాడిని..అది నా తప్పే

కానీ బొమ్మపైనే ఎక్కువ మమకారం పెంచుకున్నాను. ఒకరోజు పొలం వెళ్లి వచ్చాక ఇల్లంతా ఆ బొమ్మకోసం వెతికాను. కానీ ఎక్కడా దొరకలేదు.నాగమ్మని అడిగాను. నాకు తెలియదు అంది. మనసుకు బెంగగా అనిపించి బయట అరుగుమీద కూర్చున్నాను...

ఆకాశంలో మబ్బులు, చల్లటి గాలి మొదలయ్యాయి. కొంతసేపు అయ్యాక పెద్ద వర్షం ప్రారంభమయింది..ఆ వర్షానికి పాకపై నుంచి ఎర్రటి రిబ్బను, పచ్చని గౌను, చింపేసిన బొమ్మ నెమ్మదిగా క్రింద పడి, నా కంటిముందే ప్రవాహంలో వెళ్లిపోయాయి. నాగమ్మకి తన కూతురుని పట్టించుకోడంలేదని ఈ బొమ్మని చింపేసి ఇంటిమీద పడేసిందని అర్ధమయ్యింది. గుండె బరువెక్కి గట్టిగా ఏడ్చేసాను. ఇంతలో నాగమ్మ నా కూతురుని ఆ బొమ్మలాగే తయారుచేసి నా చేతికి ఇచ్చింది. ఎర్రటి రిబ్బన్లు, కళ్ళకి కాటుక, పచ్చని గౌను. ఆ రోజునుంచి పాపని కూడా "మల్లి " అనే పిలిచేవాడిని. స్కూల్ లో మాత్రం రామారావు మాస్టర్ "మల్లి" అంటే బాలేదు అని "కే.మల్లికా" అని రాసారు.

***** ***** *****

పంతులుగారు "రేయ్ రాముడు ఇలా రా! అమ్మాయికి, అల్లుడుకి అక్షింతలు వెయ్యి, బజంత్రీలు వాయించండి..." అని అన్నారు గట్టిగా. గతంలోంచి తుళ్ళిపడి బయటకు వచ్చాను. అక్షతలు వేసి

వచ్చాను. ఇంతలో మా మేనల్లుడు వచ్చి "మావయ్యా! పెళ్ళివారి కోసం ఐదు గుర్రపు బళ్ళు మాట్లాడాను. రామాలయం వరకు రిక్షా మీద తీసుకెళ్లాలి. అక్కడ ఆచార్లుగారు గుడిలోనే ఉన్నారు. గుడిలో పూజ అయ్యేటప్పటికి గుర్రపు బళ్ళు సిద్ధంగా ఉంటాయి" అన్నాడు.

"సరే" అన్నాను. ఆకాశం అంతా మబ్బులు, చిన్నగా గాలి, వర్షం ప్రారంభమయ్యాయి, 'మా అమ్మాయి చిన్నప్పుడు రాళ్లతో కప్పల్ని కొట్టిందేమో అందుకే దీని పెళ్ళికి వర్షం వస్తోంది' అనుకున్నాను.. రిక్షా కిట్టయ్య ఇంటిముందే ఉన్నాడు... అమ్మాయిని అల్లుడిని రిక్షా ఎక్కించాం నెమ్మదిగా రిక్షా వెళ్తోంది, మిగతా పెళ్ళివారితో కలిసి మేమూ నడుస్తున్నాం..ఒక్కసారిగా గాలి వర్షం పెరిగింది. కిట్టయ్య రిక్షా తొక్కలేక దిగి లాగుతున్నాడు. నేను వెనకాలే చెయ్యి వేసి తోస్తున్నాను..మా అమ్మాయి రిక్షాలోంచి నన్ను చూస్తోంది .

"ఏం పర్లేదమ్మా! ఒక చెయ్యివేస్తే ఐదు నిమిషాలలో వెళ్లిపోతాం గుడిదగ్గరకి అన్నాను నేను. కిట్టయ్య ఒక పట్టు పడితే మొత్తంమీద రామాలయం పదినిమిషాలలో చేరాం. పాపం మిగతా పెళ్ళివారు కొద్దిగా తడిసిపోయారు. అల్లుడు, అమ్మాయి గుళ్లో దర్శనం చేసుకుని గుర్రబ్బండి ఎక్కారు.నా "మల్లి" వెళ్ళిపోతోంది, నాతోపాటు నా మొక్కలు, పశువులు,

పొలంగట్లుకూడా ఒంటరిపైపోతాయ్..ఈ నాన్నకి నలుగురితో కలిసి బ్రతకడం రాదు..నలుగురితో ఎలాబ్రతకాలో చేతకాదు..నా సర్వం నా ప్రాణం ఈరోజు అత్తవారింటికి వెళ్లి పోతోంది..పైకి మాత్రం నవ్వుతు అమ్మాయిని సాగనంపాను.బండి పది అడుగులు ముందుకు వెళ్లింది నేను నాలుగు అడుగులు వెనక్కి వేసాను..

ఒక్కసారి బండి ఆగింది మా అమ్మాయి "నాన్నా.." అని పిలిచింది.

"ఏంటమ్మా..." అంటూ పరుగెత్తుకుంటూ వెళ్ళాను. పంచె గోచి కూడా ఊడిపోయింది పరిగెత్తుకుని వెళ్తుంటే..మా అమ్మాయి తన కొంగు వెనకాలనుంచి ఒక ఆడపిల్ల బొమ్మ తీసి నాచేతికి ఇచ్చింది. ఇది అచ్చం ఆ పాతబొమ్మలాగే ఉంది.."జాగ్రత్త నాన్నా, వస్తూఉంటాను" అనిచెప్పి వెళ్లిపోయింది .

మా అమ్మాయి ఇచ్చిన బొమ్మ ఎక్కడ తడిసిపోతుందో అని నా భుజానికి ఉన్న తువాలు బొమ్మపై వేసి ఇంటివైపుగా నడక కొనసాగించాను.. నా పాప అటు, నేను ఇటు మధ్యలో ఉన్న రామాలయంలో రాముడు మాత్రం నవ్వుతూ చూస్తున్నాడు...సుకుని గుర్రబ్బండి ఎక్కారు.నా "మల్లి" వెళ్ళిపోతోంది, నాతోపాటు నా మొక్కలు, పశువులు, పొలంగట్లుకూడా ఒంటరిపైపోతాయ్..ఈ నాన్నకి నలుగురితో కలిసి బ్రతకడం రాదు..నలుగురితో ఎలాబ్రతకాలో చేతకాదు..నా

సర్వం నా ప్రాణం ఈరోజు అత్తవారింటికి వెళ్లి పోతోంది..పైకి మాత్రం నవ్వుతు అమ్మాయిని సాగనంపాను.బండి పది అడుగులు ముందుకు వెళ్లింది నేను నాలుగు అడుగులు వెనక్కి వేసాను..

ఒక్కసారి బండి ఆగింది మా అమ్మాయి "నాన్నా.." అని పిలిచింది.

"ఏంటమ్మా..." అంటూ పరుగెత్తుకుంటూ వెళ్ళాను. పంచె గోచి కూడా ఊడిపోయింది పరిగెత్తుకుని వెళ్తుంటే..మా అమ్మాయి తన కొంగు వెనకాలనుంచి ఒక ఆడపిల్ల బొమ్మ తీసి నాచేతికి ఇచ్చింది. ఇది అచ్చం ఆ పాతబొమ్మలాగే ఉంది.."జాగ్రత్త నాన్నా, వస్తూఉంటాను" అనిచెప్పి వెళ్లిపోయింది .

మా అమ్మాయి ఇచ్చిన బొమ్మ ఎక్కడ తడిసిపోతుందో అని నా భుజానికి ఉన్న తువాలు బొమ్మపై వేసి ఇంటివైపుగా నడక కొనసాగించాను. నా పాప అటు, నేను ఇటు మధ్యలో ఉన్న రామాలయంలో రాముడు మాత్రం నవ్వుతూ చూస్తున్నాడు...

అప్పగింతలు

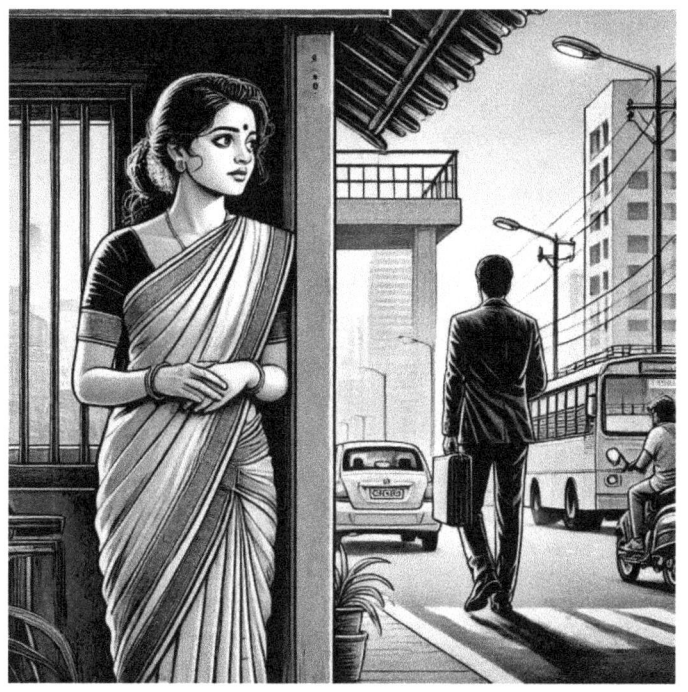

కలలు...కన్నీరు...అన్నీ కళ్లకి అలవాటే.

ఆరోజు ఉదయంనుంచి ఉమ పుట్టింటికి వెళ్తానని భర్తని అడుగుతోంది.. శివకి గత వారంరోజులనుంచి చాలా పని ఒత్తిడిలో ఉన్నాడు, సమయానికి తినడం కుదరడంలేదు,ఒక్కొక్కసారి ఆఫీస్ కి తీసుకెళ్లిన బాక్స్ కూడా తినకుండా ఇంటికి తీసుకొచ్చేస్తున్నాడు..పదిరోజుల్లో ప్రాజెక్ట్ అవ్వాలట, తన టీంతో కలిసి రాత్రి పగలు వర్క్ చేస్తున్నాడు..

అంత పని ఒత్తిడిలో ఉన్న శివ ప్రొద్దున్నే లేచి ఆఫీసుకి తయారవుతుంటే, ఉమ పక్క పక్కనే తిరుగుతూ ఏవండీ మా పుట్టింటికి వెళ్తాను మా అమ్మ, నాన్నలని చూడాలని ఉంది..నిన్న అమ్మ ఫోన్ చేసింది చూడాలని ఉంది ఒకసారి రామ్మా బెంగగా ఉంది అని ఏడ్చిందండి ఒక్కసారి తీసుకెళ్లి నన్ను దింపుతారా అని అడిగింది.

నాకు చాల work ఉంది చూస్తున్నావు కదా, భర్త ఇంత కష్టపడుతుంటే పక్కనుండి చూసుకోవాలని లేదా, ఎంతసేపు పుట్టిల్లేనా..ఈ ఆడవాళ్ళని ఎంతప్రేమగా చూసిన పుట్టిల్లు అనే అంటారు అని తిట్టి ఆఫీసుకి బయలుదేరాడు..

భర్త కోపం బాధాకలిగించినా అందులో నిజం ఉంది, తాను కూడా వెళ్ళిపోతే ఈ టైములో వండిపెట్టేవారు కూడా ఉండరు కదా అనుకుంది..కానీ ఆడవాళ్ళకి సహజ లక్షణం కన్నీరుతో స్నేహం.ఏడుస్తూ కూర్చుంది..

శివ ఆఫీసుకి వెళ్తుంటే చిన్న చిన్నగా చినుకులు పడుతున్నాయి, ఆఫీస్ నుంచి ఫోన్ వచ్చింది ఆగి మాట్లాడుతున్నాడు..ఇంతలో చినుకులు కాస్తా పెద్దవర్షంలా మారింది..పక్కనే ఉన్న చెట్టుదగ్గరికి వెళ్లి ఆగాడు.

పక్కనే ఒక తండ్రి తన కూతుర్ని స్కూల్కి తీసుకెళ్తూ వర్షం పడుతోందని అదే చెట్టుదగ్గర ఆగారు, ఆ పాప డాడీ నేను స్కూల్కి వేళ్ళను ఇంటికి వెళ్ళోదం, ఐనా ఇంత వర్షంలో స్కూల్ ఉండదు డాడీ అంటోంది..ఆలా కాదు "ఉమ" పేచీ పెట్టకమ్మ బంగారు తల్లి కదూ, ఈ రెండో రోజులూ స్కూల్కి వెల్తే ఈ శుక్రవారం మనం మన ఊరువెళ్తునం కదా..అప్పుడు నాలుగురోజులు స్కూల్కి వెళ్ళక్కర్లేదు అన్నాడు..

"నాలుగంటే" అంది ఆ పాప అదేనమ్మా ఫోర్..ఫోర్ డేస్ అన్నాడు, పాప చాలా ఆనందంగా సరే నాన్న అంది..ఆ పాప పేరు కూడా "ఉమే"..

ఇంతలో వర్షం తగ్గింది ఆ పాప వాళ్ళు వెళ్లిపోయారు, శివకూడ బండి ఎక్కాడు కానీ మనసులో రెండు సంవత్సరాల క్రితం జరిగిన తన పెళ్లి గుర్తొచ్చింది..మగపెళ్ళివారంతా సంబరాలు చేసుకుంటూ పెళ్లికూతురింటికి వెళ్లారు.. ఆధునిక యుగంలో పుట్టిన శివకి పెళ్లంటే ఒక ఫంక్షన్ మాత్రమే..ఉమని పెళ్లి చేసుకుని మా ఇంటికి తీసుకెళ్ళిపోతాం అనే ఆలోచన మాత్రమే అతనిది..

పెళ్లి తంతులన్నీ జరుగుతున్నాయి, అప్పటివరకూ అంతా మామూలుగానే జరిగింది కానీ ఒక్కసారి ఆఖరి తంతు అప్పగింతలొచ్చాయ్..మొదట శివని అమ్మాయికి ఎదురుగా కూర్చోమన్నారు, అమ్మాయి తల్లితండ్రులు ఇరుపక్కలా కూర్చుని ఆమె చేతులు పాలలో ముంచి శివ చేతుల్లో అమ్మాయి చేతులు ఉంచారు..

ఉమా వాళ్ళ అమ్మ నాన్నలు వెక్కి వెక్కి ఏడుస్తున్నారు..అప్పటివరకు వేడుకలా జరిగిన పెళ్లి మండపం నిశబ్దమైపోయింది..పెళ్ళికొడుకు తల్లితండ్రులకు, మరి కొందరు బంధువులకు ఆ అమ్మాయి చేతులు వారి చేతుల్లో వేయించారు అవే అప్పగింతలట...

దాని అర్ధం ఇరవైయేళ్లు పెంచుకున్న పాపని, ఆ తల్లి తండ్రుల ప్రాణాన్ని మరొకరికి దానం ఇచ్చేయడం అట..అప్పటినుంచి ఆ అమ్మాయి ఆఇంటి పిల్ల మరొకరి ఇంటి పిల్లట అందుకే "ఆడ"పిల్ల అంటారట పంతులుగారు చెప్పారు..

ఆ తంతు అయ్యాక ఉమ వాళ్ళ నాన్న గదిలోకి వెళ్లిపోయారు, ఉమని ఒళ్ళో కూర్చోపెట్టుకుని ఏడుస్తున్నారు ఇంతలో శివ కూడా ఆగదిలోకి వెళ్ళాడు.. ఆ తండ్రి ప్రాణాన్ని నాకు కన్యాదానం ఇచ్చాడని శివకి అర్ధంమయింది.. తాళి బొట్టుకన్నా, హోమంకన్నా శివకి ఆ తండ్రి కన్నీళ్లే బలంగా మనసుకి

తాకాయి.. ఆరోజు మామగారికి మీ అమ్మాయిని బాగా చూసుకుంటాను, బాధపడకండి అని ఆయన చెయ్యి తన చేతులోకి తీసుకుని మాట ఇచ్చాడు శివ..

ఉమ మీద ఎప్పుడు కోపం వచ్చిన..నాకోసం ఇన్ని వదులుకుని వచ్చింది కాసేపు ఈ అమ్మాయి చేసే ఈ పనులు ఓర్చుకోలేనా...చెయ్యెత్తి కొట్టడం ఆ తండ్రి నమ్మకాన్ని,ఆయన మనసుని కొట్టడమే కదా..అందుకే ఎంత కోపం వచ్చినా ఏరోజూ ఉమపై చెయ్యెత్తడం ఎరగడు..

"నాతిచరామి.." అని పంతులుగారు చెప్పిన మంత్రాలకు అర్ధం తెలియకపోయిన,, కూతురిని ఇచ్చేస్తున్న తండ్రి కన్నీళ్లు బాగా అర్ధమయ్యాయి..కానీ ఏదో పని వత్తిడిలో పడిపోయి అనవసరంగా ఈరోజు అరిచానే అనుకున్నాడు..ఇంతలో ట్రాఫిక్ సిగ్నల్ పడటంతో ఆగాడు పక్కనే ఆటో వచ్చి ఆగింది అందులో "పెళ్లి పుస్తకం"అనే సినిమా పాటలో ఈ క్రింద చరణం వస్తోంది..

"అడుగడున తొలిపలుకులు గుర్తుచేసుకో

తడబడితే పొరబడితే తప్పుదిద్దుకో..."

అడుగడున తొలిపలుకులు గుర్తుచేసుకో

తడబడితే పొరబడితే తప్పుదిద్దుకో..

ఒకరినొకరు తెలుసుకుని ఒడిదుడుకులు తట్టుకుని

ఒకరినొకరు తెలుసుకుని ఒడిదుడుకులు తట్టుకుని......."

ఆ పాట తన పెళ్లి CD లో విన్నాడు.ఇప్పుడు దాని అర్ధం కూడా అర్ధమయింది.

ఆఫీస్ కి వెళ్లి ఉమకి ఫోన్ చేసాడు...ఉమ ఫోన్ ఎత్తింది కానీ "హలో" అనలేదు కోపంతో..

ఉమ పదిరోజుల్లో నా ప్రాజెక్టు అయిపోతుంది అప్పుడు నేనే తీసుకెళ్లి దింపుతాను కానీ నన్ను కూడా నీతో ఉండమని అడగకు, నిన్ను దింపి వచ్చేస్తాను.. అత్తకి కూడా ఫోన్ చేసి పదిరోజుల్లో వస్తామని చెప్పు..టిఫిన్ తిను అని ఫోన్ పెట్టేసాడు...

అక్కడ ఉమకి పెదాలపై చిరునవ్వులు వచ్చాయి ..ఇక్కడ శివ మనసు ఊరట కలిగింది...

దేవుని పల్లకీ

మౌనంతో నిండిన స్వచ్ఛమైన మనసులో శ్రావ్యమైన సంగీతం ఉంది.. మనం వినగలిగితే!

సాయం సంధ్యాసమయం దాటింది కొండమీద శివాలయంలో శర్మగారు దీపంపెట్టడానికి వచ్చారు.ఒకపక్క లోకానికి వెలుగుని పంచె సూర్యుడు వెళ్లిపోతుంటే, ఈ శివయ్య గుడిలో పెట్టె దీపం ఆ రాత్రిపూట లోకానికి వెలుగు ఇస్తుందని శర్మగారి ప్రగాఢ నమ్మకం. అదే నమ్మకంతో, అదే భక్తితో ఆగుడికే అంకితమైపోయిన మనిషి శర్మగారు..

జంధ్యం ధరించడం కేవలం పెళ్ళిళ్ళకి,పూజలకి వచ్చే సంపాదన కోసం కాదని, తన చుట్టూ ఉన్న మనుషుల జీవితాల్లో వెలుగునింపే జ్ఞానాన్ని అందిస్తూ, "సర్వేజనాః సుఖినోభవంతు" అని కోరుకోవడం కోసమే అని నమ్మే మనిషి.

ఆయన ఒక పక్క పూజ చేస్తూ మధ్య మధ్యలో గుమ్మం వంక చూస్తున్నారు, శివుడు తప్ప తనకంటూ ఎవరూ లేని వ్యక్తి ఎవరికోసం ఎదురుచూస్తున్నాడు..?

బహుశా చౌదరిగారి భార్య రాజ్యలక్ష్మిగారు పంపే నైవేద్యం కోసం అనుకుంట. దేవుడికి ప్రసాదం చెయ్యడానికి బ్రాహ్మణులకే అర్హత ఉంది అని అగ్రహారం పెద్దలు అంటుంటే భగవంతుడి ప్రసాదానికి కావలసింది శుచి,శుభ్రత,దైవ భక్తి మాత్రమే అని శర్మగారి నమ్మకం. గుడిలో ప్రసాదం చెయ్యడం కోసం తన ఇంటినే గుడి అంత పవిత్రంగా మార్చుకున్న, మంచి మనసుతో బ్రతికే

రాజ్యాలక్షిగారి చేతి వంటే భగవంతునికి అసలైన నైవేద్యం అంటారు శర్మగారు.

ఇంతలో రాజ్యాలక్షిగారి పాప ప్రసాదం పట్టుకుని వచ్చింది, భగంవతుడికి ఆ ప్రసాదం నివేదించి ఆ ప్రసాదమే కొంచం తిరిగి ఆ పాపకి ఇచ్చారు. మిగిలిన ప్రసాదంతో ఆపూట ఆకలి తీర్చుకున్నారు శర్మగారు ఇంకా రాంబాబు.

ఆ కొండమీద ముగ్గురు అనాధలు ఉన్నారు, ఆ పరమ శివుడు మొదటి అనాధ,శర్మగారు, శర్మగారి సహాయంతో గుడి వెనక చిన్న పాక వేసుకుని అందులో బ్రతికే రాంబాబు, వారుముగ్గురు విడివిడిగా అనాధాలే కానీ ఒకరికోసం ఒకరు బ్రతికే స్నేహితులు కూడా.

అవును జనాలు పెద్దగా పట్టించుకోని పాత గుడిలో విబూది తప్ప మరో ఆభరణం లేని శివుడు అంటే ఆ శర్మగారికి ప్రాణం.పిల్లలు ఎక్కడో పట్టణాల్లో, హడావుడి జీవితాల్లో ఇర్రుక్కుపోయినా, భార్య కాలం చేసాక ఏకాకిగా మిగిలిపోయిన శర్మగారంటే రాంబాబుకి ప్రాణం. వీరిద్దరి కలయిక ఆ గుడిలో శివయ్య లీల.

రాంబాబు రెండు సంవత్సరాల క్రితం ఈ ఊరు వచ్చాడు, ఆకలితో ఉన్న వాడికి తాను తినబోయే ఆహారం నుంచి రెండు ముద్దలు

ఆకులో వేసి పెట్టారు శర్మగారు..అది ఏ ముహూర్తాన జరిగిందో కానీ రోజూ ఇక అదే తంతు.

రోజూ ఉదయాన్నే గుడిని శుభ్రం చేసి, ఊరిలో పనికి పోతాడు రాంబాబు.ఎవరింట్లో ఏపని ఉన్నా చేసి వారు ఇచ్చే డబ్బులు,బియ్యం పుచ్చుకుని ఇంటికి చేరుకుంటాడు..వాడికి దేవుడు మీద అంత నమ్మకం లేదు కానీ శర్మగారు అంటే చాలా గౌరవం. ఏరోజూ గుడిలోకి అడుగుపెట్టలేదు కానీ శర్మగారు చెప్పే రామాయణం మాత్రం శ్రద్ధగా వింటూ ఉంటాడు.

ఒకరోజు గుడి మెట్లమీద కూర్చుని ఏదో ఆలోచిస్తున్నాడు, ఇంతలో శర్మగారు వచ్చి ఏరా రాంబాబు ఏంటి అంతలా ఆలోచిస్తున్నావు అన్నారు. అయ్యగారు మన దేవుడు మళ్ళీ ఎప్పుడూ ఊరేగింపుకి వెళ్తాడు ..?

ఈసారి నేను పల్లకీ మోస్తాను, ఇకమీదట శివుడిని అందరి గుమ్మం ముందుకి నేనే తీసుకెళ్తాను అన్నాడు ఏడుస్తూ.

ఏరా కొత్తగా దేవుడు మీద భక్తి వచ్చిందా ఏంటి, అని నవ్వారు శర్మగారు.

లేదండి ఇన్ని ఇళ్లలో పని చేసాక నాకో విషయం తెలిసింది. ప్రతీ ఇంట్లోనూ బాధలున్నాయి, ప్రతి మనసులోనూ

కన్నీరులున్నాయి. కానీ అందరూ అడిగేది ఒక్కటే దేవుడా నా కష్టం తీర్చు అని.

పిల్లలు వదిలేసినా మాకు ఈవృద్యాప్యంలో ఆ దేవుడే దిక్కు అని ఒకరు,

నా పిల్లకి ఆ దేవుడే మంచి భవిష్యత్తు ఇవ్వాలని మరొకరు..

దేవుడు ఉంటె ఇన్ని కష్టాలు మనకి ఉంటాయా అని ఇంకొందరు..అందరూ వారి కష్టాల్లో ఆ దేవుడ్నే తలుచుకుంటున్నారు, ఆయన సహాయం కోసమే ఎదురుచూస్తున్నారు..

నాకే శక్తి ఉంటె అందరి కష్టాలని తీర్చేద్దును అయ్యగారు, కానీ నా బ్రతుకే చిన్న బ్రతుకు మరి.

అందుకే అందరూ కోరుకుంటున్న ఆ భగవతుడుని వారి గుమ్మంలోకి తీసుకెళ్లి వారికి కాస్త మనఃశాంతి కలిగేలా చెయ్యడంలో నేను భాగం అవ్వాలని అనుకుంటున్నాను అన్నాడు..

నలుగురి గురించి ఆలోచించే ఆ రాంబాబు మనసే నిజమైన గుడిలా కనిపించింది ఆరోజు శర్మగారికి.

ఆరోజు నుంచి "పల్లకీ రాంబాబు" అయ్యాడు ఆ గ్రామంలో, అందరూ అలానే పిలుస్తున్నారు అతన్ని.

ప్రతి గుమ్మంలో కష్టం వాడికి తెల్సు, దేవుడు పల్లకీలో వాళ్ళ ఇంటికి రాగానే వారు బయటకివచ్చి దేవుడికి బియ్యం ఇచ్చి, కళ్ళు మూసుకుని ఏదో మొక్కుకుంటారు.

కళ్ళు ముందుకి దేవుడు వచ్చినిలబడితే వారు కళ్ళు మూసుకుని మనసుతో దేవుడిని చూసేవారు..ఆలా వారి వారి ఇళ్ళకి దేవుడిని తీసుకెళ్లి వారి ముఖంలో ఆనందం చూసి వీడు మురిసిపోయేవాడు. ఊరేగింపు పూర్తిచేసుకుని గుడికి వచ్చాక ఆరోజు వచ్చిన బియ్యంలో కొంత భాగం రాంబాబుకి ఇచ్చేవారు శర్మగారు.

రోజు రాజ్యలాక్షిగారు అన్నపూర్ణలా అన్నంపెడుతుంటే ఆబియ్యంతో పనేం ఉంది ఆలా ఇంట్లో ఉండేవి.ఆలా రెండు సంవత్సరాలు గడిచింది. బియ్యం మూడు మూటలయ్యాయి.

ఒకరోజు దేవుడు గుడిలో సాయంకాలం పూజ అవ్వగానే చిన్న చిన్నగా వర్షం ప్రారంభమయింది, రాంబాబుకి గుడి తాళాలు ఇచ్చి శర్మగారు వారి ఇంటికి వెళ్లిపోయారు.

మరసటి రోజు ఉందయానికి వర్షం ఇంకా పెరింది అతి కష్టంమీద శర్మగారు గుడికి చేరుకున్నారు..వర్షంలో వెళ్లి రావడం కష్టమని ఆ గుడిలోనే బస చేసారు శర్మగారు. వరసగా నాలుగు రోజులనుంచి వర్షం ఆగకుండా కురుస్తోంది..అంత వర్షంలోనూ రాజ్యలక్ష్మిగారు

నైవేద్యం పంపడం మాత్రం మానలేదు కనుక వీరిద్దరికి ఆకలి బాధ తప్పింది..

ఆ ఊరిపక్కనే ఉన్న గోదావరిని చూస్తుంటే, కళ్ళలో కన్నీరు వర్షంలా వర్షిస్తుంటే తపన పడే తండ్రి మనసు గోదావరిలా ఉప్పొంగిపోతోందా అనిపిస్తోంది, సాయం సంధ్యాసమయమైంది గుడిలో పూజాకార్యక్రమాలు పూర్తయ్యాయి.వర్షం మాత్రం ఆగకుండానే కురుస్తోంది. రాంబాబు శర్మగారు. ఆలా కూర్చుని మాట్లాడుకుంటున్నారు. గ్రామం వంకచూస్తూ, ఊరంతా హడావుడి, జనాల అరుపులు, ఆ రోజు ఊరంతా జాగారం చేసింది ఎందుకంటే గోదారమ్మ తన గట్టుని ధాటి గ్రామాల్లోకి పయనించడం మొదలుపెట్టింది..

చిన్న చిన్న పాకలు కూలిపోయాయి, కొన్ని పశువులు చనిపోయాయి, పెద్ద మెడల్లో నివసించే కొందరు

పెద్దమనసున్న వారు పూరిపాకల్లో ఉన్న పేదవారిని వారి ఇళ్లలోకి తీసుకొచ్చారు. మనుషుల్ని కాపాడాలనే తపనలో పశువుల్ని మరిచిపోయారు పాపం. తెల్లవారేటప్పటికి ఊరంతా గోదావరిలా మారింది, పిల్లలు ఆకలితో ఏడుస్తున్నారు, పెద్దవారు ఆభగవంతుడు వచ్చి కాపాడాలని దూరంగా ఉన్న ఈకొండపై ఉన్న శివుడికి నమస్కారం చేస్తున్నారు.ఆ పూట ఊరంతా ఉపవాసమే, కునుకు లేక జాగారమే.

మరసటి రోజు నీటిప్రవాహం నడుంలోతువరకు తగ్గింది, రాజ్యలాక్షిగారు అంత నీటి ప్రవాహంలోనూ

తన ప్రాణాలని లెక్క కూడా చెయ్యకుండా అతి కష్టంమీద గుడికి చేరుకున్నారు ఆ శివుడు నవేద్యానికి నాలుగు అరటిపళ్ళు పట్టుకొచ్చారు. ఊరిలో పరిస్థితి శర్మగారికి వివరించారు. అందరి ఇళ్లల్లో బట్టలు, ఆహార పదార్థాలు, ధాన్యం, బియ్యం, పప్పులు అన్నీ తడిసిపోయాయి.

ఊరంతా ఆకలితో అలమటిస్తుంటే ఈశివుడుకి ఇప్పుడు నైవేద్యం అవసరమా అన్నాడు రాంబాబు కోపంగా.

రాంబాబు: శివుడే అన్నీ అంటారుగా, ఇంతమందిని ఆకలితో అలమటించేలా చేసింది దేవుడా..?

శర్మగారు: అవును దేవుడే,

రాంబాబు: కర్మ అనేదో అర్ధంకాని బాషా చెప్పకండి అయ్యగారు మీరు.అర్ధమయ్యేలా జవాబు చెప్పండి. ఎందుకు ఇంతలా ఏడిపిస్తున్నాడు ఈ దేవుడు మనుషుల్ని.?

శర్మగారు: గుడిలో దేవుడు కష్టాలు పెడితే, నీ గుండెల్లో దేవుడు ఆకష్టాలకి కన్నీరు కారుస్తున్నాడు చూసావా అన్నారు.అలంటి మనసు మనుషులకి వచ్చేలా చేసేందుకు.

రాంబాబు: మరి గుడిలో దేవుడికి పూజలెందుకు, ప్రసాదాలెందుకు..?

శర్మగారు:నీ గుండెని గుడిలా మారిస్తే నీ మనసులోనే ఆయన ఉంటాడు అని చెప్పడానికే గుడిలో దేవుడు.

రాంబాబు: ఇలాంటి మాటలు చెప్పడం కాదు అయ్యగారు, ఆదేవుడే ఉంటె ఇంతమంది ఆకలి తీర్చమనండి ముందుకు వచ్చి.

మనం ఇంతమంది ఆకలి బాధ చూస్తూ ఆలా ఉండిపోవడమేనా..? అని కన్నీళ్లు పెట్టుకున్నాడు.

కష్టంపెట్టిన దేవుడే మార్గం కూడా చూపిస్తాడు, గుడిలో ఏమైనా భక్తులు ఇచ్చిన బియ్యం ఉన్నాయా అని అడిగారు రాజ్యాలక్ష్మి గారు, మొన్న ఉగాది రోజు గ్రామంలో పేదకుటుంబాలకి ఆ బియ్యం పంచేసారు శర్మగారు అన్నాడు రాంబాబు.

ఇంతలో రాంబాబుకు గుర్తొచ్చింది,పరిగెత్తుకుని తన పాకలోకి వెళ్ళాడు. తన బియ్యం మూడు మూటలు అక్కడ అలాగే ఉన్నాయి. ఊరేగింపులో వచ్చిన బియ్యం వాడి దగ్గరే ఉన్నాయి. వచ్చి చెప్పాడు రాజ్యలాక్షిగారికి.

చూసావా దేవుడు మార్గం చూపించాడు అన్నారు శర్మగారు..గ్రామస్తుల బియ్యం ఇవి ఇప్పుడు వారికే

చెందుతున్నాయి ఇందులో మీ దేవుడు చేసింది ఏముంది అయ్యగారు అన్నాడు.ఆయన నీ బియ్యం కూడా తడిపేసివుంటే అన్నారు శర్మగారు.

వాదనలకు సమయం ఇది కాదు అని ఒక అడుగు ముందుకు వేసి వంటపనులు ప్రారంభించారు రాజ్యలాక్షిగారు... పొట్లాలు కట్టాడు రాంబాబు.సుమారు పదిహేను వందల ఆహార పొట్లాలు ఊరిలోకి ఎలా తీసుకెళ్లాలి అనేది సమస్య ఇప్పుడు.

వెంటనే రాంబాబు దేవుడు పల్లకి బయటకి తీసుకొచ్చాడు..ఆహారం అదులో పెడితే అంటూ కదరా అన్నారు శర్మగారు..అందరూ బ్రతికి బాగుంటే గ్రామస్తులే మరో పల్లకి చేయిస్తారులెండి అన్నారు రాజ్యాలక్షి గారు.

పల్లకి శివుడితో కాదు ఆకలి తీర్చే అన్నంతో ముందుకు నడిచింది..

నాస్తికుడైన రాంబాబు పల్లకిని ఒక పక్కన, దైవ భక్తుడైన శర్మగారు ఇంకో పక్కన పల్లకీని మొస్తే, సేవనే నమ్ముకున్న రాజ్యలక్ష్మిగారు ఇంటిఇంటికి ఆహారం పంచి అందరి ఆకలి తీర్చారు.

దేవుడు ఉన్నాడు అని నమ్మకం గొప్పదే,

అలాగే నాస్తికత్వం కూడా మంచిదే.కానీ మన నమ్మకం మనల్ని మనిషిని చెయ్యాలి.

ఆలా అలా కాకపోతే మన నమ్మకాలూ ఓడిపోయినట్లే అక్కడ మనిషి కోసం మనిషి నిలబడలేకపోతే.

ఎప్పుడూ దేవుడ్ని ఇంటింటికి తీసుకెళ్లే రాంబాబు ,ఊరందరి ఆకలి తీర్చే దేవుడయ్యాడు

అలంటి రాంబాబుకి ఆ ఊరిలో ఆశ్రయం ఇచ్చిన శర్మగారు దేవుడికే గురువయ్యారు..

వారిద్దరికీ ఆకలి తీర్చే రాజ్యలాక్షిగారు అమ్మలా మిగిలిపోయారు.

ప్రజలు మాత్రం ఆ ముగ్గుర్ని దేవుడే పంపాడు అని దణ్ణాలు పెడుతున్నారు.

గుడి తలుపులు

పేరు లేదు ..ఊరు లేదు ..

భగవంతుడు తప్ప మరో బంధంలేదు..

ఆశలేదు..ఆశలేని మనిషికి కోరిక లేదు..

ఎక్కడనుంచి వచ్చాడో, ఎక్కడవరకూ వేళ్తాడో, అతని పయనం ఎవరికోసమో తెలియని ఒక "భిక్షువు"..

గత రెండునెలలుగా ఉదయాన్నే ఊరిలోకొస్తాడు, ఇంటింటికి వెళ్లి బిక్షమెత్తుతాడు,అయ్యాక దూరంగా ఉన్న కొండమీదకి వెళ్ళిపోతాడు, అక్కడే ఉంటున్నాడు.

ఒకరోజు బిక్షాటన అయ్యాక అతను కొండెక్కుతుంటే కాలు జారీ ఒక రాయిమీద పడ్డాడు. తలకి దెబ్బతగిలింది. లేచి చూస్తే ఆ నల్లటి రాతిపై ఎర్రటి రక్తం, పరమభక్తుడైన ఆ బిక్షువుకి ఆ నల్లటి రాయి కృష్ణ భగవానుడిలాగా అంటిన అతని రక్తమే స్వామి నుదుటిన తిలకంలా అగుపించింది.

ఆ రాయని తీసుకుని, కొండక్రింద ఉన్న చెరువులో శుభ్రంచేసి, ఆ కొండమీద ఉన్న సూదైన రాళ్ళని పోగు చేసి వాటితో ఈ రాతిని చెక్కి, వేణుగోపాల స్వామి విగ్రహంలా మలిచాడు.

ఆ కొండిమీద ఉన్న ఒక బండపై స్వామి విగ్రహం ఉంచి, ఆ బండపక్కనే తాను నివసించసాగాడు..

ఆ కృష్ణుడి విగ్రహమే తనకి స్నేహితుడిలా, బంధువులా భావించి ఆయన్నే ఆలా చూస్తూ ఉండిపోయేవాడు..

ఒకోరోజు భిక్షకి కూడా వెళ్లకుండా ఆ స్వామి విగ్రహాన్ని అలా చూస్తూ ఏదో లోకంలో ఉన్నట్లుగా ఉండిపోయావాడు..అతని

మనసుని ఆ విగ్రహం ఆకర్షించింది ,ఆ ఆకర్షణే ఒక తపస్సులా మారి అల ఆవిగ్రహాన్ని చూస్తూనే ఉండేవాడు. మధ్య మధ్యలో ఎప్పుడైనా ఆకలి గుర్తొస్తే లేచి పళ్ళో లేక కాయలో తెచ్చుకుని స్వామికి నివేదించి తాను తినేవాడు.

చుట్టూ నిశబ్దం, గాలికి చెట్లు ఆకుల కదలిక, మధ్య మధ్యలో పక్షుల కూనిరాగాలు తప్ప మరో శబ్దం వినబడదక్కడ..ఆ అలాంటి ప్రదేశంలో వైరాగ్యంతో, ఆధ్యాత్మిక చింతనతో జీవితపు పరమావధివైపు పయనిస్తున్నాడు.

అతని మనసులో మాటలని స్వామి వింటున్నాడు అని ఆశించి, అప్పుడప్పుడు ఇలా ప్రశ్నిస్తూఉంటాడు..

ఇంతలోకాన్ని ఎందుకు సృష్టించావు..?

ప్రతీగుండెకీ ఎందుకు కష్టాలని ఇస్తున్నావు ..?

అందరి కళ్ళకి కన్నీరుని ఎందుకు పరిచయం చేసావు..?

గాలి వానలకి, ఎండగాల్పులకి పోరాడి ఇల్లు నిర్మించుకున్నాడు మనిషి..

ఆకలి భాధలు తీరడానికి వ్యవసాయం చేయడం నేర్చుకున్నాడు..

ఆకలి నుంచి కాపాడటానికి ఆహారం, ప్రకృతి నుంచి రక్షణ కోసం నివాసం అంతే చాలు మరి మనిషికి మధ్యలో స్వార్ధం ఎందుకు ఇచ్చావు స్వామి ..?

మనిషి స్వార్ధంలో పడిపోయి తనని తానే నాశనం చేసుకుంటున్నాడు స్వామి అని కన్నీళ్లు పెట్టుకున్నాడు..

ఎందుకు ఈ జగత్తు పుట్టిందో తెలియదు, ఇన్ని ప్రాణులు ఎందుకు పుట్టాయో తెలియదు..

స్వామి..! తిరునాళ్లలో దారి దప్పిన బిడ్డ , అమ్మ నాన్నలకోసం ఎలా ఏడుస్తాడో ,ఎంత ఆర్తిగా రోదిస్తాడో. ఆలా ఎందుకు పుట్టామో తెలియని ఈలోకం లో నీకోసం , నీ రక్షణ కోసం ఏడుస్తున్నాను.. అని లేచి స్వామి విగ్రహాన్ని కౌగలించుకుని , మనసారా గుండెలకి హత్తుకుని , ఆయన పాదాల దగ్గరే పడుకునేవాడు.

ఆరోజు రాత్రి పెద్ద గాలి వాన వచ్చింది, ఆ వర్షపు జడికి, ఆ భీకరమైన గాలికి చెట్లకొమ్మలు విరిగిపడుతున్నాయి..

ఏదో మహాప్రళయంలా, నాట్యమాడుతున్న శివుడు జడలు ఎలా ఊగుతాయో ఆలా ఊగుతున్నాయి ఆ చీటీలో చెట్లు.

ఆ భిక్షువు, ఆ కృష్ణుడు ఇద్దరు తడిసిముద్దయ్యిపోయారు..అంత భీకరంగా ప్రకృతి విజృంభిస్తుంటే ఆ భిక్షువు మాత్రం ఆ కృష్ణుడి విగ్రహం తడిసిపోకుండా కాపాడే ప్రయత్నం చేస్తున్నాడు..

తెల్లవారేసరికి అంత సద్దుమణిగింది..ఊరిలో జనాలు ఆ కొండవైపు చూసి, ఆ భిక్షువు అపైనే ఉంటాడు కదా, నాలుగు రోజులనుంచి క్రిందకి రావడంలేదు కూడా, నిన్న రాత్రి గాలివానకు చచ్చిపోయియుంటాడు అనుకున్నారు.

వెతకడానికి నలుగురు మనుషులని కొండపైకి పంపారు ..అక్కడ భిక్షువు ఒక రాతిపై తడిసిన బట్టలతోనే వణుకుతూ పడివున్నాడు.. పక్కనే ఉన్న బండపై వేణుగోపాల స్వామి విగ్రహం ఉంది..అది చూసిన ఆ నలుగురు మాఊరిలో వేణుగోపాల స్వామి వెలిసాడు అనుకుని, ఆయన మన ఊరిలోకి రావడం వల్లే నిన్న రాత్రి అంత భీకరమైన వర్షం పడిఉంటుందని క్రిందకి వెళ్లి ఊరిలో పెద్దలకి చెప్పారు.

ఊరిలో పెద్దలంతా అక్కడకి వచ్చి, స్వామికి నమస్కరించి, మా గ్రామంలో కృష్ణుడు వెలిసాడు అని మురిసిపోయారు.

అక్కడనుంచి ఆ బిక్షువుని ఖాళీ చేయించి దూరంగా పంపేశారు..ఊరిప్రజలందరూ చందాలు వేసుకుని అక్కడో గుడి కట్టడం ప్రారంభించారు.. తాను చేసుకున్న బొమ్మపై ప్రేమ చంపుకోలేక ఆ భిక్షువు రోజూ వచ్చి ఆ బండపై ఆవిగ్రహాన్ని చూసి వెళ్ళిపోతూ ఉండేవాడు.

కొన్నినెలలకి గుడి పూర్తయింది, ఒకరోజు విగ్రహ ప్రతిష్ట చేశారు, ఎందరో వేద పండితులు వచ్చారు, ధ్వజస్తంభం నిలబెట్టారు, ఆ గుడిలోపలకి ప్రవేశం కోసం టికెట్ పెట్టారు..

రోజు లాగే తన స్వామిని చూసుకోడానికి భిక్షువు వచ్చాడు ,కానీ ఆ కృష్ణుడు గుడిలోపల ఖైదు చేయబడ్డాడు ,బయటనుంచి చూడటానికి వీలు లేకుండా గుడితలుపులు మూసివెయ్యబడ్డాయి,టికెట్ కొనుక్కుని ఆ వరసలో నించుంటేనే స్వామిని చూడగలం.

తాను కనిపెంచిన కూతురు అత్తారింట్లో ఉంటె, ఆమెని చూడటానికి వెళ్లిన తండ్రి ఎలా ఉంటాడో అలా ఉన్నాడు ఆ భిక్షువు.

మొదట తన రక్తంతో తడిసిన రాయి, తాను చెక్కిన బొమ్మ, ఈరోజు గుడిలో భక్తుల కోర్కెలు వింటోంది, అంతే చాలు అనుకున్నాడు..ఇక ఆఊరుంచి కూడా సెలవు తీసుకోవాలని నిశ్చయించుకున్నాడు..

మూసివున్న గుడితలపులకే నమస్కరించుకుని ఆ గ్రామం నుంచి వెళ్ళిపోయాడు..

తాను ఒక పక్షిలాంటివాడు, స్వేచ్ఛగా ఈ ప్రపంచంలో విహరిస్తున్నాడు..ఆ పయనంలో ఆ భగవతుడే తన చేతిలో ఒక బిడ్డలా పుట్టాలని ఆశపడ్డాడేమో ,అందుకే అతని చేతిలో బొమ్మల మారాడు ,ఆఖరికి గుడిలోకి చేరాడు...

అదే నేను

మనిషి దేనికోసం తపిస్తున్నాడో, అదే తాను!

రెండేళ్ల చిన్న పిల్లాడు అడుగులో అడుగు వేసుకుంటూ వాళ్ల నాన్న దగ్గరకి నడుచుకుంటూ వెళ్తున్నాడు ప్రేమగా..అప్పుడే వర్షం వచ్చి తగ్గడం వల్ల అరుగంతా తడిసి ఉంది.

ఆ పిల్లాడు జారిపోతాడేమో అని భయం భయంగా ఎదురింటి అరుగుమీద కూర్చున్న సత్యం చూస్తున్నాడు.అనుకున్నట్లుగానే ఆ పిల్లాడు కాలు కొద్దిగా జారింది వెంటనే ఆ పిల్లాడు తన రెండు చేతులు చాచి పడిపోతనేమో అని భయంతో ముఖం అదోలా పెట్టేశాడు కానీ పడిపోకుండా ఆగాడు...

వెంటనే గుక్క పట్టి ఏడవడం ప్రారంభించాడు..ఆ పిల్లాడు పడిపోకుండా ఆగడానికి కారణం రెండు చేతులు చాచడం..రెండు చేతులూ చాచడం వల్లే గరిబి నాభి స్థానం నిలబడటం వల్ల ఆ పిల్లాడు పడిపోలేదు..మనలో చాలా మంది కూడా పడిపోయేముందు చేతులు చాచుతాం..

ఆ రెండేళ్ల పిల్లాడికి అంత సైన్సు తెలుసా లేదుగా, కానీ జారిపోయేలా ఉంటే చేతులు చాచాలని ఎవరూ చెప్పరు, అప్పటికే అతని బ్రెయిన్ లో ఎవరో ప్రోగ్రాం చేశారు..అలా మన జీవితంలో అసంకల్పితంగా మనం ఎన్నో పనులు చేస్తాం వాటి గురించి మనం పెద్దగా ఆలోచించం..అవన్నీ మన బుర్రలో ప్రోగ్రాం చేసినవాడు దేవుడా ఏమో అనుకుంటా అక్కడ నుంచి గోదారి గట్టువైపు నడుచుకొంటూ వెళ్ళాడు..

చిన్నతనం నుంచి చాలా బాగా చదివిన సత్యం..జీవితం అంటే ఏమిటో తెలుసుకోవాలని..అసలు జీవితం అంటే ఎంటి.. నేను ఎవరినీ అనే అనేక ప్రశ్నలతో సతమతమవుతూ నాలుగు సంవత్సారాల క్రితం ఇల్లు విడిచి సంచారిగా మారాడు.

ఎన్నో పుస్తకాలు చదివాడు..ఎన్నో ప్రదేశాలు తిరిగి అనేకమంది జ్ఞానులని కలిశాడు,సిద్ధులతో మాట్లాడాడు గుడులని సందర్శించాడు.. ఎవురో ఈ సృష్టి నిర్మాణం వెనుక ఉన్నారు అని అర్థం చేసుకున్నాడు, జీవితం శాస్వతం కాదని కూడా తెలుసుకున్నాడు..కానీ ఒక్క ప్రశ్నకు సమాధానం మాత్రం దొరకలేదు అదే "నేను ఎవరిని.."

ఈ సంచారి దేశమంతా సంచరిస్తూ గోదావరి జిల్లా చేరుకున్నాడు..ఇక్కడ ప్రకృతికి చాలా ఆకర్షితుడైనాడు,పురాతన గుడులు, ఇక్కడ మనుషుల జీవన విధానం అతనికి బాగా నచ్చింది.

ష్టి కర్త ఎంత గొప్పవాడు..ఎన్నో ప్రాంతాలు, అక్కడ ప్రత్యేకమైన వాతావరణ, మనిషుల జీవన విధానాలు,వారి భాషలు, యాసలు బహు చిత్రంగా సృష్టించాడు అనుకుంటూ యధాలాపంగా గోదారి గట్టుమీద ఉన్న లాంచీ ఎక్కాడు..

లాంచీ వెళ్తుంటే నీళ్ళు చేసే సవ్వడి అతను మనసుని చాలా ఆకర్షించింది అలా ఆ నీటి ప్రవాహాన్ని చూస్తుంటే ఇంతలో "శివా.." అనే అరుపు వినబడింది.. ఒక్కసారి తేరుకుని చూస్తే సుమారు ఏనభై ఏళ్ల వయసున్న పెద్దావిడ పడిపోయింది, కళ్ళు తిరిగాయేమో అని పైకి లేపడానికి దగ్గరకు వెళ్తుంటే శివా ఇటు రా నన్ను లేపు, ఎటు వెళ్లిపోయావు అని ఎవరినో పిలిచింది ఆమె..వెళ్తూ వెళ్తూ సత్యం ఆగాడు అతనిలాగే మరికొందరు దగ్గరకు వెళ్దాం అని ఆగి ఎవరా శివ అని చూస్తున్నారు..

ఇంతలో ఆమె నెమ్మదిగా లేచి నిలుచుంది..ఇంతలో లాంచీ ఒడ్డికు చేరింది..జనాలందరూ దిగుతున్నారు..పక్కనుంచి మోటారు సైకిళ్లు కూడా దింపుతున్నారు..ఈ పెద్దావిడ అడుగులో అడుగు వేసుకుంటూ దిగుతోంది..సత్యం ఆమె దగ్గరకి వెళ్లి అమ్మ చేయివ్వనా అన్నాడు..వద్దు బాబు శివా ఉన్నాడుగా వాడికి నా వీలు తెలుసు జాగ్రత్తగా దింపుతాడు అన్నారు అమే.

శివా ఎవరూ ఆలా ఎవరూ లేరు ఇక్కడ. శివుడు పేరు చెబుతుందా..ఆయన భక్తురాలేమో అనుకుని తాను దిగాడు..ఆమె ఇంటి వరకూ ఇంత నీరసంతో ఎలా వెళుతుందో అనే సందేహం కలిగి ఆమి వెనకే. నడవసాగాడు..

తనని తాను తెల్సుకుని ప్రయాణంలో, ఎన్ని ప్రదేశాలు తిరిగాడో..సమాధానం దొరకక పోయినా ఆ ప్రదేశాల్లో ఉన్న ప్రకృతి అందాలను చూసి ఎంతో ఆనందపడేవాడు..

ఆపల్లేటూరు, ఆ గోదావరి గట్టు మీద ఆ పెద్దావిడ నడక. పక్కనుంచి సైకిల్ మీద అరిటిగెలలు వెళ్తుంటే ఎక్కడినుంచో కోయిలమ్మ కుహూ.. కొహూ అంటోంది..మరోచోట m.s. సుబ్బలక్షి గారి గాత్రం ఏదో గుడి నుండి వినబడుతోంది..ఆ ప్రకృతిని ఆస్వాదిస్తూ ఆ పెద్దావిడ వెనకే నడుస్తూ వెళ్తున్నాడు.

దారిలో చాలా మంది ఆమె వస్తుంటే తప్పుకుని నమస్కారాలు చెబుతున్నారు..సైకిల్ మీద వెళ్ళే వాళ్ళు సైకిల్ దిగి మరీ గౌరవిస్తున్నారు ఆమెని..అతనికి చాలా ఆశ్చర్యం కలిగింది..అమే మాత్రం శివా శివా అంటూ ఏదో మాట్లాడుకుంటూ వెళ్లిపోతోంది పక్కన ఎవరూ లేకపోయినా..

మార్గంలో రామలయాన్ని చూసి ఆమె ఆగి నమస్కరించుకుని మళ్ళీ నడక ప్రారంభించింది..గుడిలోంచి పూజారిగారు వచ్చి ఆమెకు నమస్కరించి చేతులు కట్టి నిలబడ్డారు.

సత్యం పూజారిగారి దగ్గరకి వెళ్ళి

ఆమె ఎవరూ..?

అందరూ ఎందుకు నమస్కరిస్తునారు...?

ఆమె అస్తమానూ పిలుస్తున్న ఆ శివా ఎవరు..? అనీ ఆత్రుతగా ప్రశ్నలు అడిగేశాడు వరసగా.

మీరెవరు అని తిరిగి ఒక ప్రశ్న ఆయన వేశారు..

అయ్యా నిజం చెప్పాలంటే అదే నా జీవితానికి పెద్ద ప్రశ్న "నేను ఎవరూ..."అని. సమాధానం కోసం ఎన్ని ప్రదేశాలు తిరుగుతున్న సంచారీని అన్నాడు సత్యం..

ఐతే ఆమె మీ "సమాధానం" వెళ్ళి కలవండి..అమే పేరు కనకమ్మగారు, ఊరిలో పెద్ద జమిందారుగారి భార్య, ఆమెకి భాల్యం నుంచి మాహా శివభక్తి.. జమీందారుగారు చనిపోయాక తన పిల్లలను పిలిచి ఆస్తులను పంచి, ఆమెకి ఈ బంధాలు వద్దు అని, భాద్యతలు తీరిపోయాయి, భర్త అనే మమకారం కూడా కాలంచేసింది ఇంక ఆ పరమేశ్వరుడు తప్ప ఈ జన్మకి మరో బంధం వద్దు..దయుంచి నన్ను ఏకాంతంగా వదిలెయ్యండి అని పిల్లల్ని పంపేసింది...ఆమెకోసం జమిందారు గారి మిగిల్చిన ఆస్తిని మొత్తం గ్రామంలో పేద ప్రజలకు పంచేసింది అన్నారు..

ఇప్పుడు ఊరించివర పాకలో ఉంటున్నారు అని చెప్పారు పూజారి గారు.

తెలియకుండానే సత్యానికి కళ్ళలో నీళ్ళు వచ్చాయి..ఆమెను అనుసరిస్తూ ఆమె నివాసం వరకూ వెళ్ళాడు, ఆమెని కలిశాడు..

అమ్మ నాలుగు సంవత్సారాలు గా దేశమంతా సంచారిస్తున్నాను ఒక్క ప్రశ్నకి సమధానం కోసం..

నేను ఎవరిని అనేదే నా ప్రశ్న..మీరు ఎవరో మీకు తెలుసా అని అడిగాడు..

నేను శివుని మనిషిని అంది వెంటనే.

శివుడు ఉన్నాడా..? దేవుడు ఉన్నాడా..? అనీ అడిగాడు..

ఉన్నాడు అంది సమాధానంగా..ఎది సాక్షం అని అడిగాడు..

మన మనసు దేని కోసం తపిస్తోంది, దేని పేరు వింటే రమిస్తోందో అదే మనవరకూ కచ్చితంగా ఉన్నట్లే అన్నారు ఆమె..

సత్యానికి ఆ సమాధానం సంత్రుప్తినివ్వలేదు..ఉన్నాడని సాక్షమేమిటమ్మ అంటే ,

మన మనసు బాబూ సమాధానం అన్నారు ఆమె.

విడమర్చి చెబుతారా అని అడిగాడు..ఈ సంభాషణ జరుగుతుంటే ఆకాశం ఒక్కసారిగా మేఘాలు ముసిరి, చల్లటి గాలి వీస్తోంది..ఆ చల్లగాలి ఒక్కసారి అతను కళ్లని తాకింది.. సంతోషంతో రమిస్తూ కళ్ళు మూసి చిన్న నవ్వు నవ్వాడు..

నీ ఆ చిరునవ్వుకు కారణం ఏమిటి అని అడిగింది ఆమె, ఆ చల్ల గాలే అన్నడు..

మరి ఆ గాలి నన్నుకూడా తాకింది నాకెందుకు రాలెదు అని అడిగింది..ఆలోచనల్లో పడ్డాడు

అప్పుడు ఆమె ఇలా అంది, ఆ చిరునవ్వుకు కారణం నీలో ఉంది, నీకు ప్రకృతి స్పందించే హృదయం ఉంది కానీ దానికి సాక్ష్యం చూపించగలవా..

మనం దేనికోసం తపిస్తున్నామో, రమిస్తున్నమో దానిని బయట ప్రపంచానికి చూపించలేము..మన మసుకే తెలుస్తుంది..

ఇష్టపడటం లో ఆశ ఉంటుంది..

ప్రేమలో స్వార్థం ఉంటుంది..

వెంపర్లాటలో మనిషి దిగజారుడు తనం ఉంటుంది..

కానీ దేనికోసం తపిస్తున్నవో అందులో నువ్వు ఉంటావ్, ప్రంచానికి తెలియని నువ్వు ఉంటావు..

అదే భగవంతుడు నీకే తెలియకుండా నీలో పెట్టిన రహస్యం అంది..

అతను వెళ్లోస్తానమ్మ అనికూడ చెప్పకుండా, ఆలోచిస్తూ ఆ వర్షంలో తడుస్తూ నడుచుకొంటూ వెళ్ళిపోతున్నాడు..

అంతే మనం అంటే ఏంటో ఆ భగవంతుడు మనలోనే ప్రోగ్రామ్ చేసిపెట్టాడన్న మాట..నేను ప్రకృతి ప్రేమికుడిని, అందుకోసం ఎన్నో ప్రదేశాలు తిరుగుతున్న సంచారిని..

కవి అంటే తన రచన..

పోతన అంటే భాగవతం..

రాముడు అంటే ధర్మం..

భగత్ సింగ్ అంటే దేశబక్తి..

మీరాబాయి అంటే కృష్ణభక్తి..

ప్రతీమనిషి కి తనకి ఉన్న తపనే తాను..అలాగే

నేను సంచారిని.. ప్రకృత ప్రేమికుడిని..అదే నేను అది తెల్సుకొడమే నా జీవితం.

ఒంటరి విహంగం

ఈ సమాజానికి నొప్పి తెలుసు, బాధ కూడా తెలుసు కానీ ఎందుకో ఏడవడం మరిచిపోయింది, ప్రశ్నించడం మరుగున పడిపోయింది.

సాయంసంధ్యా సమయం గోదావరి గట్టు మీద ఏకాంతంగా కూర్చుంది భాను..

ఆకాశంలో పక్షులు గుంపుగా వెళ్తున్నాయి. వెళ్తున్న ఆ పక్షుల గుంపుకి కొంచం దూరంగా ఒక పక్షి ఒంటరిగా వెళ్తోంది కానీ అదే గుంపుని అనుసరిస్తోంది..ఇదే దృశ్యం తనకి రోజూ కనిపిస్తుంది.

ఒంటరిగా వెళ్తున్న ఆ పక్షిని చూసి, దానికి ఆ గుంపుని అందుకునే వేగం లేదు అందుకే వెనకపడింది అనుకునేది భాను.. కానీ ఆరోజు ఎందుకో అది మరోలా కనిపించింది..

సాటివారితో సంధి కుదరక ప్రశాంతత కోసం నాలుగు అడుగులు దూరంగా నడుస్తోంది, అలా అని వారిని విడిచి వెళ్లిపోకుండా ఆ గుంపుని అనుసరిస్తోంది అనుకుంది...

అదే మంచిది కదా అనుకుని దేనికో సమాధానం దొరికినట్లుగా, తన నిర్ణయం అమ్మకి చెప్పాలని ఇంటికి వెళ్లింది.

పక్కనే ఉన్న పట్నంలో పదోతరగతి చదువుతోంది..రోజూ స్కూలు బస్సులో వెళ్ళివస్తోంది కానీ నిన్న జరిగిన సంఘటన చూసి హాస్టల్ కి వెళ్లిపోవాలని నిశ్చయించుకుంది.

నిన్న జరిగిన సంఘటన చాలా చిన్నదే ఐనా, దాని వెనక ఉన్న మనుషుల మనసుతో భానుకి సంధీ కుదరక

సతమతమవుతోంది. చిన్న వయసులోనే పెద్ద పెద్ద విషయాలు ఆలోచించేలా చేస్తోంది.

ఇంటికి వెళ్లింది.. అన్నయ్య, తాత, మామ్మ టీవీ చూస్తున్నారు, అమ్మ వంటగదిలో ఉంది తనదగ్గరకి వెళ్లి నుంచుంది..

ఆమె ఏదో పనిలో ఉంది ఆపని చేసుకుంటూ మధ్యలో భానుని చూసి ....

"ఏంటే డబ్బులేమైనా కావాలా..? ఏదో అడగాలని వచ్చావు ఇంకా ఎందుకు దాస్తావు చెప్పు" అన్నారు ఆమె..

అమ్మ.. అమ్మ.. అది నేను... హాస్టల్ కి వెళ్ళిపోతానమ్మా, నన్ను హాస్టల్ కి పంపేయండి అంది.

చేస్తున్న పని మధ్యలో ఆపేసి "అదేంటే ఎప్పుడూ నువ్వే హాస్టల్లో వేస్తా అంటే వద్దూ అనేదానివి ఈరోజేంటీ కొత్తగా..? ఐనా ఈ ఒక్కసంవత్సరమే కదా మళ్ళీ ఇంటర్ ఎక్కడ చదువుతావో ఇప్పుడెందుకు హాస్టల్" అంది ఆమె..

భాను కోపంతో నేను ఈ మనుషుల మధ్య, ఈ ఇంట్లో ఉండలేను హాస్టల్ కి వెళ్ళిపోతాను అని గట్టిగ చెప్పింది. అప్పుడే బయటనుంచి వచ్చిన వాళ్ళ నాన్న చెవిలో ఆ మాటలు పడ్డాయి.

భాను మాత్రం కోపంగా డాబా ఎక్కి కూర్చుంది, కానీ ఎందుకో కళ్లుకూడా క్రోధ్దిగా చెమ్మగిల్లాయి.

ఎప్పుడూ అమాయకంగా, నవ్వుతూ ఉండే తన కూతురు ఎందుకు అంత కోపంగా ఉంది అనిపించింది ఆమెకి. దువ్వెన్న, కోబ్బరి నూనె డబ్బా పట్టుకుని వెనకాలే ఆమె కూడా డాబా ఎక్కింది.

కూతరుదగ్గరకి వెళ్ళి ప్రొద్దున్న వేసిన ఆ జడ విప్పి, చిక్కుతీస్తూ ఎందుకమ్మా మా నుంచి దూరంగా వెళ్ళిపోవాలనుకుంటున్నావు ఏంటి కారణం అని అడిగింది ఆమె..

ఏడుస్తూ మధ్య మధ్యలో కళ్ళు తుడుచుకుంటూ "మన ఇంట్లో ఆడపిల్లకి విలువ లేదమ్మా, రోజులు ఇంతలా మారినా ఈరోజుకి ఆడవాళ్ళ మనసుకు, ఆత్మాభిమానానికి విలువ ఇవ్వని మనలాంటి కుటుంబాలు ఇంకా ఉన్నాయి".

అబ్బాయిని మంచి ఉద్యోగం వచ్చేవరకు మొయ్యాలి అనుకుంటారు కానీ అమ్మాయికి పెళ్ళిచెయ్యాలనే ఆలోచనలోనే ఉంటారు. అదే మాట నాన్న నీతో చెప్పే ప్రతీసారి నామనసులో కలుక్కుమనేది కానీ ఏనాడు బయటకు చెప్పలేదు..

గుర్తుందా నిన్న సాయంత్రం ఇంట్లో అందరూ కూర్చుని ఏదో పాత సినిమా చూస్తున్నారు, అప్పుడే నిద్ర లేచి నేను కూడా మీతోనే కూర్చున్న..

ఏదో అమ్మాయిమీద అత్యాచారం జరిగితే ఊరి పెద్ద ఆఅమ్మాయిని తప్పు చేసిన అబ్బాయికి ఇచ్చి పెళ్లి చేయిస్తాడు అది చాలా గొప్ప తీర్పుగా అందరూ చేతులెత్తి ఆయనకు నమస్కరిస్తారు ..ఇంతలో కరెంటు పోయింది..

అప్పుడు నాన్న అన్నారు చూసావా ఎంత బాగా న్యాయం చేసాడో అందుకే అప్పట్లో ఈ సినిమా సూపర్ హిట్ అయ్యింది..ఆడపిల్ల జీవితం అన్యాయం అవ్వకుండా కాపాడాడు అన్నారు.అప్పటినుంచి నాన్నకి రజనీకాంత్ అంటే ఇష్టమట.ఏదో పెదరాయుడు అనుకుంట సినిమా పేరు.

తప్పుచేసినవాడికి పెళ్ళిచేస్తారా ..? శిక్ష వేస్తారా ..?

తప్పులు చేసే బుద్ధిహీనుడుని జీవితాంతం భరించమని ఆ అమ్మాయికి ఇచ్చి పెళ్ళిచేస్తే అది న్యాయం ఎలా అవుతుంది ..?

అనేదొ చెబుతుంటే.. బుర్ర సరిగ్గా పెట్టు చిక్కు రావడంలేదు అంటూ, అది కేవలం సినిమానే అంది తల్లి.

నిజమేనమ్మా అది కేవలం సినిమానే కానీ నేను చూసింది సినిమా కాదు ఆడవాళ్ళ విషయంలో మా నాన్న స్పందన..

తరవాత తాత,మామ్మ,అన్నయ్య ఇంకా నీ వంక కూడా చూసాను ఎవరికీ ఆ సినిమాలో చూపించింది తప్పుగా కనిపించలేదు..

పెద్ద మాటలు అనిపించచ్చు అమ్మ..కానీ..

పదో తరగతి అబ్బాయి చిన్నపిల్లాడిలా ఉండచ్చు కానీ పదో తరగతి అమ్మాయి ఆలా ఉండకూడదు ఎందుకంటే ఆ వయసునుంచి సమాజమే మా వంక చూసే విధానం మారిపోతుంది కదా.

అమ్మ రేపు నాకు ఏమైనా జరిగితే నారెక్కలు విరిచేసి ఆ తప్పుచేసినవాడికే ఇచ్చి పెళ్ళిచేస్తారేతప్ప బ్రతుకు పోరులో గెలవడానికి తోడు నిలబడరమ్మ మీరు అంది నిరుత్సాహంగా ..

మొన్న పేపర్ లో చదివాను, ఎవరో అమ్మాయి స్నానం చేస్తుంటే ఎవడో వీడియో తీసి బయట పెట్టారనే అవమానంతో ఆ అమ్మాయి ఆత్మహత్య చేసుకుంది..

ఆ కుటుంబంలో ఎవరో ఒక్కరైనా "అమ్మ ఇందులో నీ తప్పేమి లేదు అవమానపడాటానికి" అని కాస్త ధైర్యం చెప్పి ఉంటె ఆఅమ్మాయి నిలబడేది కదా.. ఆ అమ్మాయి చావు వెనక సమాజంతో పాటు తన కుటుంబం కూడా ఉంది.

ఆ కుటుంబానికి మన కుటుంబానికి తేడా ఏంటి అనగానే మెట్లక్రిందనుంచి ఇదంతా వింటున్న తండ్రి కళ్ళు కూడా చెమ్మగిల్లాయి.

ఎవరో ఎదో చేస్తే ఆ ఆడదాన్ని ఇంకెవరూ తీసుకోరా ...? తీసుకోకపోడానికి అందులో వారి తప్పేంఉంది అని ఆలోచించరా..?

అసలు పెళ్లికోసమే ఎందుకు బ్రతకాలమ్మ మేము అని అడిగి కన్నీళ్లతో ఆగి మౌనంలోకి వెళ్ళిపోయింది భాను.

తల్లి జడవెయ్యడం పూర్తయింది. క్రింద నుంచి ఇదంతా విని తండ్రి డాబా పైకి వచ్చి తన కూతురు పక్కనే కూర్చుని ఆమె నుదిటిన ముద్దు పెట్టుకుని, అందుకేరా నాకు నువ్వంటే ప్రాణం అని గుండెలకు హత్తుకున్నాడు..నీ కన్నీళ్లు నిజాలమ్మ అన్నాడు తండ్రి.

ఇంతలో అప్పటివరకు మబ్బుల చాటున దాగిన చినుకు కూడా వర్షంలా మారింది.. గుంపుగా పయనిస్తున్న పక్షులు, వెనకే ఒంటరిగా వెళ్తున్న పక్షి అన్ని కలిసి ఒకే చెట్టు నీడకి చేరాయి.

ఆ చెట్టు పేరే "కుటుంబం".

మనిషి గమ్యం- మానవత్వం

నీ గతంలో నువ్వు వెతికేది ఎవరినో కాదు.. నిన్నే!

74 సంవత్సరాల జీవితం.. ఒకప్పుడు ఎందరో స్నేహితులు,ఎన్నో బంధాలు,బాధ్యతలు..

కానీ ఈరోజు ఒక పడక కుర్చీ, ఆ మంచం, నా కళ్ళజోడు, నేను రాసుకున్న నా పాత డైరీలు అందులో మిగిలిపోయిన జ్ఞాపకాలు ఆఖరికి ఈ ఏకాంతం, ఇవే నాకు స్నేహితులు ఇప్పుడు.

కొడుకు ఉద్యోగమొచ్చి పెళ్ళిచేసుకుని తన జీవితాన్ని వెతుకుంటూ విదేశాలు వెళ్ళిపోయాడు.. భార్య కాలంచేసాక

ఆ మారుమూల గ్రామంలో ఒక్కడినే బిక్కు బిక్కుమంటూ బ్రతుకుతుంటే నాకూతురు వచ్చి తన ఇంటికి నన్ను ఎంతో ప్రేమగా కారు కట్టించి తీసుకొచ్చింది. "నాన్న" అనే బంధం కోసం ఎంతో తాపత్రయపడె నాకూతురు నాకు స్నేహితురాలికన్నా ఎక్కువ.

చినప్పుడు అమ్మ పొద్దున్నే లేపి, బ్రష్ మీద పేస్ట్ వేసి ఇచ్చి పల్లు తోముకోమనేది, వచ్చేలోపు వేడినీళ్లి పెట్టి స్నానం చెయ్యమనేది అది కూడా అయ్యాక పక్కనే కూర్చుని టిఫిన్ పెడుతూ నేను చెప్పే సోదంతా వినేది.

ఏమైనా కొనుక్కోడానికి తను దాచుకున్న డబ్బులు ఇచ్చేది.. ఇప్పుడు అవన్నీ మా అమ్మాయి చేస్తోంది.అంటే మా అమ్మాయే ఈముసలోడికి మళ్ళీ అమ్మయింది..

నాన్న అంటే భయం ఆయన వస్తే నేను మౌనంగా ఉండేవాడిని, అమ్మతో మాట్లాడుతుంటే నేను మధ్యలో వెళ్ళేవాడిని కాను..ఇప్పుడు ఆ నాన్న స్తానంలోకి మా అల్లుడుగారు వచ్చారు.కానీ అప్పుడు నాన్న అంటే గౌరవం.. ఇప్పుడు అల్లుడంటే గౌరవం ఇంకా కొంచం మొహమాటం. కానీ వారే ఈరోజు నాకు మళ్ళి తల్లితండ్రులు అయ్యారు.

మనవళ్లు స్కూల్కి, అమ్మాయి, అల్లుడూ ఆఫీసుకు వెళ్ళాక ఇక నా ఏకాంతమందిరంలోకి వస్తాను అదే నా గదిలోకి.. అక్కడ మధ్యాహ్నానికి భోజనం, మధ్య మధ్యలో తినడానికి జంతికలు,

బిస్కెట్లు ఇంకా ఏవో.. ఏవో.. పెట్టి వెళ్తుంది మా అమ్మాయి.

రోజులాగే వారు వెళ్ళాక పడకకుర్చిలో కూర్చుని పాత ఫోటోలన్నీ తీసి చూస్తున్నాను,

నా ఉద్యోగవిరమణ,

నా భార్య జ్ఞాపకాలు ,

నా కొడుకు కూతురు భాల్యం అన్ని మనసులో కదలాడుతున్నాయి.

అలా చూస్తుంటే నా చిన్నప్పటి ఫోటో కనిపించింది, మా అమ్మ నాన్న వారి ఒళ్ళో నేను, ఆ ఫోటోలో ఉన్న నన్ను నేను చూసుకున్నాను, పక్కనే ఉన్న అద్దంలో ఇప్పటి మొఖం

చూసుకున్నాను..ఎంత మారిపోతాం, ఆది పసితనం, ఇది వృధాప్యం అనుకుని నాలో నేనే నవ్వుకున్నాను.

ఇంతలో కిటికీ గాలికి కొట్టుకుంటోంది లేచి దగ్గరకు వెళ్ళాను, బాగా గాలి వేస్తోంది, వర్షపు చినుకులు కూడా ప్రారంభమయ్యాయి.కిటికీ తలుపు దగ్గరకు వెయ్యబోతూ ఎదురింటి గుమ్మం బయటున్న "నంధివర్ధనమ్" మొక్కని చూసాను, అది గాలికి ఊగుతూ, చినుకులకు తడుస్తూ వర్షంలో నెమలి నాట్యమాడుతున్నట్లుగా ఉంది ఆ మొక్క...అలా ఆమొక్క నాట్యమాడుతుంటే, దాని నుంచి తెల్లటి పూలు నెల రాలుతున్నాయి..ఆ దృశ్యం చూస్తుంటే ఆకాశం నీటిని వర్షిస్తుంటే ఈ చెట్టు పూలని వర్షిస్తోందా అనిపించింది.

ఒక చిన్న కుక్కపిల్ల వర్షానికి తడిసి కుయ్.. కుయ్.. కుయ్.. అనుకుంటూ మూలుగుతూ ఆ చెట్టు వెనక ఉన్న గోడదగ్గరకు చేరింది.. దాని చెవులు క్రిందకి ఉన్నాయి, వర్షానికి తడిసి చలికి వణుకుతోంది. అయ్యో పాపం అనిపించింది..నేను ఒంటరిగా ఊరిలో ఉన్నప్పుడు నా పరిస్థితి అంతే, ఒంటరినైపోయాను అని బాధకలిగి ఒకమూల కూర్చుని ఆలానే మూలిగేవాడిని.

ఆ కుక్క వర్షానికి తడిసింది ..నేను నా ఒంటరితనాన్ని భరించలేక బాధతో కన్నీరుతో తడిసిపోయేవాడిని.

నాకు పాతిక సంవత్సరాల క్రితం జరిగిన ఒక సంఘటన నామదిలో మెదిలింది. గబగబా నా పాత డైరీలన్ని తిరగేసి చూసాను.. నేను వెతుకుతున్న డైరీ దొరికింది.1995 జులై 11, ఆ రోజు నేను రాసుకున్న మాట ఇలా ఉంది..

"కూతుర్లకు తండ్రి విలువ తెలియదు, నా కూతురి నన్ను ఎదిరించిది, ఒక కుక్కపిల్ల కోసం దాని పుట్టినరోజున నన్ను ఎదిరించింది..కానీ నా కొడుకుకి నాన్న మనసు తెలుసు ,వాడే నాకన్నీ"..

కానీ ఈరోజు చూస్తే కొడుకే ఎక్కడో అమెరికాలో ఉన్నాడు.. నాలుగు సంవత్సరాలకి ఒక్కసారి వస్తాడు.. మంచివాడే కానీ నాన్నకోసం వాడిదగ్గర సమయం లేదు. కానీ నా కూతురు నాకోసం తన భర్తని ఒప్పించి ఎక్కడో మారుమూల గ్రామంలో ఒంటరిగా ఉన్న నన్ను తీసుకొచ్చి కంటికి రెప్పలా చూస్తోంది.

జులై 11 మా పాపకి ఆరవ పుట్టినరోజు.. నేను కొత్త గౌను కుట్టించాను, చాక్లెట్లు కొని తెచ్చాను.. వాళ్ళమ్మ అది లేచేలోపు పులిహోర ,పాయసం చేసింది..దానిపుట్టిన రోజుకు నేను 500 ఖర్చుపెట్టాను, అప్పట్లో నా నెల జీతానికి అది నాకు చాలా ఎక్కువ డబ్బే.

ఆరోజు ఉదయం నుంచి వర్షం ఆగకుండా కురుస్తోంది, నేను స్కూల్కి వెళ్ళాలి, కానీ మాపాపకి నేను కొన్న గిఫ్ట్ ఇచ్చి దాని ఆనందం చూసి వెళదాం అని ఆగాను.. మా పాపకి తల స్నానం చేయించి, కొత్తబట్టలు వేసి తీసుకోచింది వాళ్ళమ్మ.. చిన్నపాప బొమ్మ ఇచ్చాను, దాని కళ్ళలో ఎంతో ఆనందం.

ఇంతలో బయట కుయ్.. కుయ్.. అని కుక్క పిల్లలు అరుస్తున్నాయ్.. తల్లి కుక్క కొంచం గట్టిగా అరుస్తోంది..

ఆందులో ఏదో బాధ కనిపించినట్లుగా మా పాప పరిగెట్టుకునివెళ్ళి చూసింది.

నిన్న రాత్రి కుక్క..! పిల్లల్ని పెట్టింది, ఆవి వర్షంలో తడిసిపోతున్నాయ్..మా పాప బాధపడి ఏడవడం మొదలుపెట్టింది. కానీ పుట్టినరోజు ఏడవకూడదు అని ఓదార్చాను.

ఆ కుక్కపిల్లల్ని ఇంట్లోకి తీసుకొద్దాం నాన్న, పాపం వర్షంలో తడిసిపోతున్నాయి. పెద్దకుక్కలు పర్వాలేదు, పాపం చిన్నపిల్లలు కదా నాన్న అని ఏడ్చింది.

చి.. చి..వీధికుక్కలు ఇంట్లోకా వద్దు అన్నాను వెంటనే.. ఒక్కసారి కోపంగా చూసి నానుంచి దూరంగా వెళ్ళి ఏడుస్తూ కూర్చుంది.. నేను ఇచ్చిన బొమ్మ విసిరేసింది..

కాసేపు అయ్యాక ఎక్కడనుంచో అట్ట పెట్టి తెచ్చింది..ఆ కుక్కపిల్లలు మీద బోర్లించడానికి . కానీ అది టీవీ ది

ఎందుకైనా ఉపయోగపడుతుంది అనిపించి, అది అలా ఉంచు పాడు చ్చెయ్యకు అన్నాను. నా మాట వినకుండా ఆపెట్టిని ఒక వైపు కత్తిరించి, తీసుకెళ్లి ఆ కుక్కపిల్లల మీద బోర్లించ్చింది.. ఆ కత్తిరించిన వైపునుంచి కుక్కపిల్లలు బయటకు చూస్తున్నాయి ఎంతో కృతజ్ఞతగా.

అది చూసి మా అబ్బాయి నాన్న మాట ఎదిరించి ఆ టీవీ పెట్టి పాడు చేస్తావా అని తిట్టాడు. కోపంవచ్చి అది ఏడుస్తూ మంచం మీద పడుకుంది, నేను స్కూల్కి వెళ్ళిపోయాను. పక్కఊరి ప్రభుత్వ పాఠశాలలో నేనో గుమస్తాగా పనిచేసేవాడుని.

ఆరోజు నాన్న కన్నా కుక్కపిల్లలు ఎక్కువైయ్యాయా అనుకున్నాను. కానీ కాదు పెద్దల మూర్ఖత్వం కన్నా తన మనసులో ఉన్న మానవత్వానికి విలువిచ్చింది నా కూతురు.

ఆ రోజు ఆ కుక్క, ఈరోజు ఈ నాన్న మాత్రమే కాదు, ప్రతి ఆదివారం ఈ కాలనీలో ఉన్న పిల్లలందరికీ "ప్రేరణ" అనే కార్యక్రమం నిర్వర్తిస్తూ, దాని ద్వారా ఎందరో పిల్లలలు మంచి మనసున్న పిల్లలుగా ఎదుగుతారని తన ఆశ, దానికోసం కూడా

కృషి చేస్తోంది.. అలాగే కష్టాల్లో ఉన్న ఎందరికో సేవ చేసి తన ప్రేమను, మంచిని పదిమందికి పంచుతోంది నా కూతురు.

ఒక భార్యగా, పిల్లల తల్లిగా, ఈ తండ్రికి కూతురిగా, ఈసమాజంలో ఒక మనిషిగా తన పాత్రకి పూర్తి న్యాయం చేస్తోంది.

నాలాగే కుక్క పిల్లలకన్నా టీపీ పెట్టె ఎక్కువని నమ్మిన నాకొడుకుకి కూడా నాకూతురు లాంటి కూతురు పుడుతుందో లేదో, పుట్టకపోతే వాడి వృధాప్యం ఎలాగో అని నాలో నేనే నవ్వుకున్నాను.

ఇంతలో ఎవరో తలుపు కొడుతున్నారు, నెమ్మదిగా లేచి వెళ్లి చూసాను. మా మనవరాలు, మనవడు వర్షంలో తడిసి వచ్చారు..

అప్పుడే వచ్చేశారు స్కూల్ లేదా అన్నాను.. లేదు తాత వర్షం ఎక్కువగా ఉందని మధ్యాహ్నం స్కూల్ సెలవు ఇచ్చారు అంది మనవరాలు.

మరి అమ్మ గొడుగు ఇచ్చింది కదా..! తడుచుకుంటూ వచ్చారే..? అని అడిగాను .

మనవరాలు భయంభయంగా తన అన్నయ్య వంక చూసింది..

వాడు చెబుతున్నాడు "ఎదురింటి గోడపక్కన కుక్క తడుస్తోందని ఆగోడకి గొడుకు పెట్టి తాడుతో కట్టి, దాని క్రింద కుక్క పిల్లను కూర్చోపెట్టి వచ్చింది ఇది, మేము తడుస్తూ వచ్చాం, చెల్లి పిచ్చిది

తాత అని తిట్టుకుంటూ లోపలకి వెళ్ళిపోయాడు.. ఆ కిటికీలోంచి బయటకు చూస్తే అదే గోడుకు క్రిందకి ఇంకో నాలుగు కుక్కపిల్లల వచ్చి చేరాయి..

నా మనవరాల్లో నా కూతురు కనిపించింది. మానవత్వం పిల్లల్లో పోకుండా చూసుకుంటే ఈలోకంలో వృద్ధాశ్రమాలు ఉండవు..ఆలా కాదు చదువు , ఉద్యోగం మాత్రమే ముఖ్యం అని పెంచితే , ప్రతి తండ్రి జీవితం ఈ సమాజానికి ప్రశ్నలా మిగిలిపోవడమే..

గ్రంథాలయం

ఇక్కడ పుస్తకాలు మాత్రమే నిజం మాట్లాడతాయి... మనసుకు ముసుగు వేయకుండా.

ఇక్కడ పుస్తకాలు మాత్రమే నిజం మాట్లాడతాయి... మనసుకు ముసుగు వేయకుండా.

ఊరిలో పదిహేను సెంట్లున్న తన ఇంటిని అమ్మాలని చాలారోజులుగా ఎదురుచూస్తున్నాడు సత్యం..రాక రాక ఒక మంచి బేరం వచ్చింది, హైదరాబాద్‌లో ఒక అపార్టుమెంట్ కొనుక్కోవచ్చు అనే తన కల నిరవేరబోతోంది అనుకున్నాడు, ఇప్పుడు ఊరిలో ఇళ్ల స్థలాల ధరలు కూడా బాగానే పెరిగాయి సెంటు మూడు లక్షలు చెబుతున్నారు మరి, బేరం కూడా అలానే వచ్చింది "నలబై లక్షలు".

ఏదో బేరం వచ్చిందని నిన్న ప్రొద్దున్న ఊరినుంచి బసవరాజుగారు ఫోన్ చేశారు, ఆనందంగా బస్సు ఎక్కాడు సత్యం..

ఉదయానికి ఊరు చేరుకుంది బస్సు, హనుమంతుడి గుడిదగ్గర ఆగింది..బస్సు దిగి నడుచుకుంటూ ఊరిలోకి వస్తున్నాడు సత్యం..మార్గం మధ్యలో తన బాల్యం, చిన్ననాటి స్నేహితులు, శ్రీను హోటల్లో వేడి వేడి ఇడ్లీలు, స్కూలు, చెరువు దగ్గర చింత చెట్లూ ఇవన్నీ గుర్తుచేసుకుంటూ , అనేక ఆలోచనలతో ఊరిలోకి నడుస్తున్నాడు, ఇంతలో ఆ ఊరి సత్రం దగ్గరకి వచ్చాడు..

సత్రం చూడగానే తాత గుర్తొచ్చాడు, చిన్నప్పుడు తాతతో కలిసి వెళ్లిన సినిమాలు, పండక్కి తాత కొన్న కొత్తబట్టలు , ఆయనతో కలిసి దీపావళి చేసుకోవడం అన్ని కళ్ళ ముందే మెదిలాయి,

సత్రం సుబ్బమ్మ బయటకొచ్చి గుమ్మం తుడుస్తోంది, పండు ముసలిదైపోయింది..ఆమెని చూడగానే గత జ్ఞాపకాలు ఇంకా ఇంకా వరదలా మారి అతని మనసు ముంచేశాయి, కళ్ళు చెమ్మగిల్లాయి..

ఇద్దరు పిల్లలతో, భార్య కట్టుబట్టలతో మా తాత ఈ ఊరొచ్చారట, తినడానికి కూడా సరిగా లేని పరిస్థితులలో కడుపు చేత పట్టుకుని ఈ ఊరొచ్చారట. అప్పుడు ఈ సత్రం అరుగుమీద కూర్చుంటే ఈ సుబ్బమ్మే లోపాలకి పిలిచి ఇంత అన్నం పెట్టిందట..మా నాన్న ఇప్పటికి చెబుతూ ఉంటాడు మా పిల్లలకి అనుకున్నాడు సత్యం.

తన చిన్నతనంలో ఊరందరికీ సత్రం వెనకాల ఉన్న ఉసిరి చెట్టుక్రింద కార్తీక వనభోజనాలు పెట్టేవారు, ఆరోజంతా సత్రం సుబ్బమ్మకి పిల్లలమందరం సహాయం చేసేవాళ్ళం.ఆరోజు ఊరిలో పిల్లలంతా ఇక్కడికే చేరి ఆడుకునేవాళ్ళం అని గుర్తొచ్చి వెళ్లి సుబ్బమ్మని పలకరించాడు సత్యం.

సుబ్బమ్మ గుర్తుపట్టలేకపోయింది. ఎవరు బాబు నువ్వు.? అంది సుబ్బమ్మ నేను సత్యాన్ని అన్నాడు, అయినా గుర్తుపట్టలేదు. నేనూ సూర్యనారాయణ మూర్తిగారి మనవడిని అనగానే వెంటనే గుర్తు పట్టింది, చాలా సంతోషించింది.

సత్రవులో పనిచేసే మిగతా పనివాళ్లని అందర్నీ పిలిచి పరిచయం చేసింది, మా సూర్యనారాయణ మూర్తిగారి మనవడు అని.ఆమె కళ్ళలో ఎంతో ఆనందం.

అవును ఈ ఊరిలో నేను "సత్యం" కాదు సూర్యనారాయణ మూర్తిగారి మనవడునే అనుకున్నాడు.అమ్మ నాన్న అందరూ ఎలా ఉన్నారు అని అడిగి తెలుసుకుంది..మాటల మధ్యలో తాత గురించి చెప్పడం మొదలు పెట్టింది..

కట్టుబట్టలతో ఈ ఊరు వచ్చారు బాబు మీ తాతగారు..ఈ ఊరి జమిందారిగారి ఇంట్లో పనిచేసేవారు. ప్రతీ వారం కిరాణా సామాను తీసుకుని రావడం, పొలం పనులు దగ్గరుండి చేయించడం, ఈ సత్రం పనులు చూసుకోవడం ఆలా ఎంతో నమ్మకస్తుడిగా మెలిగేవారు ఆయన, ఎప్పుడూ ఒక్క రూపాయి కూడా తేడా వచ్చేది కాదు, మీ తాతగారు అంత నమ్మకంగా పనిచేశారని ప్రేమతో జమిందారుగారు ఊరిలో ఉన్న ఆ ఇంటిని కట్టించి మీ తాతగారికి దానం ఇచ్చారు అంది.

ఊరందరితో మంచిగా మెలిగేవారు, ఆస్తి లేకపోయినా ఊరంతా మంచి అనే పేరు తెచ్చుకున్నారు..ఈ ఊరుకూడా మీ తాతగారిని చాలా ప్రేమించింది, పెంచింది, మీ బాబాయ్ అమెరికాలో ఉన్నాడన్నా, మీ నాన్న టీచర్ అయ్యాడన్నా దాని వెనుక మీ తాతగారు కష్టం ఎంతో ఉంది.

అప్పట్లోనే మీ బాబాయి అమెరికా వెళ్తే, సూర్యనారాయణ మూర్తి పిల్లలని ఎంత చక్కగా చదివించాడో అనుకునేవారు ఊరిలో చాలామంది.

కట్టు బట్టలతో వచ్చిన మనిషి చనిపోతే ఊరంతా చూడటానికి వచ్చారంటే ఎంత గొప్పగా బ్రతికాడో, ఒక్కొక్క చెమటబొట్టుని చిందించి మీ నాన్న, బాబాయిలను పెంచాడో మహానుభావుడు.

ఊరు అమ్మ, ఒక్కసారి తల్లిలా చూడటం అలవాటైతే ఈ ఊరే మనల్ని పిల్లల్లా పెంచుతుంది అనడానికి మీ తాతే ఉదాహరణ అంది సుబ్బమ్మ..

సరేలే సుబ్బమ్మ ఊరిలో పనిఉంది బసవరాజుగారు నాకోసం ఎదురుచూస్తూ ఉంటారు వెళ్తాను అని అక్కడ నుంచి బయలుదేరాడు సత్యం..

చిన్నప్పటి నుంచి తెలిసిన తాతే కానీ సుబ్బమ్మ చెబితే కానీ తనకి కొన్ని విషయాలు గుర్తు రాలేదు..ఆ ఇల్లు దానమిచ్చిన జమిందారుగారు చనిపోతే , ఆయనకు కొడుకులు లేకపోతే మా తాతే కొడుకుల దహన సంస్కారాలు చేసి, ప్రతీ సంవత్సరం ఆ ఆయన చనిపోయిన రోజు ఊరందరికీ సత్రవులో భోజనాలు పెట్టేవారు..

ఈ ఇల్లు ఆయన ఇచ్చారు, బ్రతకడానికి పని ఇచ్చారనే అభిమానంతో, కృతజ్ఞతో ఆఇంటిని దేవాలయంలా

చూసుకునేవారు ఆయన ఫోటో కూడా మా ఇంట్లో ఉండేది.. మా తాతగారు ఆయన ఫోటోకి కూడా రోజు పువ్వులు పెట్టి అగరత్తు వెలిగించి దణ్ణం పెట్టుకునేవారు..జమిందారిగారి దగ్గర పనిచేస్తూ మా తాత ఐదు ఎకరాల పొలం కొన్నాడు, మా బాబాయి , మా నాన్న ఊరికి రావడం ఇష్టపడటం లేదని ఆ పొలాన్ని ఆఖరి రోజుల్లో ఎవరికో దానం ఇచ్చేసారు అని విన్నాను.. ఇవన్నీ నాకు తెలుసు కానీ ఎందుకు ఇన్నాళ్లు జ్ఞాపకంలేవు అని చాలా బాధపడ్డాడు సత్యం..

బసవరాజు గారు గుమ్మంలో నించుని ఎదురుచూస్తున్నారు, సత్యం రావడంచూసి ఎదురొచ్చి ప్రయాణం బాగా జరిగిందా బాబు అని అడిగి లోపాలకి తీసుకెళ్లారు..స్నానం పలహారం అయ్యాక ఇల్లుని చూడాలని ఉందండి ఒక్కసారి వెళ్ళొస్తాను అన్నాడు సత్యం, నేను వస్తాను. మొన్న సాయంత్రం వీర్రాజు కొడుకు మా ఇంటికి వచ్చాడు, సూర్యనారాయణ మూర్తిగారి ఇల్లు అమ్మేస్తున్నారట కదండి నేను కొంటాను అని చెప్పాడు అప్పుడే నీకు ఫోన్ చేశాను బాబు అన్నారు బసవరాజు గారు..

వీర్రాజు ఎవరు అన్నట్లుగా చూసాడు సత్యం. పెళ్ళాం పిల్లలతో, సరైన సంపాదన లేక ఇబ్బంది పడుతున్నాడని జాలిపడి ఒకప్పుడు మీ తాత వాడికి ఐదెకరాల పొలం ఊరికినే ఇచ్చేసాడు.

ఇప్పుడు వాడి కొడుకే నీ ఇల్లు కొంటాను అంటున్నాడు చూసావా బాబు కాలం ఎంత మారిపోయిందో అన్నారు బసవరాజు గారు..

జమిందారిగారు మాతాతకి దేవుడు అయితే, మా తాత ఆవీరాజు ఇంటికి దేవుడన్న మాట అనుకున్నాడు..

దారిలో వేణుగోపాల స్వామి గుడి వచ్చింది బయట నుంచి దణ్ణం పెట్టుకుని ముందుకు వెళ్తుంటే, బసవరాజుగారు "రా బాబు లోపాలకి వెళ్దాం", జమిందారుగారు చనిపోయాక దేవుడి మాన్యం లేక, వేణుగోపాలా స్వామి గుడిలో నవేద్యం పెట్టె పరిస్థితులు కూడా లేవు, అప్పుడు మీ తాత ఊరందరిని ఒప్పించి తలొకింత వేసుకుని స్వామి గుడిని నిలబెట్టాడు, ప్రతి సంవత్సరం ఒక ఎకరం పొలంలో పండే పంట మొత్తం స్వామి గుడికే ఇచ్చేవాడు మీ తాత,ఆ పుణ్యమే మిమల్ని నిలబెట్టింది అన్నారు..

ఆ పొలం ఇచ్చేటప్పుడు వీర్రాజుకి కూడా ఇదా చెప్పారట. ఇప్పటికి వీర్రాజు ఒకఎకరం పొలంలో పండిన ధాన్యం మొత్తం గుడికే ఇస్తాడు, దానితో రోజుకి పదిమందికి నిత్యాన్నదానం జరుగుతోంది, ఆచార్లుగారి కుటుంబం కూడా బ్రతుకుతోంది అని చెప్పారు ఈసారి కన్నీళ్లు బయటకు పొంగుకుంటూ వచ్చాయి సత్యానికి ..

తాత ఎలా బ్రతికాడో కూడా మరిచిపోయి ఈ మట్టిలో ఉన్న ఇల్లుని అమ్మేసి గాలిలో ఉన్న అపార్ట్మెంట్ కొనుక్కోవాలని అనుకుంటున్నాను ..మా తాత విలువలతో సంపాదించుకున్న ఇల్లు అమ్మే హక్కు నాకెక్కడ ఉంది అనుకున్నాడు..

గుడినుంచి బయటకు వచ్చి తన చిన్ననాటి ఇంటికి చేరుకున్నాడు సత్యం..ఆ ఇల్లు చూడగానే "తాత..." అనే ఒక్క మాట నోట్లోంచి, కళ్ళలోంచి కన్నీరు అసంకల్పితంగా బయటకువచ్చాయి.

ఇల్లు చాలా పాడైపోయింది, తాతని ఎలా మరిచిపోయామో ఈ ఇంటిని కూడా అలానే మరిచిపోయాం, ఇంత పాడైన ఈ ఇంటిని అతను ఎందుకు కొనడానికి వచ్చాడో,బహుశా ఇల్లు కూల్చి కొత్త ఇల్లు కట్టుకుంటాడేమో అనుకున్నాడు ..ఇక ఈ ఇల్లు అమ్మకూడదని మనసులో నిశ్చయించుకున్నాడు సత్యం.

ఇంతలో వీర్రాజు, తన కొడుకు అక్కడికి వచ్చారు..మాకు ఇల్లుబాగా నచ్చింది మీరు అనుకున్న ధరకే మేము కొంటాము అన్నాడు వీర్రాజు కొడుకు .

"కొని ఏంచేస్తారు.?" అని అడిగాడు సత్య ఊరికే తెలుసుకుందామని, వెంటనే వీర్రాజు కొడుకు సత్యంగారు ఇక్కడ ఉచితంగా గ్రంధాలయం పెడతామండి..సూర్యనారాయణగారంటే అంటే మాకు తిండి పెట్టిన దేవుడు ,ఆయన ఇల్లు మాకు

దేవాలయం, అది ఎవరో కొనుకుంటే మేము చూస్తూ ఉండలేమండీ అందుకే ఈ ఇల్లు కొని ఇదొక గ్రంధాలయంలా మార్చాలనుకుంటున్నాం..

దేవుడుకి దేవాలయం ఎలానో, చిన్న జీవితం ప్రారంభించి తన ఎదిగి తన చుట్టూ ఉన్న మనిషులకు ఎదిగేలా చేసిన సూర్యనారాయణ మూర్తిగారి ఇల్లు గ్రంధాలయంలా మారాలి అని మాఆశ అన్నాడు....

వెంటనే సత్యం, అతన్ని హత్తుకుని ఇకనుంచి ఆ పని మనమిద్దరం కలిసి చేద్దాం.

నేను ఈ ఇల్లు అమ్మనూ వద్దు, నువ్వు కొననూ వద్దు ఎందుకంటే ఈ ఇల్లు అమ్మే హక్కు నాకు లేదు.

అప్పటినుంచి ఆ వీర్రాజు కొడుకు, సత్యం మంచి స్నేహితులుగా మారారు,ఎన్నో విలువైన పుస్తాకాలతో గొప్ప గ్రంధాలయాన్ని నిర్మించారు..

"సూర్యనారాయణ మూర్తి గ్రంధాలయం"

అబ్బులు హోటల్

మార్పు మనంకోరుకున్న క్షణంలో పుట్టదు, పుట్టినా అది శాశ్వతంగా ఉండదు. కాలంలో వచ్చే సందర్భాలకు మనసు గాయపడితే, ఆ గాయంలోంచి వచ్చే ప్రతీ జీవితపు పాఠం "శాశ్వతం".

ఆరోజెందుకో రాము గోదావరి గట్టుమీదున్న రావిచెట్టుక్రింద దిగులుగా కూర్చున్నాడు. గోదావరి ఘోష ఒకపక్క, రావిచెట్టు ఆకులు చేసే సవ్వడి మరోపక్క. రెండూ కలిపి వింటుంటే గాలి వారిద్దరికీ మధ్య రాయబారం చేస్తోందా అనిపించింది.

"ఏకాంతం", "ఒంటరితనం" ఒకటికాదు అంటారంతా కానీ ఈరోజు రాము మనసులో ఉన్నది ఏకాంతమా లేక ఒంటరితనమా..?

బహుశా ఒంటరితనమేనేమొ, ఎందుకంటే ఈశ్వరి నిన్న సాయంత్రం పెళ్లి చేసుకుని అత్తారింటికి వెళ్ళిపోయింది కదా అందుకోసమేనా లేక అబ్బులు మావయ్య కోసమా.? వెళ్లేముందు చిన్ననాటి స్నేహితుడికి ఒక మాట కూడా చెప్పలేదట..

ఈశ్వరంటే ఇష్టమో, ప్రేమో లేక స్నేహమో అవేమి తెలియదు రాముకు..చిన్నతంలో కలిసి స్కూల్కి వెళ్లేవారు, పెద్దయ్యాక సైకిలుమీద ఈ గోదావరి గట్టుమీదుగా పక్కఊరిలో ఉన్న కాలేజీకి వెళ్లేవారు..

చిన్నతనంలో ఈశ్వరి, రాము కలిసి ఆడని ఆటలేదు, బస్సు కూడా రాని ఆ మారుమూల గ్రామంలో పెరిగిన వీరిద్దరూ ఇంకా ఆధునీకరించబడలేదు అందుకేనేమో స్వచ్ఛత,ప్రేమ ఇప్పటికీ అలాగే ఉండిపోయాయి వారిలో.

రాము, ఈశ్వరి పక్కపక్క ఇళ్లలో ఉండేవారు..ఇంటి ఎదురుకుండా ఉన్న అబ్బులు హోటల్లో వేడి వేడి ఇడ్లీలు అంటే ఊరందరికీ చాలా ఇష్టం. బహుశా చద్దన్నంతో రోజు ప్రారంభించే ఆ గ్రామ ప్రజలని మేల్కొలిపి హోటల్ లో టిఫిన్ అలవాటు చేసిన సంఘుసంస్కర్తే అబ్బులు అనచ్చు..తెల్లారితే ఊరంతా అక్కడే.

రోజు గోదావరిలో స్నానం చేసి, పక్కనే ఉన్న శివాలయంలోకి వెళ్లి వచ్చాక పొయ్యకి కూడా పూజ చేసి అప్పుడు వెలిగించేవాడు అబ్బులు..ఈలోపు గ్రామ ప్రజలంతా అక్కడ చేరి పెద్ద చర్చ జరిపేవారు,

అబ్బులు లేచాడా..?

స్నానం చేశాడా..?

గుడినుంచి వచ్చాడా..?

ఎక్కడ ఉన్నాడు అనుకుంటుంటే ఇంతలో జనల మధ్యలోంచి మహానేతలాగా సైకిల్ మీద హోటల్ కి వచ్చేవాడు అబ్బులు.

రాముని, ఈశ్వరిని ఎంతో ప్రేమగా చూసేవాడొ.చిన్నతనంలో అబ్బులుమావయ్య బంతి కొనుకుంటాను అంటే చాలు గల్లాపెట్టిలోంచి తీసి పదిరూపాయలు ఇచ్చేవాడు. ఆదివారం మధ్యాహ్నం భోజనం అయ్యాక రాము,ఈశ్వరి, ఇద్దరు అబ్బులు హోటల్ దగ్గరకి వచ్చి కూర్చునేవారు ఇంతలో ఐస్ బండివాడు

ఐస్.. ఐస్.. అని అరుచుకుంటూ వచ్చేవాడు.పిల్లలకి ఐస్ కొనిపెట్టేవాడు, నిజానికి వీరిద్దరూ ఐస్ కొనిస్తాడనే అక్కడికి వచ్చేవారు.

బాగా చదువుకోవాలి మీరు, మంచిగా బ్రతకాలి, దొంగతనం చెయ్యకూడదు,అబద్దాలు ఆడకూడదు అని ఎన్నో మంచివిషయాలు, కథలు చెప్పేవాడు.

స్కూల్లో చెప్పే పాఠాలకన్నా అబ్బులు చెప్పే మాటలే వారికి ఎన్నో విలువలు నేర్పాయి.

ఊరిలో పెద్దలుకూడా మధ్యాహ్నం భోజనాలు అయ్యాక అబ్బులు హోటల్లో కూర్చుని కబుర్లు మొదలుపెట్టేవారు ..అబ్బులు వారందరికి టీలు ఇచ్చేవాడు. ఏరా అబ్బులు నీ పని బాగుందిరా బాగా సంపాదిస్తునావు అనేవారు.

కార్తీక సోమవారాల్లో శివాలయానికి, ప్రతి రోజు ఉదయాన్నే అబ్బులు హోటల్ కి, ఈ రెండు చోట్లకీ మాత్రం ఊరంతా వెళ్తారు..రాము అనుకునేవాడు అబ్బులుకన్నా ఊరిలో ఎవరికీ అంత పరపతి లేదని..

ఇంటర్ పూర్తయ్యేవరకు ఈశ్వరితోటి, అబ్బులుమావయ్యతోటి మాత్రమే తన జ్ఞాపకాలన్నీ ఉన్నాయి...రాముకి తాను

దేవుడిచ్చిన మావయ్య, అలాగే పిలిచేవాడుకూడా "అబ్బులుమావయ్య.." అని..

ఒకరోజు సాయంకాలం ఇదే గోదారి గట్టున అబ్బులు మావయ్యకి చెప్పాడు రాము, తనకి ఈశ్వరంటే చాలా ఇష్టమని కానీ అది ప్రేమ కాదని, తనకి వేరే వాళ్ళతో పెళ్లైన పర్వాలేదు కానీ తాను ఇదే ఊరి అబ్బాయిని పెళ్లి చేసుకుంటే ఇక్కడే ఉండచ్చు కదా మావయ్య..ఈశ్వరి లేకుండా నాకు రోజు ఎలా బ్రతకాలో తెలియదు. తాను నాకు మంచి స్నేహితురాలు మావయ్య అన్నాడు.

ఆబ్బులు నవ్వి ఒరేయ్ అబ్బాయ్ కన్నతండ్రి కూడా ఆడపిల్లతో కొన్నాళ్లే ఉండగలడ్రా..ఆడపిల్లతో భర్త మాత్రమే శాశ్వతంగా ఉండాలని కోరుకోగలడు..ఇంకెవరు కోరుకున్న అది "తీరని కలే' అన్నాడు.

రాము చెప్పినట్లుగానే ఈశ్వరికి పెళ్లి కుదిరింది బయటకు రావడం మానేసింది..రాము పెళ్లి హోటల్ లో కూర్చున్నాడు అబ్బులు రెండు టీ తీసుకొచ్చి అక్కడ పెట్టి ఈశ్వరేది మళ్ళీ దెబ్బలాడుకున్నారా ఇద్దరు అన్నాడు.లేదు మావయ్య దానికి పెళ్లి కుదిరిందట ఇంకా బయటకి రాదంట అన్నాడు..అబ్బులు మనసు ఒక్కసారి జల్లుమంది ఎందుకంటే పిల్లలు లేని అబ్బులుకు వీరే పిల్లలు. తన కడుపున పుట్టిన పిల్లలు

దూరమవ్వాలని ఏతండ్రి అనుకోడుగా అలాగే అబ్బులు కూడా వారిద్దరూ కలిసి తన కంటి ముందే ఉంటె అతనికి అదే సంతృప్తి మరి.

డిసెంబర్ 18 ఈశ్వరికి పెళ్ళిపోయింది..పెళ్లి హడావుడిలో రాముని కనీసం సరిగా పట్టించుకోలేదు.అత్తారింటికి వెళ్లే ముందుకూడా ఎదో భయం భయంగా వెళ్లింది కానీ నాకు వెళ్ళొస్తా అని కూడా చెప్పలేదు అనుకున్నాడు రాము.

మరసటి రోజు అబ్బులు మావయ్య హోటల్ తీయలేదు, రాము అబ్బులు ఇంటికి వెళ్ళాడు. ఈరోజు హోటల్ ముందు కాకుండా ఇంటిముందు జనం ఎక్కువగా ఉన్నారు.అబ్బులు మావయ్య ఇడ్లీ కోసం ఇంటికికూడా వచ్చేసారు అనుకున్నాడు రాము. ఇంట్లో ఎదో నిశబ్దం, గుమ్మం బయటనుంచి చూస్తే అబ్బులుమావయ్య కాళ్ళు వేలాడుతూ కనిపించాయి, ఒక్కసారిగా గుండె ఆగినంతపనైంది, తెలియకుండానే నా కన్నీళ్లు నా హృదయం వరకూ చేరికున్నాయి. మావయ్య ఇక లేడు అనే ఒక విషయం మాత్రం రాముకి అర్ధమైంది.

రాత్రి అప్పులవాళ్ళు వచ్చి ఇంటిముందు గొడవ చేశారట, కొట్టారట కూడా ఆ అవమానం భరించలేక చనిపోయాడట, హోటల్కి వచ్చి బాకి రాసుకోమనేవారే కానీ డబ్బులు ఇచ్చేవారు లేరట..హోటల్ నడపడానికి కావాల్సిన కొంత పెట్టుబడికోసం

సంవత్సరం క్రితం యాభైవేలు అప్పు చేసాడట, పాపం తిరిగి ఇవ్వలేకపోయాడు..

ఒకపక్కన ఈశ్వరి వెళ్ళిపోతే బ్రతకలేను అనుకున్నాడు, ఇప్పుడు అబ్బులుమావయ్య కూడా లేడు ఇదే ఆలోచనలతో గోదావరి గట్టుమీద ఉన్నాడు రాము..

ఎప్పుడూ మాకేదో కొనిపెట్టే మావయ్య నన్ను ఒక్కసారి కూడా ఏదీ అడగలేదు.. ఆత్మాభిమానంతో బ్రతికే మనిషి పాపం తన కష్టాలని ఎవరికీ చెప్పుకోలేకపోయాడు...తనకంటూ ఎవరూ లేని మావయ్య మాతో ఆడుతూ ,సరదాగా మాట్లాడుతూ తన కష్టాలని కొంత మరిచిపోయేవాడు అనుకున్నాడు రాము.

ఇంతలో శివాలయం లోంచి పూజారు గారు బయటకు వచ్చారు. అబ్బులు మావయ్యకి ఎవరు లేరు కదా నేను 11 రోజు ఊరంతా భోజనాలు పెట్టాలి అనుకుంటున్నాను ఎలా చెయ్యాలో చెప్పమని అడిగాడు.11వ రోజు ఊరంతా భోజనాలు పెట్టాడు రాము ఇంతలో ఐస్. ఐస్ అంటూ ఐస్ అమ్ముకునేవాడు అటుగా వెళుతుంటే అతన్ని పిలిచి అక్కడున్న పిల్లలకి ఆ ఐస్ కొనిచ్చి అతన్ని కూడా భోజనం చేసి వెళ్ళమని చెప్పాడు. తనకి ఉన్న నాలుగు ఎకరాల పొలంలో ఒక ఎకరం అమ్మేసి ఆడబ్బుని కేవలం ప్రతి సంవత్సరం అబ్బులు మావయ్య పేరుమీద జరిగే కార్యక్రమాలకు మాత్రమే వాడాలి అనుకున్నాడు.

ఈశ్వరి లేకుండా బ్రతకలేను అనుకున్నాడు కానీ అబ్బులుమావయ్య జ్ఞాపకాలతో అదే ఊరిలో ఉండిపోయాడు.

ఊరందరికీ దేవుడైన శివుడు పేదవాడే,ఊరంతా రోజు పలకరించే అబ్బులుమావయ్య కూడా పేదవాడే..మా అబ్బులుమావయ్యని ఎవరు పట్టించుకోలేదు. అంతమందిలో ఒక్కరైనా ఎలా ఉన్నావు అని మనసారా అడిగుంటే అబ్బులుమావయ్య వారికీ చెప్పుకుని గుండెబరువు దించుకునేవాడు. నలుగురు చుట్టూ ఉంటె భయం లేదనుకోడం భ్రమ అని, మనలో ఉండే "ధైర్యమే" మనకి నిజమైన నేస్తమని తెలుసుకున్నాడు రాము.

మనకి మనం తప్ప మనకోసం ఎవరూ ఉండరని,కష్టం వస్తే ఊరంతా ఉన్నా మన నాలుగుగోడల మద్యే మనం మిగిలిపోతామని తెల్సుకున్న ఆక్షణం అతని జీవితంలో మరో కొత్త సంవత్సరం..

ఈశ్వరి రాము ఇంటికి వచ్చిందట, వాళ్ళఅమ్మగారు కబురుపంపించారు..రాము ఇంటికి బయలుదేరాడు.

మనసుకు సమాధానం

గతానికి సమాధానం ఇవ్వలేం..

భవిష్యత్తుని ప్రశ్నించలేం..

ప్రస్తుతాన్ని ఒప్పుకుని బ్రతకడమే "స్వేచ్ఛ".

గాయం ఎంత లోతుగా తగులుతుందో మనసు అంతలోతైన మాటలు మాట్లాడుతుంది..

అవును తన ఒక్కగానొక్క కొడుకు చనిపోయాకా ఇన్ని నెలలపాటు ఏడ్చింది

శారద, ఇప్పుడు సంవత్సరం పూర్తి.

ఏడ్చి ఏడ్చి కళ్ళు ఎంత అలసిపోయినా మనసు క్షమించదు కదా. జ్ఞాపకాలను మోసుకొస్తూనే ఉంటుంది కళ్ళని ఏడిపిస్తూనే ఉంటుంది.

ఎన్ని రాత్రులు నిద్రకి దూరమైనా,

ఎన్ని పూటలు అన్నం తినకపోయినా,

ఎంత బరువు గుండె మోస్తున్నా దానికి

ఒకేఒక్క కారణం మన మనసు..

మనిషిని రోజు హింసించమని, ఆదేవుడు మనిషి శరీరంలో ఎక్కడో మనసుని దాచాడు..అది మనిషిలో ఎక్కడుంటుందో తెలియదు కానీ మనిషితో మాత్రం ఎప్పుడూ ఉంటూనే ఉంటుంది..ఏడిపిస్తూనే ఉంటుంది.

ఒకరోజు సాయంత్రం పెరట్లో భర్తకి కాఫీ ఇచ్చి ఆమె అక్కడే కూర్చుంది. ఇద్దరిలో ఏదో మౌనం..

మనల్ని సాగనంపాల్సిన కొడుకు కానీ వాడిని మనం సాగనంపాము..

వాడు భవిష్యత్తు బాగుండులాని,కష్టపడకూడదని రూపాయి, రూపాయి దాచి పది ఎకరాల పొలం కొన్నాను.ఇంత పెద్ద ఇల్లు కట్టాను.వాడికోసం దాచినివి మిగిలిపోయాయి వాడు మాత్రం వెళ్ళిపోయాడు అనుకున్నాడు సుబ్రమణ్యం.

ఒకవైపు వృద్ధాప్యం మరోవైపు మరుపు రాని కొడుకు జ్ఞాపకాలు, భగవంతుడా ఇంత కష్టం పెట్టావు కనీసం తట్టుకొనే గుండెనైనా ఇవ్వవయ్యా అని తనలో తాను అనుకున్నాడు ఆయన..ఇంతలో దూరంగా ఉన్న శివుడి గుడిలో గంటలు మ్రోగాయి..

ఏమండీ గుడికి వెళదామా, సంవత్సరంకాలంలో ఎక్కడికీ వెళ్లలేదు ఒక్కసారి గుడికి వెళ్దామండి అంది శారద భర్తతో.

ఎందుకు..?

ఇప్పుడూ ఆయన్ని ఎందుకు మొక్కాలి, మనకేముందని ఆయన్ని కోరాలి.కొడుకుని దూరం చేసిన దేవునికి నమస్కారం కూడా పెట్టలేను అన్నాడు.

ఈలోకం మీదకి ఎన్ని ఉప్పెనలు పంపినా,ఎన్ని గాలివానలని వదిలినా, ఎన్ని ప్రళయాలని సృష్టించినా, కాస్త మనఃశాంతి కావాలంటే మనిషి సముద్రపు ఒడ్డునే చేరతాడు కదండీ..

ఆ సముద్రం, ఈ దేవుడు ఒక్కటే, ఎంత బాధపెట్టినా వాళ్లే కాస్త ఊరట ఇవ్వగలరు కదండీ అంది ఆమె. ఆమె అభిప్రాయం గౌరవించి సరే అన్నాడు సుబ్రమణ్యం..

మరుసటిరోజు ఉదయాన్నే గుడికి వెళ్లారు, కొనేటినుంచి నీళ్లు తీసుకొస్తున్నారు పంతులుగారు అభిషేకం చెయ్యేడం కోసం..

ముందురోజు వికసించిన పూలు శివుడి శిరస్సు మీద వాడిపోయాయి తన కొడుకులాగే అనుకుంది, ఇంతలో పంతులుగారు కోనేటి నీటిని శివుడి పై అభిషేకించారు ఆ నీటి ప్రవాహానికి కొట్టుకుపోతున్నాయి ఆ వాడిన పూలన్నీ.

ఆ నీటి ప్రవాహమే కాలమా..?

జ్ఞాపకాలనే పూలని తనతో తీసుకెళ్లిపోతోందా...? అనుకుంది ఆమె..

అవును అని తనలో తానే సమాధానం ఇచ్చుకుంది.

ఈ లోకాన్ని శివుడు సాక్షిగా చూస్తున్నాడు .

గుడిలో పూజ అయ్యాకా ఆఅరుగుమీద కూర్చుని భర్తతో తన మనసులో కలిగిన అనుభూతిని పంచుకుంది..

ఇన్నాళ్లు కొడుకు కొసం ప్రతీ క్షణం బ్రతికాం, ప్రతీ రూపాయి ఆలోచించి ఖర్చు చేసాం..

ఇక మనకి వాడి దిగులు లేదు, వాడు లేడు అనే నిజాన్ని అంగీకరించి ఈ శివుడే మనకోడుకుగా భావించి బ్రతుకుదాం. శివుడు అంటే ఈ లోకమే కదా.

మన సంపాదన మన కొడుకుకే చెందుతుంది కదా, ఇక మన ఆస్తి ఈ శివుడిదే అంటే ఈ లోకానిదే.

కష్టంలో, అవసరల్లో ఉన్నవారికి మనకి వీలైనంత సహాయం చేద్దాం..

మన అబ్బాయి తప్పుదారిలో ఉంటే మనం సరిదిద్దుతాం కదా, అలానే తప్పుదారిలో, బ్రమల్లో పడిపోతున్న ఈ తరాన్నీ మంచి మార్గంలో పెట్టె ప్రయత్నం చేద్దాం..

ఇద్దరం ఒకప్పుడు ఉపాద్యాయులుగానే పనిచేసాం కదా మన పూర్వ అనుభవమే మనకి సరిపోతుంది.

ఈ గ్రామంలో వికాసకేద్రం నిర్మించి పిల్లలకి రామాయణ, మహాభారతాలు గురించి ఇంకా స్వామి వివేకానంద, అబ్దుల్ కలాం లాంటి గొప్పవారి జీవితాలు పిల్లలకి అందెలా చేద్దాం

అని తన మనసులో మాట చెప్పింది శారదా..

భార్య అభిప్రాయాలని అర్ధంచేసుకునేఅలవాటు ఉన్న సుబ్రహ్మణ్యం వెంటనే అంగీకరించాడు.

పక్కనే ఉన్న రామాలయంలోకి కూడా వెళ్లారు, దర్శనమయ్యాక పంతులుగారు వచ్చి అమ్మ ఇంకో నాలుగురోజుల్లో శ్రీరామ నవమి వస్తోంది అని గుర్తు చేశారు....

ఈ నవమే సరైన సమయం అనుకుని సుబ్రమణ్యం పంతులిగారితో ఇలా చెప్పారు " ఈసారి శ్రీ రామనవమి ఉత్సవం బాగా జరుపుదాం. సాయంకాలం రామాయణం మీద ప్రవచనం ఏర్పాటు చెయ్యండి.

పిల్లలు,యువకులుని ఆహ్వానించి, వచ్చిన అందరికి రామాయణ గ్రంథం పంచుదాం అన్నాడు..ఇంతలో రాముడి తల మీద ఉన్న మందారం క్రింద ఉన్న హనుమంతుడి మీద పడింది..అది చూసిన శారదా భగవంతుడు ఆజ్ఞ అయింది, ఆ హనంతుణ్ణి మాకు తోడుగా పంపుతున్నాడు రాముడు అనుకుంది.

మనసుపపై గెలిచి, నిజం ఒప్పుకుని, తట్టుకుని ముందుకు వెళ్లడమే నిజమైన స్వేచ్ఛ ...ఆ స్వేచ్ఛను పొందే ప్రయత్నమే "ఎదురీత".

సాధించినది ఏముంది

తనది కాని సంతోషానికి నవ్వడం కన్నా...

తనలోనే పుట్టిన బాధకి మనసారా ఏడవడమే "స్వేచ్ఛ".

ప్రతీ మనిషి గతంలో కి తొంగి చూస్తే తాను కోల్పోయినా జీవితమంత తన మనసులో బలంగా మిగిలిపోయింది.

బహుశా మనిషి తన కష్టాలకి తాను మనసారా ఎడవలేకపోవడం నిజమైన కష్టం..

బాధ ఉన్నా నవ్వగలగడం మాత్రం మోసం....

చుట్టూ ఎటు చూసిన గెలుపే ఉంది..కానీ ఆ గెలుపు లో నన్ను నేనే కోల్పోయాను అనుకునే కృష్ణ జీవితం ఈ కథ.

ఎన్నో వ్యాపారాలు చేసి, కష్టపడి అంచలంచలుగా జీవితంలో ధర్మంగా ఎదిగాడు..

ఆ ఊరిలో తనకంటూ గౌరవం మర్యాదలు సంపాదించుకున్నాడు..తాను కనిపిస్తే పలకరించకుండా ఎవరూ ఉండరు.

ఆ ఊరిలో యువతకి తాను ఆదర్శం..ఆయనలాగే కష్టపడి పైకి రావాలని ఆయన సలహాలు తీసుకుంటూ ఉంటారు.

ఊరిలో పంచాయతీ దగ్గర గ్రామస్తులతో ఏదో మీటింగ్ జరుగుతోంది..

పాడుపడిన శివాలయం పునః నిర్మాణం కోసం గ్రామ పెద్దలంతా మాట్లాడుకుంటున్నారు..

పంచాయితీ పక్కనే ఉన్న బస్ స్టాండ్ ఉంది. అక్కడ ఎవరో ఆడమనిషి ఎవరికోసమో ఎదురుచూస్తోంది..

మీటింగ్ మధ్యలో అనుకోకుండా కృష్ణ ఆమెవైపు చూసాడు..ఆమె అప్పటికే కృష్ణ వైపు చూస్తోంది

ఆమెని చూడగానే కృష్ణ మనసు మూగబోయింది...

ఎక్కడినుంచి నైరాశ్యం ఆవహించింది..ఇంకా అక్కడ ఉండలేకపోయాడు.

నేను ఈ విషయం గురించి నేను మళ్ళీ ఇంకోసారి కలుస్తాను అని చెప్పి అక్కడనుంచి సెలవు తీసుకున్నాడు..

తాను ఎంత గెలిచినా ఆమెని చూసిన ప్రతీసారి తాను ఓడిపోయాను అనిపిస్తుంది అతనికి..ఆమె పేరు పద్మ.

చిన్నతనం నుంచి కలిసి చదువుకున్నారు, ప్రాణస్నేహితులు. చాలా జీవితాల్లో జరిగినట్లే వీరు కూడా ఒక ప్రశ్నకు సమాధానం చెప్పవలసి వచ్చింది..

అడా మగా మధ్య స్నేహం ఏమిటి అని,వీరు మధ్య ఏమి ఉంది అని, అనేక ప్రశ్నలు. ఇంకా ఎన్నో పుకార్లు

ఈ ప్రశ్నకు సమాధానం చప్పాల్సిన అవసరం లేదు, చెప్పినా ఈ సమాజం మన మాటలు వినదు అనే అభిప్రాయం పద్మది..

అందరూ ఏమనుకుంటారో అని భయం కృష్ణది.

ఈ కథలో కూడా కొత్తదనం ఏముంది అన్ని కథల్లాగే వారు ఇద్దరూ విడిపోయారు సమాజం వల్ల.

ఇది జరిగి ఇరువై సంవత్సరాలు గడిచింది.

కృష్ణ ఇంటికి వెళ్లి మౌనంగా తగ గదిలో కూర్చున్నాడు..

రెండు అంతస్తుల ఇల్లు కాని తన గది అంతా చీకటి, నిశబ్దం.

సమాజం కోసం భయపడి కష్ట సుఖాల్లో తోడు నిలబడే స్నేహాన్ని దూరం చేసుకున్నాను దాని ఫలితంగా గతః ఇరవై సంవత్సరాలుగా ప్రతీ కష్టాన్ని ఒంటరిగానే అనుభవిస్తున్నా..ఏమిటి నా జీవితం అనుకుంటూ అలా ఆలోచిస్తున్నాడు.

నా కుటుంబం నాతోనే ఉన్నా.. కష్టాలని వారితో పంచుకొని వారి ప్రశాంతతని పోగొట్టాలని అనిపించలేదు..

జీవితాంతం నన్ను నేను మోసం చేసుకుంటూనే బ్రతికాను అనుకున్నాడు.

నలుగురిలో మంచి అనిపించు కోవాలని ..

-- కోపం వచ్చినా కూడా నవ్వుతూనే బ్రతకడం.

-- నచ్చిన స్నేహాన్ని వదిలి ఒంటరిగా బ్రతికి దాన్ని హుందాగా బ్రతకడం అనుకోవడం.

-- ఏడుపొస్తున్నా పైకి నవ్వుతూ అదే ధైర్యం అనుకోవడం

ఒంటరిగా ఎక్కడైనా వెళ్లి కొన్ని రోజులు ఉండాలి అనిపించినా ఆ కోరిక చంపుకుని ఇంట్లోనే ఉండిపోవడం.

పాపం మా అబ్బాయి ఎక్కడికీ వెళ్ళాడు బుద్ధిమంతుడు అంటే అదే నిజం అనుకోవడం

ఇలా తనది కాని జీవితంలో తాను సమాజాన్ని మెప్పించడం కోసం బ్రతికేస్తున్నాడు.ఆఖరికి పద్మ తండ్రి చనిపోతే ఆ ఇంటికి వెళ్ళి పలకరిస్తే నలుగురూ ఏమనుకుంటారో అని అంతా కష్టంలో ఉన్న తనని ఒంటరిగా వదిలేశాడు..

కానీ నాలుగురోజుల క్రితం ఏకాదశీ రోజునా ఉదయం అంతా ఉపవాసంలో ఉండి...ఆ అలసటతో సాయంత్రం కనుమూసిందట పద్మ.. తన కోరిక మేరకు పుట్టిన ఊరిలనే ఆమెకి ఆఖరి కార్యక్రమాలు చేశారు..

కృష్ణ హుందాగా వెళ్లి పద్మ బర్తని పిల్లని వెళ్లి పరామర్శించి..ఊరి పెద్దలా

మనసులో పద్మ దేహం పక్కనే కూర్చుని గుండెలు పగిలేలా ఎడ్వాలి అనిపించింది..మళ్ళీ తనని తాను మోసం చేసుకుని..వచ్చేశాడు

ఒకప్పుడు ఊరు జనమంతా వారి మధ్య ఏదో ఉంది అనుకుంటే భయపడ్డాడు.. అది అబద్ధం అని చెప్పాలని గతః ఇరుపై సంవత్సరాల తన జీవితం కోల్పోయాడు..

ఇప్పుడైనా తనలా తాను బ్రతికే స్వేచ్ఛ కావాలనుకుంటున్నాడు..

ఈ ఊరిలో ఉనా, నాకు తెలిసిన ఏమానిషి మళ్ళీ ఎదురైన నాకు స్వేచ్ఛ కోల్పోయినట్లే అనిపిస్తుంది. ఏకాంతంగా కొన్ని రోజులు బ్రతకాలని ఉంది అని నిర్ణయానికి వచ్చాడు.

పదినిమిషాలు తనగదిలో తాను స్థిమితపడ్డాడు.

చిన్నప్పటి నుంచి మనసులో ఎన్ని అనిపించినా మళ్ళీ అది తనలోనే అణుచుకిని .. ముఖాని ముసుగు వేసుకుని హుందాగా బ్రతకడం తనకి అలవాటే..కాసేపు గదిలో ఒంటరిగా గడిపాక..

ఎప్పటిలాగే బయటకు వచ్చి, తను హుందా అనుకునే జీవితాన్ని కొనసాగించాడు.

చనిపోయినా పద్మ తనకి మాత్రమే కనిపిస్తుంది అంటే..ఇప్పటికైనా స్వేచ్ఛగా బ్రతుకు అని చెప్పాలని ప్రయత్నం అనుకుంటా పాపం.

ముసుగు వేసుకుని, బరువైన హుందా తనాన్ని ఇష్టంగా మోసే మనిషికి ఎందుకో "మంచితనం", "మంచివారు అనిపించుకోవడం" రెండూ ఒకటి కాదు అని ఎప్పటికీ తెలియదు.

మనసు పలికే కథలు

మాస్టారు చెప్పిన మాట

నిజం స్వేచ్చ నిస్తుంది..అబద్ధం నిర్భందిస్తుంది

ఈరోజే ప్రాజెక్ట్ రిలీజ్ డేట్ కానీ ఇంకా పూర్తి కాలేదు. రాత్రి పగలు చేసినా ఇంకా సుమారు పది రోజులు పడుతుంది ఇవే ఆలోచనలతో ఆఫీస్ కి వెళ్ళాడు శ్రీనివాసు..

తన డెస్క్ దగ్గరకి వెళ్ళాడు కూర్చున్నాడు, టీమ్ అంతా మౌనంగా ఉన్నారు కానీ వారి కళ్ళలో మాత్రం భయం స్పష్టంగా కనిపిస్తోంది..ఆ భయంతో పాటు ఎక్కడో శ్రీనివాసు మీద కోపం కూడా కనిపిస్తోంది.

టీమ్ లీడర్ అయ్యుండి గత నెలలో తమ్ముడు పెళ్లి అని పదిరోజులు సెలువు పెట్టాడు..ఆ పదిరోజులు పదిహేను రోజులు వరకూ పొడిగించి అప్పుడు వచ్చాడు ఆఫీస్ కి..

టీమ్ లీడర్ లేకపోవడం వల్లే సమయానికి ప్రాజెక్ట్ పూర్తి కాలేదు..

శ్రీనివాసు మీద ఉన్న గౌరవంతో ఎవరూ ఏమీ అనలేకపోతున్నారు కానీ అందరి మనసులో ఆయన వల్లే ప్రాజెక్ట్ పూర్తి కాలేదు అనే అభిప్రాయం ఉంది.

ఇంతలో బాస్ వచ్చి "మనం ప్రాజెక్ట్ సమయానికి పూర్తి చెయ్యలేకపోవడం వల్ల క్లయింట్ కోపంతో ప్రాజెక్ట్ ఆపేశాడు.అందుకు గాను మన కంపెనీకి కోట్లల్లో నష్టం వచ్చింది..ఈ నష్టాన్ని కంపెనీ భరించలేదు కనుక ఈ టీమ్ నుంచి

సుమారు ఇరవై మందినీ ఉద్యోగంలోంచి తొలగించక తప్పదు" అని చెప్పి వెళ్ళి పోయాడు..తరవాత

H.R స్ఫూర్తి ఉద్యోగంలోంచి తొలగించబడే వారికి మెయిల్స్ పంపింది..శ్రీనివాసుకి మెయిల్ రాలేదు అంటే అతని ఉద్యోగం ఇంకా పదిలం.

కానీ ఏదో దిగులు, తనవల్లే కదా ఇంతమంది ఉద్యోగాలు పోయాయి అని ఆలోచిస్తూ కాఫీ తీసుకుని దూరంగా ఒంటరిగా కూర్చున్నాడు..అక్కడ కిటికీ నుంచి బయటకు చూస్తే పక్కనే ఉన్న ప్రభుత్వ పాఠాశాల కనిపించింది, పిల్లలందరూ గ్రౌండ్ లో నిలబడి వందే మాతరం ఆలపిస్తున్నారు వెంటనే చేతిలో కాఫీ కప్పు పక్కన పెట్టి, కాళ్లకున్న షూస్ విడిచి తాను లేచి నిలుచున్నాడు..

బాల్యంలో జరిగిన ఒక సంఘటన గుర్తొచ్చింది శ్రీనివాసుకి..

ఇరవై సంవత్సారాల క్రితం ఒకరోజు మధ్యాహ్నం భోజన సమయంలో మాస్టర్లు అందరూ బోజనాలు చేస్తుంటే శ్రీనివాస్ మాత్రం త్వరగా భోజనం చేసేసి క్లాస్ లో బంతితో ఆడుతున్నాడు, మిగితా పిల్లలందరూ కబుర్లలలో పడిపోయారు..ఇంతలో రమేష్ శ్రీనివాసుని పిలిచి ఏదో అడుగుతున్నాడు, చేతిలో బంతి జారీ

ట్యూబ్ లైట్ కి తగిలీ పెద్ద చప్పుడై అది ముక్కలు ముక్కలుగా పగిలిపోయింది..

ఆ శబ్దానికి భయపడి హెడ్ మాస్టర్ క్లాస్ లోకి పరుగు పరుగున వచ్చారు..పిల్లలందరూ మాస్టర్ వంక భయం భయంగా చూస్తున్నారు..

మాస్టర్ గారు కోపంతో ఎవర్రా ఇది పగలకొట్టింది చెప్తారా లేక అందరికీ దెబ్బలు పడతాయి అన్నారు..ఆ వయసులో స్నేహానికి విలువ, ఎంతో కొంత ఐకమత్యం ఉంటుంది కదా ఎవరూ చెప్పలేదు..కోపంతో క్లాస్‌లో ఉన్న నలభై మందినీ కొట్టారు మాస్టర్.

ఇదంతా కిటికీలోంచి లెక్కల మాస్టర్ కృష్ణ మూర్తి గారు చూసారు..నవ్వుకుని వెళ్ళిపోయారు..

సాయంత్రం స్కూల్ అయ్యాకా పిల్లలందరూ ఇంటికి వెళ్తుంటే శ్రీనివాసు మాత్రం ఒక్కడే గ్రౌండ్ లో చెట్టు క్రింద కూర్చున్నాడు..ఇంతలో లెక్కల్ల మాస్టర్ అక్కడికివచ్చి ఏరా ఇంటికి వెళ్ళవా ఇక్కడ కుర్చున్నవెం అని అడిగారు..

మధ్యాహ్నం క్లాస్ లో ట్యూబ్ లైట్ నేనే బద్దలు కొట్టాను.. చూసుకోకుండా చేతిలో బంతి జారీ పగిలిపోయింది నావల్లే అందరూ దెబ్బలు తిన్నారు మాస్టారూ అని ఏడుస్తూ చెప్పాడు..

చూసావా శ్రీను అబద్ధం నీ మనసుని నిర్బంధించింది..నిజం స్వేచ్ఛనిస్తుంది..వేళ్ళు ఇప్పుడైనా వెళ్ళి హెడ్ మాస్టర్ గారికి తప్పు నీదే అని చెప్పు అన్నారు..

హెడ్ మాస్టర్ గారు అప్పుడే ఆయన బండి బయట పెట్టుకుని ఇంటికి వెళ్ళడానికి సిద్ధపడుతున్నారు..శ్రీను పరుగుపరుగున వెళ్ళి చేతులు కట్టుకుని ఓగుర్చుంటూ మధ్యాహ్నం నేనే ట్యూబ్ లైట్ బద్దలుకొట్టాను మాస్టారూ, నావల్లే అందరూ దెబ్బలు తిన్నారు నన్ను క్షమిచండి మాస్టారు అని అడిగాడు.

పిల్లాడిలో పశ్చాత్తాప గుణం , తప్పు ఒప్పుకోడం లో ధైర్యం చూసి హెడ్ మాస్టర్ మురిసిపోయి , గుండెలకు హత్తుకుని జేబులో పెన్ను తీసి శ్రీనుకి ఇచ్చారు... శభాష్ రా నాన్న ఇలానే నిజాయతీగా బ్రతుకు చాలా వృద్ధిలోకి వస్తావు అన్నారు..

మరసటి రోజు శ్రీను ధైర్యం గా తప్పు ఒప్పుకోవడాన్ని పిల్లలందరి ముందూ చెప్పారు లెక్కల మాస్టరు కృష్ణ మూర్తిగారు..

అప్పటి నుంచి కృష్ణమూర్తిగారు అంటే శ్రీనుకి చాల అభిమానం..ఎంత అంటే ఈరోజుకి ఆయన్ని కలుస్తూ ఉంటాడు అప్పుడప్పుడూ ఫోన్లు కూడా చేస్తూ ఉంటాడు..

అప్పుడు కృష్ణ మూర్తిగారు చెప్పిన మాటే ఇప్పుడు ఆచరించాలనీ నిశ్చయించుకొని బాస్ రూమ్ లోకి వెళ్ళాడు శ్రీనివాసు..

ప్రాజెక్ట్ ఇలా అవ్వడానికి కారణం తానేఅనీ,ఎక్కువ రోజులు సెలవు తీసుకోడమే కారణం అని చెప్పి.. నైతిక బాధ్యతవహిస్తూ తన ఉద్యోగం నుంచి తాను తప్పుకుంటానని మిగతా ఇరవైమందిని ఉద్యోగాల్లోకి తిరిగి తీసుకోవాలని అభ్యర్థించి వెళ్ళిపోయాడు..

ఇప్పుడు మనఃశాంతిగా ఉంది..ఇంటికి చేరుకున్నాడు తన ఫోన్ తీసి కృష్ణ మూర్తిగారికి ఫోన్ చేసి ఎలా ఉన్నారు మాస్టరు అని పలకరించాడు..శ్రీనివాసు ఫోన్ చేస్తే కృష్ణ మూర్తిగారికి ఎంతో ఆనందం, గురువుకి శిష్యుడు మీద ఉండే వాత్సల్యం అలాంటిది మరి, కాసేపు ఫోన్ మాట్లాడి ఉంటాను మాస్టారు అన్నాడు శ్రీనివాసు.. సరెరా జాగ్రత్తగా ఉండు, ఊరు వచ్చినప్పుడు ఒక్కసారి ఇంటికి రా అని "దీర్ఘాయుష్మాన్ భవ,ఉద్యోగాభివృద్ధిరస్తు" అని ఆశీస్సులు పలికారు..

ఈ ఫోన్ పెట్టకా, ఆఫీస్ నుంచి మరో ఫోన్ వచ్చింది

మాష్టర్ ఆశీస్సులు ఎప్పుడూ వృధాపోవు, బాస్ క్లైంట్స్ తో మాట్లాడారని మరో పదిరోజులు సమయం ఇచ్చారని,ఇది ఒక ఛాలెంజ్ లా తీసుకుని ప్రోజెక్ట్ పూర్తి చెయ్యాలని ఆ ఫోన్ ఉద్దేశ్యం.

వెంటనే ఆఫీస్ కి బయలుదేరాడు శ్రీనివాసు...

నిజం స్వేచ్ఛ నిస్తుంది..అబద్ధం నిర్భందిస్తుంది..ఇదే స్కూలో నేర్చుకున్న జీవిత పాఠం.

ప్రకృతి - మనిషీ ప్రవృత్తి

మనిషికి ఈ ప్రకృతి ఎలా అర్థమవుతుందో, తనలో ప్రవృత్తి అలాగే రూపుదిద్దుకుంటుంది.. ఎందుకంటే మనిషి జీవితం ప్రకృతితో ఏనాడో ముడిపడింది.

మనుషులు మాట్లాడే మాటలు తనకి ఏనాడూ అర్థం కాలేదు..తన చుట్టూ ఇంత మంది మనుషులున్నా ఏకాంతాన్నే ఇష్టపడేవాడు..

వర్షపు చినుకులు, ఉదయపు కాంతిలో తళ్ళుక్కుమని మెరిసే మంచు బిందువులు.వికసించే పువ్వులు, సాయంకాలానికి గూటికి చేరే పక్షులు, ఈ పల్లె ప్రకృతి అమ్మ అంత అందంగా కనిపించేది, ఆ అందమే మనసుని ప్రపంచానికి దూరం చేసింది కానీ తనకి తనని దగ్గర చేసింది..

సందర్భానికి తగ్గట్టుగా మాట్లాడే మనుషులే కానీ, మనసులో ఉన్న భావాన్ని స్వచ్ఛంగా వ్యక్తం చేసే వ్యక్తి కానరాలేదు అతనికి..

చిన్న వయసులోనే ఎన్నో పుస్తకాలు చదివాడు, ఉదయాన్నే లేవడం గోదారి గట్టు మీద ఉన్న హనుమంతుడి గుడి దగ్గర కూర్చోవడం, నచ్చిన పుస్తకం చదువుకోవడం, గోదరమ్మతో కబుర్లు చెప్పడం హనుమంతుడికి ప్రేమగా ఒక నమస్కారం పెట్టడంతో అతని రోజు ప్రారంభమయ్యేది..

రైస్ మిల్లులో గుమస్తా పని.. సాయంత్రం ఇంటికి వచ్చే ముందు చిన్నప్పుడు తను చదువుకున్న స్కూలుకి వెళ్ళి కాసేపు మెట్ల మీద కూర్చోవడం, బాల్యాన్ని గుర్తుచేసుకోవడం అతని దినచర్య..

మనసు పలికే కథలు

మనసులో జవాబు లేని ప్రశ్నలు ఎన్నో, ఒకరోజు ఉదయన్నే ఎప్పటిలాగే హనుమంతుడి గుడి దగ్గర కూర్చుని రామాయణం పుస్తకం చదువుకుంటున్నాడు కేశవ.. రాముడు అడవికి వెళుతుంటే దశరథ మహారాజు రోదిస్తున్న గట్టం చదువుతున్నాడు..

ఈ లోపు ఎక్కడనుంచో ఆవు అరుస్తోంది, ఆ అరుపు ఆర్తనాదంలా అనిపించింది అతనికి..పరుగు పరుగున వెళ్ళి చూసాడు అది వీదిలో తిరుగుతూ అరుస్తోనే ఉంది..ఆకలేస్తోందేమో అని రెండు అరిటి పళ్ళు పట్టుకొచ్చి ఇచ్చాడు కానీ అది తినలేదు అరుస్తూనేఉంది..ఆ ఆవు అర్తనాదనికి ఆకాశం కూడా స్పందించి చినుకులుగా కరిగి కురుస్తోంది..

అంత వానలోను ఆ ఆవు అటు ఇటూ తిరుగుతూ అరుస్తోంది, కేశవ మాత్రం చేసేదేమీ లేక పక్కనే ఉన్న టీ కొట్టులోకి వెళ్ళి నుంచుని చూస్తూనే ఉన్నాడు.

ఇంతలో ఆ ఆవు యజమాని వచ్చి దాని మెడలో తాడు పట్టుకుని లాక్కుని పోయాడు..కానీ ఆ ఆవు ఎందుకు అంతలా రోదించింది తెల్సుకోవాలనే తపన అతనిలో ఎక్కువై వర్షం తగ్గగానే ఆ ఆవు యజమాని ఇంటికి వెళ్ళి విషయం అడిగి తెల్సుకున్నాడు..

ఆ ఆవుకి ఒక దూడ ఉండేదట జబ్బు చేసి రెండు రోజుల క్రితం చనిపోయిందట..ఆ దూడని ఎటు తీసుకెళ్లారో అటుగా తాడు తెంచుకుని అస్తమానూ వెళ్ళిపోతోందట. తట్టుకోలేని తల్లి ప్రేమ పాపం.

అది విన్నాక కొడుకు దూరమైతే దశరథ మహారాజు ఎందుకు గుండెలు పగిలేలా ఎడ్చాడో అర్థమైంది కేశవకి..

తను చూస్తునంత అందమైనది కాదు ఈలోకం ఇందులో ఎన్నో కన్నీళ్లు ఉన్నాయి అనిపించింది..

తన జీవితానికి ఒక అర్థం దొరికింది...పిల్లలు దూరాన ఉండి వృద్ధాప్యంలో ఊరిలో మిగిలి పోయిన అమ్మ నాన్నల్లు కొందరూ, పక్కనే పట్నంలో ఉన్న వృద్ధాశ్రమంలో మరి కొందరూ, వారంతా కళ్లముందే కదలాడారు, వారి కన్నీళ్లు లోతెంతో ఆరోజు అర్థమైంది.

ప్రకృతి ఎంత అందమైనదో అమ్మ నాన్న మనసుకూడ అంతే అందమైనది, సున్నితమైనది..

పిల్లలు దూరంగా ఉన్నవారందరినీ అప్పుడప్పుడు వెళ్ళి పలకరించి, కావాల్సినవి కోని తెచ్చి, కాసింత కన్నీళ్లు పంచుకుంటే చాలు..నా చిన్న జీవితానికి ఇంతకన్నా ఏముంది విలువ అనుకున్నడు.

అప్పటి నుంచి ప్రతీ రోజు ఎవరోకరి ఇంటికి వెళ్ళి పలకరించి వారికి కావాల్సిన సరుకులు తెచ్చి ఇస్తూ వారందరికీ మరో కొడుకులా అయ్యాడు..

ఒక ఆదివారం పట్నం వెళ్లి వృద్ధాశ్రమంలో ఉన్న తన ఊరి వారిని తన ఇంటికి తీసుకొచ్చాడు...దూరాన ఉన్న వారి వారి పిల్లలతో మాట్లాడి ఆ వృద్ధాశ్రమానికి కట్టే డబ్బులు బదులుగా ఊరిలో కిరాణా సామాను ఇప్పిస్తే వారిని సొంత ఊరిలో తానే చూసుకుంటాను అని చెప్పి ఒప్పించాడు..

తన జీవితంలో ఈరోజు ఎంతమంది అమ్మ నాన్నలు ఉన్నారో, వారి ఆనదం , మధ్య మధ్యలో పిల్లలు గుర్తొచ్చి వారి కన్నీరు అన్ని చూస్తూ..బయట మాత్రమే కాదు మనిషిలో కూడా ఒక ప్రకృతి ఉంటుంది అని తెల్సుకున్నాడు.

మనిషికి ప్రకృతి ఎంతబాగా అర్థమౌతుందో ఈ సమాజం కూడా అంత బాగా అర్థమవుతుంది.

మరసటి రోజు ఉదయాన్నే హనంతుడి గుడికి వెళ్ళి చూస్తే ఆ హనుమంతుడు తనని చూసి నవ్వుతున్నట్లుగా అనిపించింది..గోదారమ్మ ఇంకా అందంగా పారుతుంటే అందులోని ప్రవాహపు సంగీతం వినిపిస్తోంది మొదటి సారి అతనికి..

అతను రోజు చూసే ప్రకృతే ఈరోజు ఇంకా అందంగా కనిపిస్తోంది..

ఆ గుడి నుంచి తిరిగి వస్తుంటే ఆ ఆవు గుర్తొచ్చింది చూడటానికి వెళ్తే, ఆ ఆవుకి మరో దూడపిల్ల పుట్టిందట.

ఆ ఆవును తన బిడ్డతో చూసేటప్పటికీ మనసులో ఇంకా సంతోషం వచ్చేసింది.

నలుగురికి ఉపయోగ పడేలా తనిని తాను తెల్సుకునేలా చేసిన ఆవు మాత్రం ఏమి తెలియని దానిలా పాక లో గడ్డి నెమరు వేసుకుంటోంది.

తల్లి తండ్రులు కన్నీటి సముద్రపు అంచున నిలబడి తమ పిల్లలా కోసం ఏదురుచూస్తూనే ఉన్నారు.మనుషులు మాట్లాడే మాటలు తనకి ఏనాడూ అర్థం కాలేదు..తన చుట్టూ ఇంత మంది మనుషులున్నా ఏకాంతాన్నే ఇష్టపడేవాడు..

వర్షపు చినుకులు, ఉదయపు కాంతిలో తళ్ళుక్కుమని మెరిసే మంచు బిందువులు.వికసించే పువ్వులు, సాయంకాలానికి గూటికి చేరే పక్షులు, ఈ పల్లె ప్రకృతి అమ్మ అంత అందంగా కనిపించేది, ఆ అందమే మనసుని ప్రపంచానికి దూరం చేసింది కానీ తనకి తనని దగ్గర చేసింది..

సందర్భానికి తగ్గట్టుగా మాట్లాడే మనుషులే కానీ, మనసులో ఉన్న భావాన్ని స్వచ్ఛంగా వ్యక్తం చేసే వ్యక్తి కానరాలేదు అతనికి..

చిన్న వయసులోనే ఎన్నో పుస్తకాలు చదివాడు, ఉదయాన్నే లేవడం గోదారి గట్టు మీద ఉన్న హనుమంతుడి గుడి దగ్గర కూర్చోవడం, నచ్చిన పుస్తకం చదువుకోవడం, గోదరమ్మతో కబుర్లు చెప్పడం హనుమంతుడికి ప్రేమగా ఒక నమస్కారం పెట్టడంతో అతని రోజు ప్రారంభమయ్యేది..

రైస్ మిల్లులో గుమస్తా పని.. సాయంత్రం ఇంటికి వచ్చే ముందు చిన్నప్పుడు తను చదువుకున్న స్కూలుకి వెళ్ళి కాసేపు మెట్ల మీద కూర్చోవడం, బాల్యాన్ని గుర్తుచేసుకోవడం అతని దినచర్య..

మనసులో జవాబు లేని ప్రశ్నలు ఎన్నో, ఒకరోజు ఉదయన్నే ఎప్పటిలాగే హనుమంతుడి గుడి దగ్గర కూర్చుని రామాయణం పుస్తకం చదువుకుంటున్నాడు కేశవ.. రాముడు అడవికి వెళుతుంటే దశరథ మహారాజు రోదిస్తున్న గట్టం చదువుతున్నాడు..

ఈ లోపు ఎక్కడనుంచో ఆవు అరుస్తోంది ఆ అరుపు ఆర్తనాదంలా అనిపించింది అతనికి..పరుగు పరుగున వెళ్ళి చూసాడు అది వీదిలో తిరుగుతూ అరుస్తోనే ఉంది..ఆకలేస్తోందేమో అని రెండు అరిటి పళ్ళు పట్టుకొచ్చి ఇచ్చాడు కానీ అది తినలేదు

అరుస్తూనేఉంది..ఆ ఆవు అర్తనాదనికి ఆకాశం కూడా స్పందించి చినుకులుగా కరిగి కురుస్తోంది..

అంత వానలోను ఆ ఆవు అటు ఇటూ తిరుగుతూ అరుస్తోంది, కేశవ మాత్రం చేసేదేమీ లేక పక్కనే ఉన్న టీ కొట్టులోకి వెళ్ళి నుంచుని చూస్తూనే ఉన్నాడు.

ఇంతలో ఆ ఆవు యజమాని వచ్చి దాని మెడలో తాడు పట్టుకుని లాక్కుని పోయాడు..కానీ ఆ ఆవు ఎందుకు అంతలా రోదించింది తెల్సుకోవాలనే తపన అతనిలో ఎక్కువై వర్షం తగ్గగానే ఆ ఆవు యజమాని ఇంటికి వెళ్ళి విషయం అడిగి తెల్సుకున్నాడు..

ఆ ఆవుకి ఒక దూడ ఉండేదట జబ్బు చేసి రెండు రోజుల క్రితం చనిపోయిందట..ఆ దూడని ఎటు తీసుకెళ్లారో అటుగా తాడు తెంచుకుని అస్తమానూ వెళ్ళిపోతోందట. తట్టుకోలేని తల్లి ప్రేమ పాపం.

అది విన్నాక కొడుకు దూరమైతే దశరథ మహారాజు ఎందుకు గుండెలు పగిలేలా ఏడ్చాడో అర్థమైంది కేశవకి..

తను చూస్తునంత అందమైనది కాదు ఈలోకం ఇందులో ఎన్నో కన్నీళ్లు ఉన్నాయి అనిపించింది..

తన జీవితానికి ఒక అర్థం దొరికింది...పిల్లలు దూరాన ఉండి వృద్ధాప్యంలో ఊరిలో మిగిలి పోయిన అమ్మ నాన్నల్లు కొందరూ, పక్కనే పట్నంలో ఉన్న వృద్ధాశ్రమంలో మరి కొందరూ, వారంతా కళ్లముందే కదలాడారు, వారి కన్నీళ్లు లోతెంతో ఆరోజు అర్థమైంది.

ప్రకృతి ఎంత అందమైనదో అమ్మ నాన్న మనసుకూడ అంతే అందమైనది, సున్నితమైనది..

పిల్లలు దూరంగా ఉన్నవారందరినీ అప్పుడప్పుడు వెళ్ళి పలకరించి, కావాల్సినవి కోని తెచ్చి, కాసింత కన్నీళ్లు పంచుకుంటే చాలు..నా చిన్న జీవితానికి ఇంతకన్నా ఏముంది విలువ అనుకున్నడు.

అప్పటి నుంచి ప్రతీ రోజూ ఎవరోకరి ఇంటికి వెళ్ళి పలకరించి వారికి కావాల్సిన సరుకులు తెచ్చి ఇస్తూ వారందరికీ మరో కొడుకులా అయ్యాడు..

ఒక ఆదివారం పట్నం వెళ్లి వృద్ధాశ్రమంలో ఉన్న తన ఊరి వారిని తన ఇంటికి తీసుకొచ్చాడు...దూరాన ఉన్న వారి వారి పిల్లలతో మాట్లాడి ఆ వృద్ధాశ్రమానికి కట్టే డబ్బులు బదులుగా ఊరిలో కిరాణా సామాను ఇప్పిస్తే వారిని సొంత ఊరిలో తానే చూసుకుంటాను అని చెప్పి ఒప్పించాడు..

తన జీవితంలో ఈరోజు ఎంతమంది అమ్మ నాన్నలు ఉన్నారో, వారి ఆనదం, మధ్య మధ్యలో పిల్లలు గుర్తొచ్చి వారి కన్నీరు అన్ని చూస్తూ..బయట మాత్రమే కాదు మనిషిలో కూడా ఒక ప్రకృతి ఉంటుంది అని తెల్సుకున్నాడు.

మనిషికి ప్రకృతి ఎంతబాగా అర్ధమౌతుందో ఈ సమాజం కూడా అంత బాగా అర్ధమవుతుంది.

మరసటి రోజు ఉదయాన్నే హనంతుడి గుడికి వెళ్ళి చూస్తే ఆ హనుమంతుడు తనని చూసి నవ్వుతున్నట్లుగా అనిపించింది..గోదారమ్మ ఇంకా అందంగా పారుతుంటే అందులోని ప్రవాహపు సంగీతం వినిపిస్తోంది మొదటి సారి అతనికి..

అతను రోజు చూసే ప్రకృతే ఈరోజు ఇంకా అందంగా కనిపిస్తోంది..

ఆ గుడి నుంచి తిరిగి వస్తుంటే ఆ ఆవు గుర్తొచ్చింది చూడటానికి వెళ్తే, ఆ ఆవుకి మరో దూడపిల్ల పుట్టిందట.

ఆ ఆవును తన బిడ్డతో చూసేటప్పటికీ మనసులో ఇంకా సంతోషం వచ్చేసింది.

నలుగురికి ఉపయోగ పడేలా తనిని తాను తెల్సుకునేలా చేసిన ఆవు మాత్రం ఏమి తెలియని దానిలా పాక లో గడ్డి నెమరు వేసుకుంటోంది.

తల్లి తండ్రులు కన్నీటి సముద్రపు అంచున నిలబడి తమ పిల్లలా కోసం ఏదురుచూస్తూనే ఉన్నారు.

పల్లె మనసులు

రవికిరణం తాకితే మెరుస్తున్న నీటి బిందువు, కొంతసేపటికి ఆవిరవుతోంది.ఆ నీటి బింధువుకి మెరుపులు అద్ది, ఆఖరికి మోక్షం ఇస్తున్నాడు సూర్యుడు.

అర్ధరాత్రి ఎప్పుడో వర్షం పడినట్లుంది, ఆ నీటి బిందువులు కిటికీ అద్దంమీద మెరుస్తున్నాయి ఉదయపు రవికిరణాలు తాకి..

ఆ మెరుపు నీటిదా ..?

లేక భానుడిదా..?

రవికిరణం తాకితే మెరిసే లక్షణం ఉన్న నీటిదే ఆ మెరుపు.

ఆ కిరణాలు ఇంకొంతసేపు తీవ్రంగా తాకితే ఆనీటి బిందువు అదృశ్యమైపోతుంది, శూన్యంలోకి వెళ్ళిపోతుంది..

"ఆ నీటి బింధువుకి మెరుపులు అద్ది, ఆఖరికి మోక్షం ఇస్తున్నాడు సూర్యుడు" అనుకుంటున్నాడు శ్రీకాంత్.

పడుకున్న మంచం మీద నుంచే ఆ నీటి బిందువువులని పలకరిస్తున్నాడు..

ఉదయం 5.45 అయింది. భార్య,తన నాలుగేళ్ళ కూతురు ఇంకా నిద్రలేవలేదు. తాను కూడా సాధారణంగా ఆ సమయానికి నిద్రలేవడు కానీ ఆరోజు ఎందుకో త్వరగా మేలుకొలుపు జరిగింది అతనికి.

లేచి బయట బాల్కనీలోకి వచ్చాడు. తాను ఉంటున్న అపార్టుమెంట్లో ఎవరు లేవలేనట్లుంది.. ఎటు చూసిన అంతా నిశబ్దం, క్రింద మందార చెట్టు ఉంది, ఆ చేట్టుకు ఎన్ని

పువ్వులో..పువ్వులమీద వర్షపు చినుకులు మరింత ఎర్రగా మెరుస్తున్నాయి, అవి పగడాల అన్నట్లు..

అంత చల్లటి వాతావరణం కాసేపు సరదాగా అపార్టుమెంట్ క్రిందకు వెళ్లి అటు ఇటూ తిరుగుతూ ఆస్వాదించాలి అనుకుని క్రిందకి వస్తున్నాడు.. మూడో ఫ్లోర్ నుంచి లిఫ్ట్ ఎందుకని మెట్లమీద దిగుతున్నాడు..

గ్రౌండ్ ఫ్లోర్ మెట్లమీద పదేళ్ల బాబు కూర్చుని ఉన్నాడు. ఎవరా అని చూస్తే వాచ్ మెన్ కొడుకు నాని..నాలుగు రోజుల క్రితమే వచ్చారు రాజమండ్రి నుంచి.రాజమండ్రి పక్కన ఏదో పల్లెటూరట.

ఎమ్మా ఇక్కడ ఒక్కడివే కూర్చున్నావ్, అమ్మ నాన్న ఇంకా లేచినట్లు లేరు నువ్వు అప్పుడే లేచావే అన్నాడు శ్రీకాంత్..నాని కళ్ళు తుడుచుకుంటూ లేదండి అమ్మ నాన్న లేచారు అన్నాడు..

ఎరా ఎందుకు ఏడుస్తున్నావు, ఎవరైనా ఏమైనా అన్నారా ..? ఎవరూ నీతో ఆడటంలేదా ..? ఎన్ని అడిగినా నాని మాట్లాడటం లేదు..

ఎరా చెప్పమన్నానా, ఏంటి అని అడిగితే చెప్పవేం అన్నాడు శ్రీకాంత్ చిన్నగా కోపంతో.

ఒక్కసారి వాడి గుండెల్లో దుఃఖం పొంగి అయ్యగారు మా నాన్న చాలా మంచోడండి, అందరూ ఎందుకు తిడతారు.మా నాన్న మాకోసం చాలా కష్టపడతాడండీ..

ఊరిలో మానాన్న చౌదరి గారి పొలం ఇరుపై సంవత్సరాలు చేసాడండి, ఆయన మా నాన్నని ఒక్క మాట ఏరోజు అనలేదు అయ్యగారు..కష్టమొస్తే పస్తులు ఉండేవాళ్ళం కానీ ఎక్కడ చెయ్యిచాచేవాళ్ళం కాదండి..

మా నాన్న అంటే ఊరిలో అందరికీ ఇష్టమండి, చౌదరి గారు చనిపోయాక ఆయన పిల్లలు ఆపొలం వేరేవాళ్లకి అమ్మేయడం వల్ల, వేరే మార్గం లేక హైదరాబాద్ వచ్చామండి.

ఊరునుంచి వచ్చేముందు మా నాన్న ఎంత ఏడ్చాడో తెలుసా అయ్యగారు..మేమందరం మట్టిని నమ్ముకున్న మనుషులం అయ్యగారు కానీ ఇక్కడ చాలా ఇబ్బందిగానే పట్టణాల్లో ఉంటున్నాం..

మీ పిల్లలకు మీరంటే ఎంత గౌరవముంటుందో, మా నాన్న అంటే మాకు అంతే గౌరవం, మాముందే మా నాన్నని అస్తమాను తిడుతున్నారు అందరూ.

తెల్లవారాక జామున #302 శ్రీనివాసుగారు ఎక్కడికో వెళ్తున్నారట, గేట్ తీయ్యమని రెండు సార్లు పిలిచారు. రాత్రి అన్ని

పనులు అయ్యాక నాన్న పదకొండుగంటలకి పడుకున్నాడు..ఐనా లేపినవెంటనే లేచాడు, పైకి వెళ్లి సామాను అంతా తీసుకొచ్చాడు, కార్ లో పెట్టాడు..

అన్ని చేసినా "ఈశ్వర్" ఆ బండి ఎవరో అడ్డాగా పెట్టారు చూసుకోవాలిగా, చూడు నువ్వు ఆలా పట్టించుకోకుండా ఉంటె ఎలా..? నువ్వు చెప్పాలి వారికి అని గట్టిగ అరిచారు మా నాన్న మీద.

కరవమంటే కప్పకి కోపం, వదలమంటే పాముకి కోపం, బండి ఇక్కడ పెట్టద్దు అంటే వారు తిడతారు, ఇక్కడ పెట్టమంటే వీళ్ళు తిడతారు.

ఎవరైనా హార్న్ కొట్టిన వెంటనే గేట్ తీయ్యకపోతే నిద్రపోతున్నావా అంటారు, క్రింద ఏదో పనిచెబుతారు ఈలోపు నాలుగో ఫ్లోర్ లో ఎవరో అమ్మగారు పిలుస్తారు, వెళ్ళడానికి నాలుగు నిమిషాలు ఆలస్యమైతే నోటికొచ్చినట్లు తిడతారు.

హైదరాబాద్ ఇంతా ఆశగా వచ్చాం అయ్యగారు, ఆరోజు రాత్రి బస్‌లో పడుకోకుండా ఎప్పుడు హైదరాబాద్ వస్తామా అని చూస్తూ ఉన్నాను.. బిర్యానీ ఎప్పుడూ తినలేదు, నిన్న మధ్యాహ్నం నుంచి అడుగుతున్నాను నాన్న బిర్యానీ తీసుకురా

అని, పని ఉండి నాన్న వెళ్ళలేదు. నా గోల భరించలేక రాత్రి ఎనిమిది గంటలకి బయటకు వెళ్లి పదినిమిషాల్లో వచ్చేశాడు..

ఈలోపు 408 అయ్యగారు వచ్చి ఈశ్వర్ అని పిలిచారు, బయటకు వెళ్లారు పది నిమిషాల్లో వచేస్తారండి అని అమ్మ చెప్తే, వచ్చినప్పటినుంచి బయటే తిరుగుతున్నాడు. మిమల్ని పీకేసి వేరే వాళ్ళని పెట్టాలి అప్పుడు కానీ బుద్ది రాదు అన్నారు.

మా నాన్న వాచ్ మాన్ అని తెల్సు, ఈ పనిలో నలుగురూ తిడతారని తెల్సు కానీ అతనికీ కుటుంబం ఉంటుంది అయ్యగారు, మా ముందు తిడితే మేము తట్టుకోలేం అన్నాడు నాని...

శ్రీకాంత్ ఏదో చెబుదాం అనుకునేలోపు, నాని మళ్ళీ చెప్పడం మొదలుపెట్టాడు. "వెళ్ళిపోదాం నాన్న అందరూ నిన్ను తిడుతున్నారు, ఆలా చూడలేకపోతున్నాను. మన ఊరు వెళ్ళిపోదాం అని ఏడ్చాను.

మా నాన్న" నాని మనం పనిచేయడానికి ఇక్కడికొచ్చాం, వీరంతా మన యజమానులు, వీరి వల్లే మనం నాలుగు ముద్దలు తింటున్నాం, వీరిమీద నమ్మకంతోనే నిన్ను మంచి బడిలోకి చేర్పించాను.

యజామాని బాగుండాలని కోరుకునే పల్లె మనుషులం, మనం మన యజమానులు తప్పుపడితే మన గోదారమ్మకి కోపం వస్తుందిరా..

మనఊరి శివయ్య గుడిలో శివునికి, నందికి మధ్యలోంచి ఎవరూ వెళ్ళద్దు అంటారు పంతులుగారు ఎందుకో తెలుసా, శివుడు ఆ నందికి యజమాని.. యజమానికి సేవకునికి మధ్యలో ఎవరూ వచ్చి మాట్లాడకూడదు.

ఇక్కడ ఉన్న అయ్యగార్లు అందరూ బాగుండాలి, అప్పుడే మనలాంటి కూలి పనులు చేసుకునేవారు బాగుంటార్రా నాయనా..చేసే పనిని , యజమానిని దూషించడం నాకు రాదు..మనం ఎక్కడ పనిచేస్తే అక్కడ వారు బాగుండాలి అనుకోవాలి..

వారు నచ్చకపోతే మౌనంగా ఈ పని వదిలేసి ఒక నమస్కారం చేసి మరో పనిలోకి వెళ్ళాలి తప్ప ఎక్కడ తింటున్నామో ఆ ఇంటిని, ఆ యజామానిని దూషించకూడదు" అని నన్నే మందలించారు..

నాన్న చెప్పిన మాటని దాటలేను, నాన్నని విసుక్కుంటూ మాట్లాడితే భరించలేను అయ్యగారు..ఏమి చెయ్యలేక ఇలా మౌనంగా కూర్చుండిపోయాను..

శ్రీకాంత్ నోటా మాట రాలేదు.

ఇంతలో ఈశ్వర్ నాని.. నాని.. అని పిలిచాడు, మాట్లాడుతున్న నాని ఆపేసి అయ్యగారు మా నాన్న పిలుస్తున్నారు మళ్ళీ ఎప్పుడైనా చెప్తాను అంటూ గబగబా పరిగెత్తుకుని వెళ్ళాడు, వాడికి వాళ్ళ నాన్నే యజమాని మరి.

తండ్రి ఎంత విలువలతో ఉంటాడో అంత విలువతో కొడుకు..వీళ్ళు అమాయకులా లేకా పరిపూర్ణత సాధించిన స్వచ్ఛమైన మనుషులా..

నానితో ఈశ్వర్ ఇలా అంటున్నాడు, నాని నేను పక్కనే ఉన్న శివుడి గుడికి వెళ్ళొస్తాను ఈలోపు అమ్మ నువ్వు మెట్లు కడిగెయ్యండి. మళ్ళీ అందరూ లేస్తే ఇబ్బందిగా ఉంటుంది పాపం వారికి అని వెళ్ళిపోయాడు.

ఉదయాన్నే కిటికీ మీద చూసిన మెరిసే నీటి బిందువే ఈశ్వర్, ఆ మెరుపు అతనికి ఇచ్చింది ఆ పల్లె జీవితం...

పువ్వు మీద ఆ ఎర్రటి పగడం ఈశ్వర్ కొడుకు <u>నాని</u>..అనుకుంటూ వెళ్ళిపోయాడు.

తర్కం

"తర్కం".. తనని తాను వెతికే దారి

పూజ ప్రారంభంలో సంకల్పం ఉంటుంది, అందులో మా కుటుంబంలో అందరి పేర్లు, గోత్రాలు చదివారు..

కానీ పూజ ఆఖర్లో ..

సర్వేజనా సుఖినోభవంతు, సమస్త సన్మంగళాని భవంతు ,

ఓం శాంతిః శాంతిః శాంతిః అన్నారు పంతులుగారు..?

పూజ మేము చేసుకున్నాం కానీ పూజ ఆఖర్లో మాత్రం అందరి ఆనందాన్ని, సంతోషాన్ని కోరడంతోనే పూజ పూర్తి ..

రోజూ మనం చేసే పూజలో ఆఖరికి అందరి ఆనందం కోరుకోమని చెబుతున్నారా.? అనే ప్రశ్న పద్నాలుగేళ్ళ కుర్రాడు కృష్ణ మనసులో తీవ్రంగా పడింది..

అంటే ఈ పూజ ఉద్దేశ్యం మనిషికి సాటిమనిషిమీద ప్రేమ పెంచడం కోసమా అనిపించింది, ఆ కుర్రాడి మనసు ఆదే ఆలోచనతో నిండిపోయింది

ఇంట్లో వ్రతం అయ్యాక అమ్మ ఇప్పుడే వస్తాను అని చెప్పి నడుచుకుంటూ కాలువగట్టు పక్కన ఉన్న శివాలయం దగ్గరకి వచ్చాడు....

ఆ చిన్ని మనసుకి ఎంత బరువైన ఆలోచనో, శివాలయం మెట్లమీద కూర్చుని, శివలింగాన్ని చూస్తూ మొదటి సారి ఒక ప్రశ్న వేశాడు...

ఎవరు నువ్వు..? అని, తరవాత తనకే తెలియకుండా ఈ క్రింద ప్రశ్నలు తనలో పుట్టాయి

ఇదంతా సృష్టించింది నువ్వేనా..?

నీకు మేమెందుకు పూజలు చేయ్యాలి ?

నీన్ను పోగిడించుకోవడం(మంత్రాలుతో) కోసం మమల్ని పుట్టించావా..?

పూజ రూపములో నిన్ను పొగిడితే పుణ్యం ఇస్తావు అంటే అసలు నువ్వు మామూలు మనిషి లాంటి ఆలోచనే కదా నీది కూడా..?

నీ ఎంగిలి(ప్రసాదం) మాకు ఎందుకు పవిత్రం .?? అది వదిలేస్తే ఎందుకు పాపం..??

ఒక్క ప్రశ్నకైనా సమాధానం ఇవ్వుస్వామి..

వ్రతం చేయించుకుంటే మీకు మంచి జరుగుతుంది అని పంతులుగారు చెబితే మా నాన్న వ్రతం చేశారు, కానీ ఆ వ్రతం మాకు మాత్రమే కాదు అందరికీ మంచి జరగాలని కోరుకుంటున్నట్లు ఉంది..

మాకు తెలియని ఈ లోకంలో,

మేము అడగని ఈ జన్మ మాకు ఇచ్చి..

గుర్తులేని గతజన్మ పాప పుణ్యాలను ఈ జన్మలో అనుభవించమంటావట..మా తాతమ్మ చెప్పింది ఇది న్యాయమా స్వామి ..?

అని అనేక ప్రశ్నలు కురిపించాడు, ఒక్క సమాధానం కూడా రాలేదు అక్కడ నుంచి..విసుగు పుట్టి గుడినుంచి బయటకు వచ్చి కాలువగట్టు మీద ఉన్న రావిచెట్టు క్రింద కూర్చున్నాడు ఏకాంతంగా.

ఎక్కడి నుంచో ఒక పెద్దాయన వాడి దగ్గరకొచ్చి వాడివంకే చూస్తున్నాడు మౌనంగా..

ఆయన కళ్లలో ఏదో తేజస్సు కానీ ఆయన చాలా అలసటగా ఉన్నారని అర్ధమైంది..? వేసుకున్న బట్టలు మాసిపోయాయి, స్నానం చేసి రెండు మూడు రోజులైందేమొ...ఆయనకు చాలా ఆకలిగా ఉందేమో అని కూడా అనిపించింది..

ఆయన మాత్రం తదేకంగా వాడివంక చూస్తూనే ఉన్నారు..

ఒక్కసారిగా గాలి బలంగా వీచింది, ఆగాలి తాకిడికి చెట్టుమీద నుంచి ఎండిన ఆకులు రాలి కాలువ ప్రవాహంలో పడిపోయాయి..

బలమైన ఆకులు పడలేదు, వాడిపోయినవి మాత్రం ఆ చెట్టున నిలవలేదు..ఆ వాడిపోయిన ఆకులు మాదిరిగానే ఈయన కూడా రాలిపోతారేమో అనిపించింది నీరసంతో..

అలా అనిపించిన ఉత్తరక్షణం లేచి గబా గబా ఇంటికి వెళ్ళి కాస్త అన్నం, ఆ దేవుని ప్రసాదం, మామిడి పళ్ళు తీసుకుని పరుగు పరుగున వచ్చి చూస్తే ఇప్పుడు ఆయన ఆ రావిచెట్టు క్రింద కూర్చుని పక్కనే ప్రవహిస్తున్న కాలువ వంక చూస్తున్నారు ప్రశాంతంగా..

కృష్ణ తీసుకొచ్చిన ఆ ఆహారపదార్థాలన్ని ఆయనకు పెట్టాడు, ఆయన తీసుకుని వాడి వంక చూసి నవ్వి నడుచుకుంటూ దూరంగా వెళ్లి ఒక పక్కన కూర్చుని ఆ అన్నం తిని, ఆ కాలువలో చెయ్యి కడిగి మళ్ళీ వీడి వంక చూసి నవ్వి నడుచుకుంటూ వెళ్ళిపోయారు..

కృష్ణకి చాలా సంతృప్తిగా అనిపించింది..ఆయన అటు వెళ్ళగానే గుడి గంటలు మ్రోగాయి శివాలయంలో ఎవరూ లేరు..

ఆ ఎండిన ఆకులు రాల్చిన గాలే, ఈ గంట కొట్టుకొడానికి కూడా కారణం..కానీ వాడి మనసులో ఒకటే అనిపించింది ఈ శివుడిలాగే ఆ పెద్దాయన కూడా ఒక్క మాట మాట్లాడలేదు, కానీ ఆయన నీరసం, ఆకలి నాకెలా అర్థమైయ్యాయి.

ఈ భూమిమీద చూడగానే ఎన్నో విషయాలు ఎవరూ చెప్పకుండానే మన మనసుకి అర్థమవుతాయి, అలా అర్థం చేసుకునే మనసుకి మౌనంలోనే సమాధానం దొరుకుతుంది..

పెద్దాయన అడగకుండానే అన్నం పెట్టాను, దేవుడు ఉన్నాడని నమ్మకంతో, ప్రేమతో ఈ జనాలు ఆయన అడగకుండానే నైవేద్యం పెడుతున్నారు.

ఆయన తిన్నాడో లేదో ఏనాడు చెప్పడు కానీ అది నలుగురికి పంచి మనం తింటాం..

ఆ పెద్దాయన వచ్చి వెళ్లిన క్షణం నుంచే వాడి మనసులోనే ప్రశ్నలుకి సమాధానాలు దొరికాయి..

నలుగురికీ పంచి తినేదే ప్రసాదం..

మంచి జరగాలని మనసులో బలంగా కోరుకోవడమే మ్రొక్కు..

అందరూ బాగుండాలి అనుకునేది పూజ..

అసలు ఇంత సృష్టిని సృష్టించిన వాడిని ప్రేమించి, పొగడకుండా ఉండలేక వచ్చినవే ఇన్ని మంత్రాలు.

ఆ మౌనంగా ఉన్న శివలింగం చూస్తే వాడికి వెలుగుతున్న దీపంలా అనిపించింది..ఈ ప్రపంచంలోనే సమాధానాలు ఉన్నాయి ఆ దీపం వెలుగులో సమాధానాలకోసం వెతకడమే మిగిలింది.

ఇలాంటి ప్రశ్నలకు సమాధానం వెతుక్కోవడం కోసమే గుడి..

గుడిలోకి వెళ్ళి శివునికి నమస్కరించి వస్తుంటే గుడి గోడమీద ఒక పక్క పెద్ద ఫోటో ఉంది, ఒకాయన దర్జాగా కూర్చుని ఉన్న ఫోటో,

ఈ గుడి కట్టించింది ఆయనేట కానీ నిజానికి ఇప్పుడు కృష్ణ పెట్టిన అన్నం తిని వెళ్ళిపోయింది కూడా ఆయనే..

ఆ ఫోటో క్రింద జనన మరణాల తేదీలు కూడా ఉన్నాయి మరి వీడు చూసింది ఎవరినీ..? ఈ ప్రశ్నకి సమాధానం మళ్ళీ మౌనమే.

శివ.శివా

మనసుకి, కన్నీరుకి ఏనాడో స్నేహం కుదిరింది, అందుకే మనసు కదిలితేనే కన్నీరు వస్తుంది..కానీ నవ్వు అలా కాదు,దానికి నటించడం వచ్చు.

నవ్వే ఆడదాన్ని నమ్మకూడదు అంటే బహుశా కొండత భారాన్ని గుండెల్లో దాచి పైకి నవ్వుని నటిస్తూ బ్రతుకుతారనే అర్థం తప్ప నవ్వే ఆడవారు చెడ్డవారని కాదేమో...

శ్రీకృష్ణుడు సునాయాసంగా చిటికినవేలుమీద గోవర్ధన గిరిని ఎలా నిలబెట్టాడో అలాగే మనసునిండా దుఃఖం ఉన్నా ముఖంపై చిరునవ్వులని నిలబెట్టి కుటుంబభారాన్ని మొయ్యడం ఆమెకి ఏనాడో అలవాటుగా మారిపోయింది.

ఉదయాన్నే నాలుగుగంటలకు నిద్రలేచి, పూజాకార్యక్రమాలు పూర్తిచేసుకుని, తెలతెలవారుతుంటే ఆరుబయట కుర్చీలో కూర్చుంది జానకి, ఆమె ఒళ్ళో "రామాయణం" పుస్తకముంది, ఇంట్లో గోడమీద ఉన్న రమణ మహర్షి ఫోటో మీద ఉదయపు సూర్యాకిరణాల పడుతుంటే ఆయన మొఖం మరింత తేజస్సుతో వెయిలిగిపోతోంది.

మూసివున్న ఆపుస్తకం మధ్యలో వేలు అడ్డుపెట్టింది,బహుశా అక్కడవరకు చదివిందేమో..ఏసీతమ్మవారి కష్టాలని చదివిందో, ఆ పుస్తకాన్ని ఒళ్ళో పెట్టుకుని ఆకాశాన్ని అలా చూస్తూ ఉండిపోయింది..

ఆమె ఆకాశాన్ని అలా చూస్తూ ఉంటె ఆకాశమే ఆకాన్ని చూస్తోందా అన్నట్లు ఉంది, మరి ఆమె మనసే మరో ఆకాశం

కదా..చీకట్లో మాత్రమే ఆకాశంలో నక్షత్రాలు కనిపిస్తాయి అలాగే కష్టాల్లో మాత్రమే ఆమె గొప్ప వ్యక్తిత్వం వెలుగుతూ కనిపిస్తుంది.

ఆమె ఏనాడు భగవంతుడిని తకోసం ఏదీ కోరలేదు ఎందుకంటే ఆమె ఆశపడ్డవేమిటో ఆభగవంతుడికి తెలుసుకదా అందుకు.

ఆడుకునే వయసులో ఇంటిపనుల్లో అమ్మకి సాయం చెయ్యమన్నాడు నాన్న..

చదవుకునే వయసులో తమ్ముడు ఆలనా పాలన చూసుకోమన్నారు.

జీవితమంటే ఏంటో తెలియని వయసులో ఒకతని వెనక నడవమన్నారు..

"భర్త" అంటే ఎవరో అర్థకాని వయసులో అతన్ని భరించమన్నారు..

అతన్ని పూర్తిగా అర్థంచేసుకునేలోపే ఇద్దరు పిల్లలని మోసే అమ్మగా మారి, ఆడదాని జీవితానికి అర్థం అదే అంటూ నేను ఎలా బ్రతకాలో నిశ్చయించారు..

ఆనాడు మౌనమే, ఈనాడు మౌనమే,రేపు కూడా మౌనమే

తనేం అనుకోకుండానే జీవితం ఇన్ని మలుపులు తిరిగుతుంటే ఇక ఆభగవంతుడిని ఏమి కోరుకోవాలి..

బియ్యం ఏరే సమయంలో అక్కడికి వచ్చే పిచుకలకి నాలుగు గింజలెయ్యడం..పెరటిలో ఉన్నా నాలుగు పూలమొక్కలని ప్రేమగా సాకడం..ఎవరికీ అక్కర్లేని ఒట్టిపోయిన ఆవులు వీధిలో తిరుగుతుంటే వాటికి నాలుగు అరటిపళ్ళు పెట్టడం..ఆకలని ఇంటిముందుకి వచ్చిన మనిషిని పరమేశ్వరుడిలా భావించి ఇంత సాయం చెయ్యడం..

ఇవ్వడమే పరమార్థం అని నమ్ముకున్న జానికికి పూర్తిగా విరుద్ధమైన భర్త దొరికాడు.

ఒకరికి రూపాయి సాయంచేయాలంటే ఇష్టపడని మనిషి, అరటిపళ్ళు ఇంట్లోనే కుళ్లిపోయినా పర్వాలేదుకాని ఎవరికీ ఇవ్వడం సహానించలేని అమాయకపు జీవి..కోపం వస్తే ఆడామగా అనే భేదం లేకుండా నానా దుర్భాషలాడే మనిషి..

ఊరంతా అతన్ని తిట్టుకుంటుంటే జానికి మాత్రం జాలిపడుతుంది..ఎందుకంటే ఒక్కగాను ఒక్క మానవ జీవితం ఏ పుణ్యకార్యం చేసుకోలేకపోతున్నారు,ఏ పరమార్థం లేకుండా జీవితాన్ని గడిపేస్తున్నాడే ఆయన పాపం అని ఆమె దిగులు తప్ప తనని ఎంత హీనంగా చూసిన చిరునవ్వనే అస్త్రంతో సమస్యలపై గెలిచేస్తూ వెళ్తుంది.

ఈరోజు ఆమె పుట్టిన రోజు, యాబయ్యైదు సంవత్సరాల జీవితం అయిపోయింది మనసు అలసిపోయింది. భగవంతుడా పెద్దకొడుకులాంటి నా భర్తను మంచిమార్గలో పెట్టు స్వామి , కాలంగడిచిపోయే ఆఖరి గడియలు సమీపించేలోపే మనసుని దైవంపైపు నడిపేలా చేయస్వామి అని దణ్ణం పెట్టుకుంది. ఆమెకి అది చాలలేదు, లేచి లోపలకిపెళ్ళి ఒక తెల్లకాగితం, పెన్ను తెచ్చుకుంది..శివుడికి లేఖ రాయాలని.

తన మనసుతో మనసు చేసే సంభాషణలే ఈ లేఖ దానిని ఆ శివుడు మనసు విప్పి వింటాడని ఆమె ఆశ...! లేఖ క్రిందన విధంగా రాస్తోంది.

పరమేశ్వర..!

నామనసులోనే కొలువై ఈజీవితాన్ని శాసిస్తున్న నీకు నా నమస్కరములు..స్వామి పదిహేనోయేట వివాహం జరింది ఆరోజు అమ్మని, నాన్నని,తోబుట్టువులని, ఆ ఊరుని విడిచి ఒక్క మనిషిని అనుసరిస్తూ వచ్చాను.

వివాహమంటే రెండు జీవితాలు పండిపోవాలని, ఎన్నో పుణ్యకార్యక్రమాలని, ధర్మాలని కలిసి చేసే గొప్ప బంధం ఆలు మొగలి అంటారు. ఇన్నాళ్లు నా భర్త మారతాడని ఎంతో ఆశగా చూసాను.

అమ్మని తిట్టకూడదని, పరులు సొమ్ము మనదగ్గర ఉండకూడదని అది మనిషిని సర్వనాశం చేస్తుందని ఎన్ని తెలిసినా భర్తలో ఉన్నా ఈ చెడుగుణాలని ఒప్పుకుంటూ తట్టుకుంటూనే బ్రతికాను.

ఎన్నో జన్మల తరవాత వచ్చేది మానవ జన్మ అంటారు, స్వామి నా భర్త కనీసం ఐదు నిముషాలు వృధాప్యలోఉన్న తన తల్లితో ప్రేమగా మాట్లాడటమైన అలవాటు చెయ్యవయ్యా.లేదా కనీసం పూజ గదిలో రోజు ఉదయం లేచి దీపంపెట్టుకునే మనసునైనా ఆయనకి ఇవ్వవయ్యా.

ఇన్నాళ్లు అహంకారంతో బ్రతికాడు ఇకపై వృధాప్యధాయలు మొదలయ్యాయి..ఎప్పుడు ఏది కోరని నిన్ను కోరుతున్న కోరిక స్వామి ఇది.. తీరుస్తావని ఆశిస్తూ..

ఇట్లు,

జానకి "సుబ్రహ్మణ్యం" .

ఆమె మనసుతో రాసిన లేఖ ఆ రామాయణంలో ఉంచి ఆ పుస్తకం పూజగదిలో పెట్టింది..ఇంతలో భర్త నిద్రలేచాడు. లేస్తూనే వేడినీళ్లు పెట్టావా, టిఫిన్ చేసావా, త్వరగా బయటకి వెళ్లి చావాలని చెప్పాను కదా నీకు ఎన్నిసార్లు చెప్పిన బుద్ధుండదా అని తిట్టుకుంటూనే బయటకు వచ్చాడు..

గుమ్మం బయట మూడు కుక్కలు ఒక మేక పిల్లని తరుముకుంటూ వచ్చి మీదపడి కరుస్తున్నాయి..ఏమి చెయ్యలేని స్థితుల్లో ఆ మేకపిల్ల ఉండిపోయింది..సుబ్రహ్మణ్యం బయటకి వచ్చి పొద్దున్నే ఈగోల ఏంటో పాడుగొల.. పాడుగోల అనుకుంటూ తిట్టుకుంటుంటే..జానికి మాత్రం పరిగెత్తుకుంటూ వెళ్లి కుక్కలనుంచి మేకని కాపాడింది..

మేకపిల్లని పైకి లేపుతుంటే తన చేతికి రక్తం అంటుకుంది..అది చూసిన సుబ్రమణ్యంకి నిన్న రాత్రీ డబ్బుకోసం తన స్నేహితులతో జరిగిన గొడవ గుర్తొచ్చింది..పారిపోయి ఇంటికి వచ్చాడు రేపు ఎప్పుడైనా ఆ మేకకు పట్టిన గతె నాకు పడితే జానికిలా ఎవరైనా ముందుకు వచ్చి కాపాడతారా అనిపించింది.

ఇంతలో రోడ్ మీద ఎవరో బిచ్చగాడు "త్రిగుణాలు అనే మూడు కుక్కలు మనలోని లక్షణాలు..అరిషడ్వర్గాలుఅనేవి మనిషిని ఎంతటి నీచస్థితికైనా దిగజారుస్తాయి" అంటూ ఏవో పాడుకుంటూ వెళ్తున్నాడు..అది విన్న సుబ్రహ్మణ్యం ఒక్క క్షణం ఆలోచనల్లో పడి, ఏమేవ్ ఆ బిచ్చగాడికి కొద్దిగా ఏమైనా ఇచ్చి పంపించు అన్నాడు..

ఈమె రాసిన లేఖ శివుడుకి అందింది అనుకుంటాను..స్నానానికి వెళ్తు వెనక్కి వచ్చి ఈరోజు నీ పుట్టిన రోజు కదూ గుడికి వెళదాం త్వరగా తయారవ్వు అని వెళ్ళిపోయాడు.

మార్పు మనం గ్రహించలేనంత చిన్నగా మొదలవుతుంది... ప్రపంచం గ్రహించేస్థాయికి తీసుకెళుతుంది.

మనిషి మనసులో ఉన్న చెడే చీకటైతే ..చీకట్లో వెకిగిపోయేవి నక్షత్రాల్లాంటి విలువలు మరియు వ్యతిత్వం.

తల్లి భారతి

మన కన్నీటి చినుకులు, మన హృదయంలో కోల్పోయిన విలువైన క్షణాల ప్రతిబింబాలు.

సత్తిబాబు, గోపాలకృష్ణ చిన్నతనం నుంచి చాలా మంచి స్నేహితులు, వారు కలిసి ఆరోతరగతి వరకె చదువుకున్నారు..

పై చదవులకి గోపాలం పట్నం వెళ్ళిపోయినా, ఆతరువాత విదేశాల్లో స్థిరపడినా వారి స్నేహం మాత్రం ఉత్తరాల్లో, తరువాత ఫోన్లలో కొనసాగుతూనే ఉంది..

ఎప్పుడో ఆరేళ్ళ వయసులో ప్రారంబమైన స్నేహం, నలబై సంవత్సరాల వయసులో కూడా అలాగె ఉంది.

ఆరోజు సాయంత్రం సత్తిబాబు తన కూతురుని పిలిచి అమెరికాలో ఉన్న గోపాలం బాబాయ్ కి ఫోన్ చెయ్యమ్మ అన్నాడు..

ఫోన్ రింగ్ అయింది ఆపక్కన గోపాలం కొడుకు హలో అన్నాడు..నాన్న మాట్లాడతారట అన్నయ్య గోపాలం బాబయ్య లేరా అంది పద్మ..ఇంతలో సత్తిబాబు ఫోన్ తీసుకుని నాన్నకి ఫోన్ ఇవ్వరా అన్నాడు.

గోపాలం లైన్లోకి వచ్చాడు..

చెప్పరా అన్నాడు.ఎన్నాళ్ళు అలా ఒంటరిగా ఉంటావురా అమ్మ లేని బాధ ఎలా ఉంటుందో నాకు తెల్సు. అలా అని నీ ఆరోగ్యం పాడుచేసుకుంటావా సరిగా తినడంలేదట, పడుకోడంలేదట అలా ఎన్నాళ్ళు రా..

ఒక్కసారి ఊరు రా, నువ్వు వచ్చి ఇరవై సంవత్సరాలైంది. అక్కడనుంచి వచ్చి సరదాగా ఒక నెలరోజులు ఇక్కడ ఉంటే మనఃశాంతిగా ఉంటుంది అన్నాడు సత్తిబాబు...

అటువైపు నుంచి సమాదానం రాలేదు..రేయ్ గోపాలం ఇన్నాళ్ళుగా రారా అని పిలుస్తున్నా నువ్వు రాలేదు ,నేనూ నిన్ను ఇబ్బంది పెట్టలేదు.ఇప్పుడు అలా కాదు రాకపోతే నామిద ఒట్టే అని ఫోన్ పెట్టేసాడు సత్తిబాబు.

5 నిమిషాల్లో ఫోన్ రింగ్ అయ్యింది, పద్మ ఫోన్ ఎత్తింది, వచ్చే గురువారం గోపాలం బాబాయ్ వస్తున్నారట అని చెప్పింది.

ఆమాట విన్న వెంటనే చిన్న పిల్లడిలా కన్నీళ్ళు పెట్టుకున్నాడు సత్తిబాబు..

గురువారం ఉదయం రాజమండ్రిలో దిగాడు గోపాలం.నన్ను అక్కడవరకూ రావద్దన్నాడు తానే ఊరు వస్తాను, పోలేరమ్మ గుడిదగ్గర ఎదురు చూడమన్నాడు..

అలాగే గుడిదగ్గర ఎదురుచూస్తున్నాడు సత్తిబాబు, గోపాలం బస్ దిగాడు..చాలాకాలం తరవత ఇద్దరూ ఒకరిని ఒకరు చూసుకున్నారు..

ఇద్దరి కళ్ళు చమ్మగిల్లాయి..ఎలా ఉన్నావురా గోపాలం, రాజమండ్రి వరకు రావద్దు అన్నావు ఎందుకు అని అడిగాడు..

నీతో కలిసి ఊరంతా సైకిల్ మీద తిరిగి ఇంటికి వెళ్ళాలి అనిపించి

,ఎరా ముసలోడివైపోయావా నన్ను ఎక్కించుకుని తొక్కగలవ అని అడిగాడు నవ్వుతూ..

వయసు పెరిగినా, నాలో బలం తగ్గలేదురా మా "గోదారమ్మ" నీటి చలవ అన్నాడు తిరిగి చిరునవ్వుతో.

వెళ్లేముందు ఒక్కసారి మన "పోలేరమ్మని" దణ్ణం పెట్టుకోరా ఎన్నాళ్ళయిందో ఆమెని దర్శించుకుని అన్నాడు సత్తిబాబు.

గోపాలం బయటనుంచే అమ్మవారిని దణ్ణం పెట్టుకుని సైకిల్ ఎక్కాడు..ఇద్దరూ కబుర్లు చెప్పుకుంటూ వెలుతున్నారు.

ఎరా నీ పరిస్థితి ఎలా ఉంది అని గోపాలం సత్తిబాబుని అడిగాడు..నాకెంట్రా "నెలతల్లి" దయవల్ల వ్యవసాయం బాగానే సాగుతోంది అన్నాడు..రోడ్ పక్కనే ఉన్న ఒక పెంకుటిల్లు ముందు సైకిల్ ఆపాడు.ఎవరో ముసలావిడ అరుగుమీద కూర్చుంది..సత్తిబాబు బాగున్నారామ్మ అని పలకరించి కాసేపు అమెతో మాట్లాడి వెళ్ళొస్తాం అమ్మ అని చెప్పి

సైకిల్ ముందుకి పోనిచ్చాడు..ఇంతలో ఒక చిన్న పాప పరిగెత్తుకుంటూ చూసుకోకుండా సైకిల్కి అడ్డుగా వచ్చేసింది.

సత్తిబాబు బంగారు తల్లి లోపలికి వెళ్లిపోఅమ్మ , రోడ్డుమీదకి రాకూడదు అని సున్నితంగా మందలించి లోపాలకి పంపాడు.

ఇదంతా గోపాలం మౌనంగా చూస్తున్నాడు..

ఇంతలో ఇల్లువచ్చేసింది..దిగగానే అక్కడ ఒక ఆవు, దూడ ఉన్నాయి..గోమాత రా మాఇంట్లో మనిషిలా కలిసిపోయింది అని

ఆ ఆవుకి నమస్కారం చేసి, లేగ దూడని ముద్దాడి ఎత్తుకున్నాడు.

ఏప్పటినుంచో ఆపుకుంటున్న కన్నీళ్లు ఒక్కసారిగా గోపాలం కళ్లలోంచి ఆగకుండా వర్షించాయి..

సత్తిబాబు హాడిలిపోయి ఏరా ఏమైంది అని కంగారు పడిపోయాడు..

ఏమి లేదురా అమ్మ అనే మాట నానోటికి దూరమై ఆరునెలల గడించింది..అమ్మ చనిపోయాక అలా ఎవరిని పిలవగలను అనుకున్నాను కానీ చిన్న తనంలోనే తల్లిని కోల్పోయిన నువ్వు మాత్రం పావుగంట ప్రయాణంలో ఎన్ని సార్లు, ఎంతమందిని అమ్మా అని పిలిచావో చూడు,

పోలేరమ్మ,

గోదారమ్మ,

నెల తల్లి,

ఆ పెంకుటింటిలో ముసలమ్మ,

సైకిల్కి అడ్డుగా వచ్చిన బంగారు తల్లి,

ఆకరికి ఇంట్లో గోమాత...

అమ్మ అనే పిలుపు ఈ మట్టిలో పుట్టిన మనిషికి ఎప్పుడూ దూరం కాదు.తల్లి భారతమాత గడ్డలో పుట్టిన వాడికి అమ్మ అనే బంధం దూరం కాదు.అని స్నేహితుడిని హత్తుకున్నాడు.

అమ్మలాంటి దేశాన్ని వదిలి పోయాక అమ్మ కావాలంటే ఎలా దొరుకుతుంది అనుకుని కళ్ళు తుడుచుకుంటున్నాడు.

జ్ఞాపకం కన్నీళ్లని మోసుకొస్తోందంటే నువ్వు కోల్పోయిన దాని విలువ నీగుండె గుర్తుచేస్తోందని..

పయనిస్తున్న మనసు అప్పుడప్పుడు ఆగి తనచుట్టూ తానే వెతుకుతూ ఉంటుంది..ఎక్కడ ఉన్నాను అని..?

గెలుపు కోసం ఒంటరిగా బ్రతుకుతున్నాను అనే సమాధానం తనలో తానకే సమాధానం దొరికింది గోపాలానికి.

ఇంతలో, పద్మమ్మ ... బాబాయ్ వచ్చాడు కాళ్లు కడుక్కోడానికి నీళ్లు తీసుకుని రా అని పిలిచాడు సత్తిబాబు.

బంధానికి శెలవు

హక్కును కోల్పోయే క్షణమే తప్పుకోవడం, మార్పును ఒప్పుకోవడం మనసుకు "ప్రశాంతత".

స్నేహమైనా..

ప్రేమైనా..

బంధం పేరు ఏదైనా, మన హక్కును కోల్పోతున్నాం అంటే అర్థం మనకన్నా విలువైన బంధం మరేదో అక్కడ ఉందనే కదా..అందుకే హక్కుని కోల్పోయే క్షణమే తప్పుకోవడం నేర్చుకోవాలి...

ఇవే ఆలోచనలతో కోటయ్య మనసు నిండిపోయింది అర్థ రాత్రి రెండు దాటింది..ఆ నిసి రాత్రిలో తనకి తోడు తన జ్ఞాపకాలు మాత్రమె మిగిలాయి..తన పాప మాత్రం హాయిగా నిద్రపోతోంది.

నిద్రపట్టక లేచి తన బట్టలు సర్దుకుని, స్నానం చేసి దేవుడికి

నమస్కరించుకుని, పడుకున్న తన కూతుర్ని భుజంపై వేసుకుని ఊరికి ప్రయాణమయ్యాడు.

పక్క గదిలో పడుకున్న రాముని లేపాలనిపించలేదు..వయసులో రాముకన్నా ఆరు సంవత్సరాలే పెద్ద, అయినా కోటయ్య తనని తానే తండ్రిలా భావించి సాకాడు రాముని.

ఊరు బస్సు ఎక్కాడు. నాలుగురోజుల క్రితం ఎంత ప్రేమగా, ఆత్రుతగా వచ్చాడో అంత భారమైనా మనసుతో వెనుతిరిగిపోతున్నాడు..

పన్నిండు సంవత్సరాల క్రితం ఒకరోజు వేకువ జామున కోటయ్య గుడికి వెళుతుంటే దారిలో ఒక బడ్డీ కొట్టు పక్కనే ఉన్న నాయుడు పాలకేంద్రం లో పదిహేనేళ్ల కుర్రాడు కూర్చుని వచ్చేవారికి పాలు పోసి డబ్బులు తీసుకుని జాగ్రత్తగా పెట్టీలో పెడుతున్నాడు..

ఆ పిల్లాడు ఇంత చిన్న వయసులో ప్రొద్దున్నే లేచి పని చేసుకుంటున్నాడు, చాలా మంది పిల్లలు ఈపాటికి నిద్ర కూడా లేవరు అనుకున్నాడు..

ఉదయం తొమ్మిదిగంటలకి కోటయ్య పనికి వెళ్తుంటే దారిలో ఆ బాబు మళ్ళీ కనిపించాడు..స్కూల్ గేట్ బయట నించున్నాడు.

స్కూల్ కి ఆలస్యం గా వస్తే అలా నించోపెడ్తారు కానీ ఈ బాబు ప్రొద్దున్నే లేచాడు కానీ స్కూల్ సమయానికి రాలేకపోయాడా ఎందుకో బహుశా పాల కేంద్రం దగ్గర ఆలస్యమైంది అనుకున్నాడు.

ఆ బాబు దగ్గరకి వెళ్ళి నీ పేరింటి బాబు అని అడిగాడు కోటయ్య.."రాము" అండి అన్నాడు..

ఏం చదువుతున్నావు అని మరొక ప్రశ్న వేశాడు ఇంతలో మాస్టర్ గారు రాముని లోపలకి రమ్మని పిలిచారు..

పరుగు పరుగున వెళ్తూ "తొమ్మిది చదువుతున్నానండి" అని వెళ్ళిపోయాడు..

వెళ్తూ వెళ్తూ స్కూల్ బయట చెప్పులు విప్పి, మాస్టర్ గారి ముందు చేతులు కట్టుకుని నించున్నాడు..ఇంక ఎప్పుడూ ఆలస్యంగా రాకు, లోపలకి వేళ్ళు అని గట్టిగా చెప్పారు.

ఎంత వినయం, ఇంత చిన్న వయసులో ఎంత చక్కగా సంస్కారంగా ఉన్నాడు ఆబాబు అనుకున్నాడు..

మరసటి రోజు ఉదయం మరో సందర్భం .. రోడ్ మీద కుక్కకి గిన్నెలో పాలు పోసి పెట్టాడట,నాయుడు వాడిమీద అరవడం మొదలు పెట్టాడు..

తండ్రి లేని వాడివని, ఏదో పనిలో సాయం ఉంటావని తీసుకొస్తే ఇలా కుక్కలకి నక్కలకి పాలు పోస్తే..ఇంకా నేను దివాళా తీయ్యటం ఖాయం..పో మీ అమ్మదగ్గరకి పో ఇక్కడ మీ అందరినీ పోషించడానికి నేను మీ సొంత మెన మామని కాను, ఐనా ఏదో వరసకు మావయ్యనీ కదా అని నువ్వు చేసే వేదవపనులకి నేను నష్టపోలేను..

మనకే దిక్కు లేదు మళ్ళీ వీది కుక్కలను పోషిస్తున్నాడు..ఈరోజు ఒక కుక్క రేపు వీది కుక్కలన్నీ ఇక్కడ తగలడతాయి అని అరుస్తుంటే రాము మాత్రం వినయంగా చేతులు కట్టుకుని అలానే నించున్నాడు ఒక్క మాట కూడా సమాధానం చెప్పకుండా..

కోటయ్య రాము మీదా చాలా మమకారం కలిగింది.. రామును పక్కకి పిలిచి, దగ్గరకి తీసుకుని జేబులో 500 పెట్టీ రోజు కుక్కకు పాలు పోసి ఏరోజు డబ్బులు ఆరోజు ఆ పెట్టెలో పెట్టేయ్, మీ మావయ్య చూడకుండా దూరంగా పాలు పెట్టు కుక్కకి , అని రామునీ చూసి నవ్వి అక్కడనుంచి వెళ్ళిపోయాడు.

ఆరోజు నుంచి రాముకి దగ్గరయ్యాడు..రాము కూడా అలాంటి ఆత్మీయతను మొదటిసారి చూసాడు.

తన బాధను పంచుకునే స్నేహితుడిగా..

సలహాలు ఇచ్చే అన్నగా..

బాధ్యత తీసుకోడానికి సిద్ధంగా ఉండే తండ్రిలా మారాడు కోటయ్య రాముకి..

పాల కేంద్రం, స్కూల్, బడ్డీ కొట్టులో రాత్రి పదకొండు గంటల వరకూ పని చేసి వచ్చాకా అప్పుడు ఇద్దరూ కూర్చుని మాట్లాడుకునే వారు..

చదివుకి, పుస్తకాలకి అన్నింటికీ కోటయ్య సహాయం చేస్తూ ఉండేవాడు...రాముని చూడకుండా కోటయ్యకి ఒక్కరోజు కూడా గడిచేది కాదు..

అంత ప్రేమగా బ్రతికిన వారిద్దరి జీవితాల్లోకి మూడో వ్యక్తి వచ్చింది తానే శాంతి కోటయ్య బార్య..

శాంతి కూడా రాముని చాలా ప్రేమగా చూసేది..పండగొచ్చినా, ఇంట్లో వేడుక జరిగినా ప్రతి దానికి రాము ఉండాలనుకునేది శాంతి..

వదిన..వదినా అని పిలిచేవాడు రాము..

******

రాము పైచదువులకి పట్నం వెళ్ళడానికి వాడి మావయ్య ఒప్పుకోకపోతే కోటయ్యే నేను ఉన్నాను అనే బరోసాతో పట్నం పంపి చదువు ముందుకు సాగడానికి తోడుగా నిలిచాడు

******

రాముకి ఉద్యోగం   వచ్చిందని తెలిసి అందరూ చూసేలా ఊరిలో ఫ్లెక్స్ వేయించాడు కోటయ్య.రాముకి నచ్చిన అమ్మాయితో పెళ్లి జరగడంలో కూడా కోటయ్య, శాంతిదే ప్రదాన పాత్ర.

రాము పట్టణంలో స్థిరపడ్డాడు, కోటయ్య ఊరిలో ఉన్నాడు...వారి మధ్య స్నేహం, అభిమానం మాత్రం అలానే ఉన్నాయి..

రోజు గంటసేపు ఫోన్ మాట్లాడుకునేవారు

కోటయ్య వదినని పిల్లల్ని తీసుకుని ఇక్కడికి రా నాలుగు రోజులు సరదాగా ఉందిగాని అని అస్తామాను పిలిచేవాడు..

ఎంత అభిమానం ఉన్నా సహజంగానే ఉండే మొహమాటంతో కోటయ్య ఎప్పుడూ వెళ్ళేవాడు కాదు..

శాంతి ఒకరోజు ఏవండీ ఒక్కసారి మీరు వెళ్ళిరండి రాము అన్నిసార్లు పిలుస్తున్నాడు కదా అంటే నాలుగు రోజులు క్రితం తన చిన్న కూతురితో కలిసి రాము ఇంటికి వచ్చాడు..

మొదటి రెండు రోజులూ బాగానే గడిచింది.. మూడేళ్ల రాము కొడుకుతో ఆరేళ్ల కోటయ్య పాప ఆడుతోంది..

ఆడుకుంటున్నారు, కొట్టుకుంటున్నారు, మళ్ళీ కలిసి ఆడుతున్నారు చూడటానికి ముచ్చటగా ఉంది..

వాడు కోపంలో పాపని కొట్టేసేవాడు, తమ్ముడు తమ్ముడు అంటూ తిరిగి ఎం అనేది కాదు వాడిని..కోటయ్య కూతురు కదా మరి. కానీ ఒకసారి గుండెల మీద అరిచెత్తో గట్టిగా కొట్టాడు, పాప కోపంతో తిరిగి ఒక్కటి కొట్టింది..పాప తిరిగి కొట్టడం రాము భార్యకి కోపానికి కారణమయ్యిందని కోటయ్య గ్రహించక పోలేదు.

రాము కోటయ్య పాపని రోజు ఊరిస్తున్నడు సినిమాకి తీసుకెళ్తాను అని కానీ అవ్వలేదు..మరసటి రోజు రాము భార్యతో అంది పాప "పిన్ని బాబాయ్ వచ్చాకా సినిమాకి వెళ్దామా అంది".. లేదమ్మా బాబాయ్ అలసిపోయి వస్తాడుగా మీ నాన్నగారిని తీసుకెళ్ళమని అంది..

ఆ మాటలో మనసుని నొప్పించెంత లోతు ఉందని కోటయ్యకి తెలుసు..

రాము ఆఫీస్ నుంచి వచ్చి అలసి పడుకున్నాడు,భోజనం ఆఫీస్ లో చేసి వచ్చాడట. కోటయ్య రాముతో కాసేపు మాట్లాడదాం అనుకున్నాడు కానీ కుదరలేదు. ఊరు పెళ్తాను అని రాముకి చెప్పాలని కోటయ్య ఎదురు చూస్తున్నాడు..

మొహమాటం తో రాము భార్యతో ఇలా అన్నాడు అమ్మ మా వాడు పడుకున్నడా ఒక్కసారి లేపుతావా కాసేపు మాట్లాడాలి అన్నాడు..

ఆయన పడుకున్నారండి చాలా అలసిపోయారు రేపు మాట్లాడచ్చు అంది..ఆ మాటలో ఏదో గౌరవం లేదు..

ఆ అమ్మాయి తప్పులేదు, నాకూ రాముకి మధ్య ఉన్న గతం ఈ అమ్మాయికి తెలియదు..తన భర్త, పిల్లలే తనకి ఎక్కువ..తన భర్తను ప్రేమగా చూడటంలో ఆ పిల్లకి వందకి వంద మార్కులు ఇవచ్చు..అంతే చాలు.

నేను ఎప్పటికీ బయటవాడినే.. ఈ విషయం నేను గ్రహిస్తే సమస్యలు ఉండవు..

రాముకి తోడుగా ఉండాల్సిన నా పాత్ర ముగిసింది.. ఇంక శెలవు తీసుకునే సమయం వచ్చిందని ..ఇప్పటికీ ఏ సమస్యలు లేవు

ఇంకో రెండు రోజులు ఉంటే ఈమాటలు వచ్చాయి, ఇంకా ఉంటే ఏమాటలు ఏ గొడవలకి దారితీస్తాయో అని..అక్కడ సేలువు పుచ్చుకున్నాడు..

బస్సు ప్రయాణం ముందుకు సాగుతోంది.పాప తన వడిలో పడుకుంది..నిద్ర పట్టని కోటయ్య కిటికీ లోంచి అప్పుడే ఉదయిస్తున్న సూర్యుడిని చూస్తున్నాడు..

అక్కడ సూర్యుడు, ఇక్కడ కోటయ్య మనసు జ్ఞాపకాలతో భగ భగ మండుతున్నాయి...

మనసు పలికే కథలు

గుర్తించలేని గమనం

గాత్రం గొప్పదైతే పాటకి అది సరిపోతుందా...?

పదాలు కూర్చిన కవి మనసు అందుతుందా..?

కవి హృదయం తెలియని పాట, బ్రతుకు విలువ తెలియని జీవితం...రెండూ ఒక్కటే

ప్రతీ మనిషి జీవితం ఒక పాట అనుకుంటే అక్షరాలు పొదిగిన కవి మాత్రం "గురువు".

భార్య చనిపోయాక ఆ ఊరిలో ఒంటరిగా మిగిలిపోయారు "రామారావు" మాస్టారు, ముప్పై నాలుగు సంవత్సారాలు ప్రభుత్వ పాటశాలల్లో ఉపాధ్యాయడిగా పనిచేశారు..

కొన్ని వందల మంది విద్యార్ధులు తనదగ్గర చదువుకున్నారు, రోజు ఎవరోఒకరు వచ్చి "మాస్టారు బాగున్నారా.." అని చూసి వెళుతూ ఉంటారు, కానీ కన్న కొడుకే ఎందుకో ఈ తండ్రిని చూడటానికి ఒక్కసారి రాడు..

వాడి తల్లి ఉన్నప్పుడు అప్పుడప్పుడు ఫోన్ చేసేవాడు, ఇప్పుడు అదీ లేదు అనుకున్నాడు..

ఒకరోజు సాయంకాలం రాధాకృష్ణ మాస్టర్ నుంచి ఫోన్ వచ్చింది, ఆయన రిటైర్ అయ్యాక హైద్రాబాద్లో కొడుకు ఇంట్లో ఉంటూ ప్రైవేట్ స్కూల్లో పనిచేస్తున్నారు.ఆయన పనిచేసే స్కూల్లోనే లెక్కల మాస్టారు పోస్ట్ కాళిగా ఉంది రమ్మని అడగడాటనికి ఫోన్ చేసారు..

కపిలేశ్వరపురం స్కూల్లో రామారావు, రాధాకృష్ణ నాలుగూ సంవత్సరాలు కలసి పనిచేశారు, చాలా మంచి స్నేహం వారిద్దరిది.. ఆరోజునుంచి ఇప్పటివరకు వారి స్నేహం కొనసాగుతూనే ఉంది. తన స్నేహితుడు ఒక్కడే ఆ పల్లటూరిలో ఒంటరితనం అనుభవిస్తున్నాడు, ఎలాగైనా పట్నం తీసుకొచ్చి తన దగ్గర ఉంచుకుందామని రాధకృష్ణ మాస్టర్ ఆలోచన..ఊరికే రమ్మంటే రాడని, స్కూల్లో పోస్ట్ కాళిగా ఉంది రమ్మని ఫోన్ చేసారు..

రామారావు గారికి ఉద్యోగం చెయ్యాలని, ఇంకా సంపాదించాలనే భ్రాంతి లేదు..ఏకాంతం అతన్ని ఆవహించింది, ఇంక అతనికి ఎలాంటి జన కోలాహలం నచ్చదు..అందుకే రాలేను అని చెప్పి ఫోన్ పెట్టేసారు..

ఆరుబయట కూర్చుని, సావిడిలో గోడమీద తన భార్య కొడుకుతో ఉన్న ఫ్యామిలీ ఫోటో చూస్తూ ఆలోచనల్లో పడ్డారు..

ఇంతలో ఫోన్ మరొకసారి మోగింది, మళ్ళీ రాధకృష్ణ గారి నుంచి, "ఎన్నిరోజులు ఒక్కరే ఉంటారు, ఒక్కసారి మా ఇంటికి రండి, మాస్టారు ఒక్కసారి మిమల్ని చూడాలని ఉంది.ఈ వయసులో నాకు మీరు పెద్ద దిక్కు, మీకు నేను పెద్ద దిక్కు..నా మాట కాదు అనక ఒక్కసారి రండి" అని పిలిచారు.

అంత ప్రేమగా ఎవరు పిపిస్తారు, ఒక్కసారి వెళ్ళి వద్దాం అని నిర్ణయించుకున్నారు రామారావు మాస్టర్.

ఆదివారం సాయంత్రం హైదరాబాదు బయలేరారు రామారావు గారు..బస్సు ఎక్కిన పదినిమిషాల్లో పక్కఊరు "అంగర" చేరుకుంది...కిటికీలోంచి బయటకు చూస్తున్న మాస్టర్ కళ్ళు అటు పక్కనే మూసివున్న టీకొట్టు మీద పడింది..పదిహేను సంవత్సారాల క్రితం ఆ టీ కొట్టు అబ్బులు కొడుకు సూర్యం నా దగ్గరే చదువుకున్నాడు, ఇప్పుడు ఎక్కడ ఉన్నాడో ఎలా ఉన్నడో అనుకున్నరు..

సూర్యం అంటే మాస్టారుకి చాల మమకారం.. రామారావు గారికి కొడుకు పుట్టక ముందు సూర్యం లాంటి కొడుకు కావాలని కోరుకునేవారు...

సూర్యం రోజు వాళ్ళ నాన్నకి టీ కొట్టులో సహాయం చేసి, తరవాత స్కూల్ కి వచ్చి బాగా చదువుకునీ.. సాయంత్రం మళ్ళీ వెళ్ళి వాళ్ళ నాన్నకి రాత్రి వరకు టీ కొట్టులో సహాయం చేసేవాడు... ఎప్పుడు చదువుకునేవాడో ఏమో కానీ ఎప్పుడూ స్కూల్ ఫస్ట్ వచ్చేవాడు..

వాడికి చదవుకోడానికి పుస్తకాలు కొని, మంచి బట్టలు కుట్టించి చాల ప్రేమ గా చూసేవారు రామారావు..వాడు ఎక్కడ

ఉన్నడో..అప్పట్లో పదిరోజులు జ్వరం వచ్చి మంచాన పడితే వాడే రోజూ డాక్టర్ గారిని మా ఇంటికి తీసుకొచ్చి, మందులు తెచ్చి ఇంట్లో పెట్టేవాడు..ఇంట్లో కొడుకులనే తిరిగేవాడు..

పై చదువులకి పట్నం వెళ్తున్నాను అని అప్పుడెప్పుడో వచ్చి ఆశీస్సులు తీసుకుని వెళ్లాడు..ఎలా ఉన్నడో అనుకుంటూ తనేకే తెలియకుండా నిద్రలోకి జారుకున్నారు మాస్టర్.. తెల్లవారేసరికి హైదరాబాద్ చేరుకున్నారు..కూకట్ పల్లిలో బస్ దిగి , 4th ఫేజ్ వెళ్ళే బస్ ఎక్కారు..

బయట వర్షం ప్రారంభమైంది, జనాలతో బస్ కిక్కిరిసిపోయింది..వెనకనుంచి ఎవరో పరుగు పరుగున వచ్చి బస్సు ని అందుకుని డోర్ దగ్గర నిలబడ్డాడు..అతన్నే కిటికీలోంచి చూస్తున్నారు మాస్టర్, ఎక్కడో చూసినట్లు అనిపించింది ఆయనకి గుర్తు రాలేదు.. ఆఫీస్ హడావుడి పాపం తప్పుతుందా పరుగు పరుగున వచ్చి మరీ బస్ ను అందుకున్నాడు అనుకున్నారు.

అతనే సూర్యం అని గుర్తేపట్టే వయసు రామరావు మాస్టర్ కి లేదు, పాపం కంటిచూపు మందగించింది... తన వంక చూస్తున్నాడు ఎవరో ముసలాయన అనుకుంటున్నాడే తప్పి చిన్నపుడు పాఠం చెప్పిన మాస్టర్ నీ చూసి గుర్తుపట్టే తీరిక లేదు అతనికి, ఎప్పుడూ ఏదో పని ఒత్తిడిలో బ్రతుకులు కదా.

రామారావు గారికి తన సర్వీసుల్లో ఎన్నో పాటశాలల్లో పనిచేసారు, తన దగ్గరే చదుకున్న కృష్ణనే ఆ బస్ డ్రైవర్ అని ఎవరుచెప్పాలి, ఈ బస్ 4త్ ఫేజ్ వెళ్తుందా బాబు అంటే హా ఎక్కు అని అన్నాడే కానీ అయ్యో ఈయన మా మాస్టర్ గారు అని గుర్తు పట్టలేకపోయాడు.

వేరు వేరు స్కూల్లో తన దగ్గరే చదువుకున్న ఉమాదేవి, పద్మ, పాండురంగారావు అందరూ అదే బస్సులో మాస్టర్ గారి పక్క సీట్లో కొందరు, వెనక సీట్లలో ఉన్నారే కానీ ఎవరి హడావుడి వారిదే తప్ప గతం తలుచుకుని ఓపిక లేదు మాస్టర్ నీ గుర్తుపట్టే తీరిక లేదు.

ఒకరికి ఒకరు తెలియదు కానీ వారందరి జీవితాల్లో చిన్నపుడు ఈ లెక్కల మాస్టర్ ఉన్నారు...

ఇంతే జీవితం ఒకరికి ఒకరం తెలిసినవారిమే ఐనా ఒకరిని ఒకరు గుర్తుపట్టలేనీ హడావుడి జీవితాల్లో పడిపోయాం..

బస్ ముందుకు సాగుతోంది గమ్యం వైపు..హడావుడి ఆర్భాటలా జీవితాల్లో మనిషిని మనిషి గుర్తుపట్టలేనీ వింత జీవితాల మధ్యలో మాస్టర్ జీవితం ఏకాకిగా పయనిస్తోంది..

ఇంతలో పద్మ పక్కనే కూర్చున్న తన పదేళ్ల కొడుకు అమ్మ నీ చిన్నపుడు 10th class ఫోటో లో ఉన్న మాస్టర్ గారు మన

ముందు కూర్చున్నారు అన్నాడు..ఉలిక్కి పడి పద్మ మాస్టర్ గారిని చూసింది, ఆనందంతో మాస్టరు నేనండి మీదగ్గర చదువుకున్న పద్మని.ఎలా ఉన్నారు, కపిలేశ్వరపురం లో ఉంటున్నారా అని అడిగింది.

రామరావు మాస్టర్ , కపిలేశ్వరపురం పేరు వినగానే మరో ఇద్దరు మాస్టర్ వంక చూసి గుర్తు పట్టారు..ఇంతలో బస్ 4త్ ఫేజ్ ఆగింది..బస్ డ్రైవర్ చెవిన కూడా కపిలేశ్వరపురం రామరావు మాస్టారు అనే మాటలు పడ్డాయి..బస్ ఆగాక అందరూ మాస్టారు దగ్గరకు వచ్చారు, ప్రేమగా పలకరించారు కానీ వృద్ధాప్యం పాపం ఎవరినీ గుర్తు పట్టలేకపోయారు...అందరూ పలకరించి వెళ్ళొస్తా అని చెబుతుంటే ఒక్క స్పర్శ మాత్రం మాస్టర్ చేతికి తగిలింది..

మాస్టారు వెనక్కి తిరిగి చూసారు, నేను మాస్టర్ మీ సూర్యన్ని, ఎలా ఉన్నారు అని పలకరించాడు వెంటనే మాస్టర్ గారికి కన్నీళ్లు వచ్చాయి..

చెయ్యి పట్టుకుని బస్ దింపాడు.కాసేపు మాట్లాడి కాళ్ళకి నమస్కరించి వెళ్ళొస్తా మాస్టరు అని వెళ్ళిపోయాడు..

ఇంతలో రాధాకృష్ణ మాస్టర్ వచ్చారు తన ఇంటికి తీసుకెళ్లడానికి.

కథలకు ముగింపులుంటాయి..కానీ జీవితాల్లో నిజాలు తప్ప , కోరుకున్న ముగింపులుండవు.

హడావుడి జీవితం, ఆర్భాటాల పయనం..మనిషిని మనిషే గుర్తించలేని గమనం..

మనసు ఎంచుకున్న దారి

స్వచమైన మనసు చూపే మార్గం శాశ్వతమైనది...

"వినయ్"వాళ్ళ అమ్మ, నాన్న, చెల్లి చాలా ఆనందంగా ఉన్నారు.. ఇంజినీరింగ్ పూర్తి అవ్వగానే అతనికి మంచి MNC కంపెనీ లో

ఉద్యోగం వచ్చింది..మరో వైపు అమెరికాలో పైచదువులకు అడ్మిషన్ దొరికింది..

జీవితంలో మునుముందుకి వెళ్ళడానికి అతనికి రెండు మార్గాలు ఉన్నాయి...

ఒకటి ఇక్కడే ఉద్యోగం చెయ్యడం..

రెండు పైచదువులకు అమెరికా వెళ్ళడం..

వినయ్ ఏ నిర్ణయం తీసుకున్నా తన కుటుంబానికీ ఆనందమే..ఒకవేళ ఇక్కడే ఉంటే తన పాతకారు అమ్మేసి మరో మంచి కారు కొనిద్దామని తండ్రి అనుకుంటున్నారు..

ఒకవేళ అమెరికా వెళ్తే ఆ కారుకి బదులుగా 50 లక్షలు డబ్బులు చేతికి ఇద్దాం, ఏంచేసుకున్నా తన ఇష్టం అనుకున్నారు ఆయన.

ఇంకో రెండు సంవత్సరాలలో ఇంకో డూప్లెక్స్ ఇల్లు కట్టాలి హైదరాబాద్లో అనేది వాళ్ళ అమ్మకోరిక..అప్పుడు పెళ్లి చేద్దాం అని ఆమె ఆశ...

ఇల్లంతా ఆనందంగా ఉన్నారు కానీ ఒక్క వినయ్ మాత్రం ఎప్పుడూ ఏదో ఆలోచనల్లో ఉంటున్నాడు గత నాలుగు రోజులుగా...

రెండిట్లో ఏది ఎంచుకోవాలని ఆలోచనెమో అనుకున్నారు అంతా, కానీ అతని మనసులో మూడో మార్గం ఉందని ఇంట్లో ఎవరికీ తెలియదు..

ఒకరోజు సాయంత్రం బాల్కనీల్లో కూర్చున్నాడు వినయ్ ఏకాంతంగా, నీలి ఆకాశమంతా నల్లటి మేగాలతో నిండిపోయింది.

"నీలి ఆకాశం" అనే మాట అబద్ధమా, అది నిజానికి నల్లటి ఆకాశమా అనిపించెంతలా....

తన ఇంటికి అరకిలోమీటరు దూరంలో ఉన్న రామాలయం గర్భగుడి కనిపిస్తోంది అతనికి, నిజానికి అంత దూరంనుంచి ఆ గర్భగుడి గుమ్మం తప్ప లోపల అంతా చీకటినే కనిపిస్తోంది ఈ ఆకాశంలాగే .

నీలి ఆకాశం నల్లగా.. నీలి మేఘ శ్యాముడు కూడా నల్లగానే కనిపిస్తున్నాడు ..తనకే తెలియకుండా వినయ్ లేచి మెట్లు దిగి బయటకు వెళ్తుంటే, ఎక్కడికి వెళ్తున్నావమ్మా అని అమ్మ పిలుపు చెవిన వినబడింది.

ఏమో అమ్మ ఎక్కడికి వెళ్లాలో తెలియడంలేదు, కొంచం సమయం ఇవ్వు ఎక్కడికి వెళ్తానో చెప్తాను అని అనుకుంటూ ఇంట్లోంచి బయటకు వచ్చాడు..తన అడుగులు గుడివైపు వెళ్ళున్నాయ్.

గుడికి చేరుకోగానే పంతులుగారు దీపం వెలిగించారు, ఆ దీపం వెలుగులో ముందు సీతమ్మవారి దర్శనం చేసుకున్నాడు, తర్వాత రామ హనుమంతుడికి ఒక నమస్కారం చేసి..గుడి మెట్లమీద కూర్చున్నాడు.

గుడి అరుగుమీద ఉన్న పుస్తకాల అరలోంచి రామాయణం కనిపిస్తోంది అతనికి, అది చూడగానే గత నాలుగురోజులుగా మనసులోనే ఉన్న "అచ్యుత రామారావు" గారు కన్నీళ్ల రూపంలో బయటకు వచ్చారు..ఆయన చేతిలో ఈ రామాయణ పుస్తకమే ఎప్పుడూ ఉంటుంది..

ఆ పుస్తకం బయటకు తీసి గుండేలకు హత్తుకుని ఆ గుడిమెట్లమీద అలా కూర్చుండిపోయాడు వినయ్, గుడిలో రాముడిని చూస్తూ..

వారం రోజులక్రితం జాబ్ వచ్చిందని, మనవడిని ఆశీర్వదించడానికి రమ్మని ఊరిలో ఉన్న వినయ్ తాత, మామ్మలకి ఫోన్ చేసి చెప్పారు అతని నాన్నగారు..వాడినే ఊరు పంపరా నాలుగు రోజులు ఉండి వస్తాడు అంటే, లేదు నాన్న వాడు ఆ పల్లెటూరులో ఉండలేడు.. మీరే రండి అన్నారు వినయ్ నాన్నగారు.

అప్పుడే వినయ్ తన గర్ల్ ఫ్రెండ్తో గొడవ పడి బ్రేకప్ చెప్పి ఇంటికి వచ్చాడు ..నాకు జాబ్ వచ్చింది కానీ ఇప్పటివరకు విష్ చెయ్యలేదు అలాంటమ్మాయితో నాకేంటి అని బ్రేకప్ చెప్పేసానని చెప్తున్నాడు చెల్లికి... నాతో కలిసి బ్రతికేంత అదృష్టం ఆ అమ్మాయికి లేదు అన్నాడు.. అన్నయ ఇది నీకు మూడో బ్రేకప్ అంది చెల్లి నవ్వుతూ.

మధ్యలో నాన్న తాతతో మాట్లాడుతున్న మాటలు చెవునబడ్డాయి, లేదు నాన్న నేను వెళ్తాను టూ డేస్ ఉండి వస్తాను అని చెప్పాడు.. మనవడు వస్తాను అనడం వినబడి అటువైపు ముసలాయనకి ఆనందానికి అవధులు లేవు.

మరసటి రోజు ఉదయాన్నే బస్సు కపిలేశ్వరపురంలో ఆగింది. మనవడు బస్సు దిగగానే చేతిలో బాగ్ అందుకుని రారా నాన్న ఎన్నాళ్ళయింది ఊరొచ్చి అన్నాడు తాత.. తాత ప్రేమగా మాట్లాడిన అలాంటి మాట గత ఐదుసంవత్సరాలుగా ఒక్కసారి కూడా ఎక్కడా వినలేదు.. తాతతో ఊరిలో నడుచుకుంటూ వెళ్తుంటే అందరూ ఏమయ్యా సూర్యనారాయణ "మనవడా.?" అని అడగడం తాత తనకోసం గొప్పగా చెప్పడం చూస్తే చాలా చాలా గర్వంగా, ఆనందంగా అనిపించింది..

ఇంటికి వెళ్ళేటప్పటికి మామ్మ గారెలు అల్లం పచ్చడిని చేసింది. త్వరగా స్నానం చేసి వచ్చి మామ్మతో కబుర్లుచెబుతూ వేడి వేడి

మనసు పలికే కథలు

గారెలు తింటూ ఉంటే తాత కొబ్బరికాయలు, ముంజులూ తెప్పించాడు...అవి తీసుకొచ్చిన వీర్రాజు అబ్బాయిగారు బాగున్నారా అని పలకరించాడు..వాడితో వినయ్ చిన్నప్పుడు కలిసి ఆడుకున్నాడట కానీ అది వినయ్ కి జ్ఞాపకం లేదు..

ఒక బాక్స్ నిండా గారెలు పెట్టి, వీర్రాజు కి ఎవరికో పంపాడు తాత, ఎవరో అచ్చుత రామారావుగారట గోదారి గట్టు దగ్గర ఇళ్లట..ఇంతలో వినయ్ ఫోనికి మెసేజ్ వచ్చింది, నిన్న బ్రేకప్ చెప్పిన అమ్మాయినుంచి ,"నా కుటుంబం పరిస్థితులు నీకు తెలియనివి కావు వినయ్, నన్ను క్షమించు నా నుంచి దూరంగా వేళ్ళకు అని". . చూసి చూడనట్లుగా ఊరుకున్నాడు..

కాసేపు పడుకుని మధ్యాహ్నం లేచి భోజనం చేసి తాత మామ్మలతో కబుర్లుచెబుతుంటే తాత గడియారం వంక చూస్తూ ఐదు అయ్యింది నేను వాడిదగ్గరికి వెళ్ళొస్తాను అని లేచి వెళ్తున్నాడు..ఎక్కడికి తాత అంటే అచ్యుత్ రామారావు ఇంటికి అన్నాడు. నేను వస్తాను ఇంట్లో బోర్ కొడుతుంది నాకు నువ్వు బయటకు వెళ్ళిపోతే అన్నాడు మనవడు .

తాత ఇంకా ఎంత దూరం నడవాలి, ఆయనగారి ఇళ్లు ఇంకా ఎంత దూరం అంటున్నాడు వినయ్ అది చూసి నవ్వి ఆ గోదారి గట్టు ఎక్కాక, ఆ గట్టు పక్కనే ఉంటుంది వచ్చేసాం అన్నాడు..తప్పేది లేక చెమటలు కక్కుతూ తాత వెనకాలే ఆ గోదారి గట్టు

ఎక్కాడు..ఆ గోదారి గట్టు ఎక్కాక చల్లటి గాలి వీచి ఒక్కసారి తనలో ఉన్న అలసటనంతా తీసేసింది ఆ ప్రకృతి..

దూరంగా మట్టిగోడలతో ఉన్న పెంకుటిల్లు కనిపించింది.. ఈ ఇల్లు కోసం ఆ ముసలాయన ఒక్కడే ఇక్కడ ఉంటున్నారా, ఆయనకోసం రోజు మీరు భోజనం పంపుతున్నారా..ఈ ఇల్లు అమ్మేసుకుని ఊరిలో ఇల్లు కొనుకోవచ్చుగా, లేక ఆయనకు పిల్లలు లేరా అన్నాడు వినయ్..

తాత నవ్వుతూ వాడికి పిల్లలు లేకపోవడం కాదు ఇంకా పెళ్లి అవ్వలేదు పాపం అన్నాడు.. దూరంగా ఉన్న ఆ ఇల్లు దగ్గరవుతోంది, ఆ ఇంటి పెరట్లో ఆవులు, గేదెలు రకరకాల పూల మొక్కలు ఉన్నాయి , వాటి మధ్యలో మడత కుర్చీ వేసుకుని చేతిలో రామాయణాన్ని చదువుతున్నాడు ఓ అరవై ఐదు సంవత్సరాల ముసలతను, అతనే అచ్చుత రామారావు అంట. మా తాత స్నేహితుడు అనుకున్నాడు.

మేము వెళ్ళగానే రండి రండి, మనవడా..? అంటూ కుర్చీలోంచి లేచి ఆ చేతిలో రామాయణం కళ్ళకద్దుకుని, దూరంగా ఉన్న గోదారమ్మకు ఒక నమస్కారం చేసి మమల్ని ఇంట్లోకి తీసుకెళ్లారు ఆయన..ఇంట్లోకి అడుగు పెడుతుంటే ఆరడుగుల ఫోటో ఒకటి గోడకి వేలాడుతూ కనిపించింది..ఎవరో ఆ కాలం

అమ్మాయిలా ఉంది బహుశా ఈయన భార్యేమో, తాత పెళ్లి అవ్వలేదు అన్నాడు అన్నీ వేళాకోళమే తాతకి అనుకున్నాడు..

కాసేపు కబుర్లు చెప్పుకున్నారు వారిద్దరూ, తాత వెళ్ళొస్తారా ఇంక అని చెప్పారు, నేను బాగానే ఉంటారా రోజు నాకోసం ఇంత దూరం రావాలా అన్నారు ఆయన. నీకోసం రాకపోతే నారోజు గడవదు అన్నాడు తాత , ఇలాంటి స్నేహం ఒకటి ఉంటే ఎంత బాగుంటుంది అనుకున్నాడు వినయ్.

అక్కడ బయలుదేరి వస్తుంటే తాత ఆయనకి పెళ్లి కాలేదు అన్నావ్ మరి ఆ గోడమీద ఫోటో ఎవరిదీ అని అడిగాడు..

ఆమేనా..? వాడు పెళ్లిచేసుకుందాం అనుకున్న అమ్మాయి, వాడు పుట్టినూరు ఇదే ఐనా గతంలో స్కూల్ టీచర్గా అమలాపురంలో పనిచేసేవాడు, పేదింటి అమ్మాయి వాడికి నచ్చుతుంది అనిపించి పద్మనాభం గారి అమ్మాయి జానికితో సంబంధం చూసాం.. ఆ అమ్మాయిని చూసుకోడానికి వచ్చాడు ఆ అమ్మాయి చాలా చాలా బాగా నచ్చింది వాడికి... ఇరువురు పెద్దలు మాట్లాడుకుని వారికి పెళ్ళిచేద్దాం అనుకున్నారు.అందరూ చాలా ఆనందించారు.

ఆ అమ్మాయినే నా భార్య అని మనసులో చాలా బలంగా అనుకున్నాడు, ఆ అమ్మాయి కోసం మంచి మంచి చీరలు,

తాను దాచుకున్న డబ్బులన్నీ ఖర్చుపెట్టి చాలా బంగారు నగలు చేయించాడు.. పెళ్లి నాలుగు రోజులు ఉండగా పాము కరిచి జానికి చనిపోయింది..రెండూ రోజులు ఏడ్చి మరిచిపోతాడు అనుకున్నాం కానీ జీవితాంతం ఏడ్చేత ప్రేమ అని తెలియదు మాకు అప్పట్లో..

ఆ అమ్మాయికోసం చేయించిన నగలన్నీ మనఊరిలో సీతమ్మవారికి ఇచ్చేసాడు, ఉద్యోగం చేస్తున్నంతకాలం సెలవుల్లో ఈ ఊరు వచ్చి వెల్తూ ఉండేవాడు, ఎందుకురా జానికి జ్ఞాపకాలని నెమరేసుకుని మనసుని హింసించుకుంటావ్ అంటే లేదు లేదు జానికి జ్ఞాపకాలు నా మనసుకి మధురమే కానీ హింస ఎన్నటికీ కాదు అనేవాడు..

మళ్ళీ వేరే పెళ్లిచేసుకోలేదు, జానికి నా భార్య అని నా మనసు అంగీకరించేసింది ఇంకా మరో పెళ్లి నావల్ల కాదు అని ఉద్యోగ విరామం అయ్యాక ఆ ఇల్లు కొనుక్కుని ఇక్కడే శేష జీవితం ఆమె జ్ఞాపకాలతో బ్రతుకుతున్నాడు..

ఆ ఇల్లు ఒకప్పుడు జానికి ఇల్లే, ఆ ఇంట్లో ఆమెని చూసుకోడానికి వచ్చాడు అదే ఇంట్లో ఒంటరిగా మిగిలిపోయాడు అన్నాడు..

ఆ మాటలు చెబుతుంటే ఇంతలో రామాలయం వచ్చింది, తాత ఒక్కసారి గుడికి వెల్దామా అన్నాడు. గుడిలో సీతనే చూస్తూ ఉండిపోయాడు..ఆమె మెడలో నగలు ఆయన జీవితమంత

గొప్పగా ఉన్నాయ్ . అనుకుని గుడి బయటకు వచ్చి జేబులో చూసుకున్నాడు ఫోన్ లేదు ఇంట్లో మరిచిపోయాడు.. తాత నువ్వు నెమ్మదిగా రా అని పరుగు పరుగున ఇంటికి వెళ్లి ఫోన్ తీసుకుని మళ్ళీ పరుగు పరుగున గోదారి గట్టును ఉన్న అచ్చుత రామారావుగారి ఇంటిని దూరం నుంచి చూస్తూ తన ప్రేమించినమ్మాయికి ఫోన్ చేసాడు..

నన్ను క్షమించు, పేదింటి అమ్మాయివి అని తెలిసి కూడా నాకన్నా బాగా చదువుతావు, బాగుంటావు అనే గొప్పల కోసం ప్రేమించాను, నీ చేతిలో ఫోన్ ఉండదని ,ఇంట్లో నిన్ను అస్తమాను బయటకు పంపరని తెలిసి నాకొచ్చిన ఈ విజయ గర్వంతో నిన్ను వద్దు అనుకున్నాను నన్ను క్షమించు, ఇప్పుడు తెలిసింది నిజమైన ప్రేమ చెప్పడానికి మాటలు ఉండవని, ఇప్పుడు నిన్ను నిన్నుగా నిజంగా ప్రేమిస్తున్నాను అని చెప్పాడు..

ఆరోజు సాయంత్రం హైదరాబాద్ బస్సు ఎక్కాడు, భుజాన ఉన్న బాగ్ కన్నా అచ్యుత రామారావు గారి జ్ఞాపకాల బరువు అతని మనసులో ఎక్కువగా ఉంది..ఒక మనీషి అసలు ఆ ఒక జీవితమంతా ఎలా ఉండగలరో లేని మనీషి జ్ఞాపకాలతో అనుకున్నాడు.

వచ్చిన నాలుగురోజుల నుంచి అచ్చుత రామారావు గారి ఆలోచనలే, అంత విలువలతో బ్రతికే ఆయన్ని దగ్గరగా

చూడటమే అన్నింటికన్నా ఉన్నతమైన విద్య, అమెరికా కన్నా గొప్పది ఆ ఊరు, ఏ యూనివర్సిటీ చెప్పలేని పాఠం ఆయన ఇల్లు చెబుతుంది, జీవితపు విలువల్లో ఆయన Phd అనుకున్నాడు.

నాన్నకి ఫోన్ చేసాడు, నాన్న నా ఉద్యోగం మీద మన కుటుంబం ఆధారపడేం లేదు, అమెరికా పయనం కన్నా గొప్ప పయనం మన పల్లెటూరు అక్కడికి వెళ్లిపోతున్నా..నాలుగు నెలల తరవాతే వెనక్కి వస్తాను క్షమించండి.

వాళ్ళ నాన్నగారు ఏదో చెప్పేలోపు ఫోన్ పెట్టేసి ఆ ఊరు వెళ్లే బస్సు ఎక్కేసాడు బస్సు స్టాండ్ లో రామాయణం పుస్తకం కొనుక్కొని...

ఆలా విలువలతో బ్రతకాలనుకున్న ప్రతీ మగాడి మనసులో ఆదర్శం మర్యాద పురుషోత్తముడు శ్రీ రాముడే కదా..

కంటిముందే గెలుపుతో నిండిన రెండు మార్గాలు ఉన్నా, అవి విడిచి తన మనసుని వెతుకుతూ మూడే మార్గంలోకి వెళ్ళిపోయాడు వినయ్.

భావి భారతం

కన్నీళ్లను దాటి, బలాన్ని గుండెల్లో నింపి యువత చేసే పయనం
రేపటి భావి భారతం

సమాజాన్ని ముందుకు నడిపేది "మంచి ఆలోచనలు". ప్రతీ మనిషి మంచి ఆలోచనలు చేస్తే, వారి ఆలోచనలు స్వచ్ఛంగా ఉంటే అంతే చాలు..

మెదడులోని ఆలోచనలే మనిషి చేసే పనులుగా మారతాయి, మనిషి చేసే ఆ పనులే దేశభవిష్యత్తుని నిర్ణయిస్తాయి అని బలంగా నమ్మే మనిషే "రామారావు" ..

తెల్లవారు ఝామునే ఐదున్నరకి లేచి బయట కూర్చుని ఘంటసాలగారి పాటలు పెట్టుకుని వింటున్నాడు రామారావు.

ఇంటి ఎదురుగా ఉన్న పెంకుటింట్లో పంతులుగారబ్బాయి సురేష్ పదోతరగతి పిల్లలకి ట్యూషన్స్ చెబుతూ ఉంటాడు..రామారావు లేచేటప్పటికి ఎదురింట్లో ట్యూషన్స్ కి వచ్చిన పిల్లలు బయట వాకిట్లో కూర్చుని చదువుకుంటున్నారు.. కొందరు పిల్లలు అరుగుమీద, మరికొందరు మెట్లమీద కూర్చుని చదువుకుంటున్నారు.

ఆ మెట్ల పక్కన మొక్కలకి రక రకాలా పూలు పూసాయి, కొన్ని మొగ్గలుగానే ఉన్నాయ్. రాత్రి కురిసిన మంచుకి నేల కొద్దిగా తడి తడిగా ఉంది, చెట్లు ఆకుల మీద చిన్న చిన్న నీటి బిందువులు అప్పుడే వస్తున్న లేలేత సూర్యకిరణాలు తాకి

తళుక్కుమంటున్నాయి..

ఘంటసాలగారి గొంతుకి, కురిసిన చల్లటి మంచుకి , వికసిస్తున్న పూలకి , ఆ చిన్నపిల్లలకి తేడా లేదు అనిపించింది.

పరీక్షల్లో మార్కుల కోసమో లేక ఇంట్లో తల్లితండ్రులకు భయపడో తెలియదు కానీ పిల్లలందరూ చాలా శ్రద్ధగా చదువుకుంటున్నారు అనుకున్నాడు ఇంతలో మామిడి చెట్టు క్రింద ఒక కుర్రాడు కూర్చున్నాడు వాడి చూపులు పుస్తకంమీద లేవు, ఎదురుగా అరుగుమీద కూర్చున్న అమ్మాయిమీద ఉన్నాయి..

ఆ పిల్ల శ్రద్దగా చదువుకుంటోంది వీడు చూస్తున్నట్లు కూడా తెలియదు పాపం, వీడు మాత్రం పుస్తకంవంక కాకుండా ఆ అమ్మాయి వంకే చూస్తున్నాడు.. బహుశా ఈరోజు వాడు ఆ అమ్మాయి కోసమే ఉదయం నిద్ర లేచి ట్యూషన్కి వచ్చి ఉంటాడు, కాదు కాదు అసలు ఆ అమ్మాయికోసమే ఈ ట్యూషన్ లో చేరి ఉంటాడు అనుకున్నాడు రామారావు.

ప్రేమంటే ఏంటో తెలియని వయసే, అలాగే కల్మషం కూడా అంటని పసి మనసులు..అది కేవలం ఆకర్షణే కావచ్చు కానీ అది స్వార్థం లేని స్వచ్ఛమైన ఆకర్షణ. పెద్దవాళ్ళో లేక సమాజమొ వారిమనసుల్లో చెడు ఆలోచనలు నింపకుండా ఉంటె చాలు, వాళ్ళు ఆలా సంతోషంగా ఉంటారు అనుకున్నాడు..

ఇంతలో అతని భార్య సుమ లోపలనుంచి కాఫీ పట్టుకొచ్చింది..కాఫీ అందుకుని తనని కూడా కూర్చోమన్నాడు రామారావు. సుమకి ఎదురింట్లో మామిడిచెట్టుక్రింద ఉన్న ఆ కుర్రాడిని, అరుగుమీద శ్రద్ధగా చదువుకుంటున్న అమ్మాయిని చూపించాడు రామారావు.

ఇద్దరూ ఒకరిని ఒకరు చూసు నవ్వుకున్నారు ఎందుకంటే చిన్నతనంలో స్కూల్లో సుమని రామారావు కూడా అలానే దూరం నుంచి మొహమాటంగా చూసేవాడు.. వారిది ప్రేమ వివాహం కాదు కానీ అదే ఊరిలో పెరిగిన మంచి అబ్బాయికి ఇచ్చి పెళ్ళిచేయాలనుకున్నాడు సుమ తండ్రి, ఆ మంచి అబ్బాయి రామారావు అయ్యాడు అంతే. స్కూల్లో చదువుకున్న రోజులనుంచి సుమ మీద ఇష్టం ఉండేది అతనికి...

ఉదయం లేస్తే చుట్టూ పంటపొలాలు, ఇంట్లో మనుషుల్లా కలిసిపోయే పశువులు, నీళ్లు కలపని పాలు, మలినం కానీ మనసులు అలా గడుస్తోంది వారి పల్లె జీవితం...

ఒకప్పుడు జిల్లా కలెక్టర్ గా పనిచేసి ఈ మధ్య ముందస్తు ఉద్యోగ విరమణ తీసుకుని, మిగిలిన శేష జీవితం సంతోషంగా తన పల్లెటూరిలో వ్యవసాయం చేస్తూ సామాన్యుడిగా కాలం గడపాలనుకున్నాడు రామారావు.

ఇప్పటికీ పాఠం చెప్పిన మాస్టర్ గారు ఎదురొస్తే సైకిల్ దిగి నమస్కారం చేస్తాడు, అటుగా వెళ్తున్నప్పుడు స్కూల్లో వందేమాతరం వినబడితే చెప్పులు తీసి రెండునిమిషాలు ఆగి అది పూర్తయ్యాకే వెళ్తాడు.

ఒకరిని మోసం చేసే ఆలోచనలేదు, తనకి తానుగా చెడిపోయే లక్షణం లేదు తనకి, ఆలా స్వచ్ఛమైన ఆలోచనలతో బ్రతికే మనుషుల జీవితాలు సంతోషంగానే ఉంటాయి, సమాజానికి మంచినే పంచుతాయి.

ఇంతలో పేపర్ వచ్చింది తీసిచూస్తే ఒక పక్క "ఒత్తిడిని తట్టుకోలేక యువకుల ఆత్మ హత్యలు, 2019 సర్వే గణాంకాల ప్రకారం 1,39,123 మంది ఆత్మహత్యలు చేసుకోగా అందులో అధిక శాతం మంది యువకులే" అని ఒక ఆర్టికల్ రాసి ఉంది అది చదవగానే రామరావు కళ్ళల్లో కన్నీళ్లు తిరిగాయి, మరో పక్క "పనిండేళ్ల అమ్మాయిమీద అత్యాచారం" అని రాసి ఉంది, యువతలో రోజు రోజుకి పెరుగుతున్న వ్యసనాలు గురించి రోజు పేపర్ లో రాయడం గమనిస్తూనే ఉన్నాడు...

అమ్మ పెడితే తిని, నాన్న ఉన్నాడనే ధైర్యంతో, హాయిగా చదువుకుని, సరదాగా ఆడుకుని ఎలాంటి భయాల, బాధ్యతలు లేకుండా స్వచ్ఛంగా రోజులు గడపాల్సిన పిల్లలు/ యువకులు ,

వీరికి ఆత్మహత్య చేసుకోవాలనేంత పెద్ద ఆలోచనలు ఎందుకు కలుగుతున్నాయో అని భార్యతో అన్నాడు..

తనపై తనకి గౌరవం లేనివాడే చెడువ్యసనాలకు బానిసవుతాడు, తనకెవరూ లేరు అనే భయంతో మనిషి ఆత్మహత్య చేసుకుంటాడు..ఈ యువత ఎదో ఒత్తిడి తట్టుకోలేక బలహీనతల్లో పడి ఆత్మహత్యలకి , చెడువ్యసనాలకి లోనవుతున్నారు అన్నాడు భార్యతో..

ఈసమస్యకు పరిష్కారం ఏంటండీ అని అడిగింది భార్య సుమ..

చెమ్మగిల్లిన తన కళ్ళని తుడుచుకుని లేచి లోపలకి వెళ్లి తన చిన్ననాటి జ్ఞాపకాలు దాచుకున్న ఒక పాత పెట్టె బయటకు తీసాడు..ఆ పెట్టెలో పదోవతగతి తెలుగు వాచకం ఉంది. భార్యకి ఆ పుస్తకం చూపించి పిల్లల సమస్యలకి పరిష్కారం ప్రతి పాఠ్య పుస్తకం మొదటి పేజీలోని ఉంటుంది కానీ ఎందుకో అది పిల్లల మనసులకి తాకేలాగ ఎవరూ చెప్పడంలేదు..అని పుస్తకం మొదట పేజీ తిప్పి భార్యకు చూపించాడు.

అక్కడ పైడిమర్రి వెంకటసుబ్బారావుగారు రచించిన "భారత జాతీయ ప్రతిజ్ఞ" ఉంది...

ఒక్కసారి ఈదేశం నాది అని భావం వస్తే నాకెవరూ లేరనే బలహీనత ఉండదు, దేశం కోసం బ్రతకాలని ఉంటుంది..

ఈ మనిషి తన పుట్టిన నేల ఎంత గొప్పదో తెలుసుకుంటే తప్పుగా బ్రతకలేడు, చెడు వ్యసనాల జోలికి పోలేడు..

ఈరెండూ పిల్లలు రోజు చెప్పే ప్రతిజ్ఞలోనే ఉన్నాయ్ కానీ ఎదో నోటితో ప్రతిజ్ఞ చేస్తున్నారు కానీ మనసుకి తాకేలా చేయడంలేదు..వారు రోజు చదివే ఆ ప్రతిజ్ఞ వారి మనసుకి తాకేలా, అర్ధమయ్యేలా చెప్పి రోజు చేయిస్తే చాలు వారి జీవితాలు సన్మార్గంలో ఉంటాయి అని అశ్రునయనాలతో భార్యకి చెప్పాడు.

ప్రైవేట్ నుంచి పిల్లలు ఇంటికి వెళ్ళుతున్నారు, రామారావు కూడా గబగబా స్నానం చేసి రెడీ అయ్యాడు..కొంత సమయం తరవాత స్కూల్ పిల్లలు సైకిల్ మీద స్కూల్ కి వెళ్లడం చూసి వారివెనకాలే తనుకూడా సైకిల్ తో వారిని అనుసరించాడు..

స్కూల్ గుమ్మం ముందు ఆగి ఒక్కసారి చెప్పులు తీసి, పాఠశాలని నమస్కరించుకుని హెడ్మాస్టర్ దగ్గరకి వెళ్ళాడు..ఒక్కప్పటి జిల్లా కలెక్టర్ తన స్కూల్ కి వచ్చారనే ఆనందంతో లోపలకి ఆహ్వానించారు రామారావుని. తన మనసులో మాటని మాస్టర్ తో పంచుకున్నాడు.

ఈరోజు కొంత సమయం ఇస్తే ప్రతిజ్ఞ గొప్పతనం పిల్లలకి వివరిస్తానని,ఆతరవాత రోజు స్కూల్ లో ఉదయం జరిగే ప్రార్ధనకి

తానుకూడా వస్తానని చెప్పాడు.. ఇంతలో స్కూల్ బెల్ కొట్టారు పిల్లలందరూ గ్రౌండ్ లోకి చేరారు..

వందేమాతరం, ప్రార్ధనలు అయిపోయాక ప్రతిజ్ఞ గొప్పతనాన్ని పిల్లలకి వివరించి, అంతే ఆర్ద్రత నిండిన మనసుతో "భారతదేశము నా మాతృభూమి.భారతీయులందరు నా సహోదరులు" అని చెప్పడం ప్రారంభించాడు.

జీవితంలో మొదటసారి మనసారా ప్రతిజ్ఞ చేసాక పిల్లలలో ఎదో ఉత్సాహం, సంతృప్తి ఇంకా వారి కళ్ళల్లో రేపటి దేశపు వెలుగు స్పష్టంగా కనిపించింది..

కన్నీళ్లను దాటి, బలాన్ని గుండెల్లో నింపి యువత చేసే పయనం రేపటి భావి భారతం....

యువతలో ఒక జ్వాల రగలాలి...

అది యావత్ భారతానికీ వెలుగులు పంచాలి.

చిన్న వెలుగు..

చీకటి ఎంత లోతైనది, దీపం వెలుగు కొంత పరిధి మాత్రమే కానీ చీకటికి పరిదేముంది, వెలుగు సెలవిస్తే చీకటి అమాంతం ఆవహిస్తుంది.

ఆ రాత్రిపూట ఆగదిలో చీకటికీ, జానికమ్మ గారి మనసులో జ్ఞాపకాలకి మధ్య సంధి కుదరలేదు..

చీకటి నిదురించమంటే, జ్ఞాపకాలు మాత్రం తట్టి లేపుతున్నాయి..

ఒకప్పుడు ఇది మట్టిల్లు, చాలి చాలని గదులు..

ఉన్న ఒకే ఒక్క మంచం మీద భర్త పడుకుంటే తాను, తన ముగ్గురు పిల్లలతో క్రింద పడుకునేది.

గది ఎంత ఇరుకైనా, ముగ్గురు పిల్లలతో సరదాగా కబుర్లు చెబుతూ, పగటివేళ వారికి జరిగిన గొడవలకి ఇప్పుడు పంచాయితీ పెట్టేవారు.వారి తగువులు తీర్చి, మంచి మంచి కథలు చెప్పి నిద్రబుచ్చేది..

భార్యాభర్తలిద్దరూ తెల్లవారుజామునే నిద్రలేచి .

రవి, ఉమ, సరస్వతి ఎలా చదువుతున్నారు, వారిని ఏం చదివించాలి, కుటుంబ పరిస్థితులు అలా అనేకవిషాయాలు..

చాలి చాలనీ ఆదాయంతో, ఆర్థిక వత్తిడితో ఉన్న భర్తని ఒదార్చిన రోజులు.ఎవరో అవమానిస్తే చిన్నబుచుకున్న ఆయన మనసునీ ఒదర్చిన రోజులు..

పిల్లలకి జబ్బుచేస్తే వారికోసం రాత్రంతా మేలుకున్న రోజులు

అవన్నీ తన కంటిముందే కదలాడాయి

మనసు పలికే కథలు

పిల్లల స్కూల్ కబుర్లు,

భర్త ఆఫీస్ విశేషాలు,

అప్పుడప్పుడూ కాస్త భక్తి, ఆధ్యాత్మిక విశేషాలతో నిండిపోయిన అప్పటి ఆ మట్టి గది, ఇప్పుడు సిమెంట్ గోడలతో, పాలరాతి నేలతో నిండినా..ఎందుకో ఇప్పుడు పూర్తిగా నిశబ్దం, ఏకాంతం ఆవహించింది..

రవి ఇంటర్ పట్నంలో చదివించాలని, హాస్టల్ లో చేర్పించాలని నిర్ణయంతో ఆ గదిలోంచి మొదటి వ్యక్తిగా రవి బయటకు వెళ్లాడు.పై చదువులు, ఆ పై పై చదువలతో పట్నంలో యెనిమిది సంవత్సరాలు ఉండిపోయాడు..

ఈలోపు ఆడపిల్లలు ఒకరితర్వాత ఒకరి పెళ్ళిళ్ళు అయ్యి వారి సొంత గూటికి చేరుకున్నారు..

ఆప్పుడు ఈ గదిలో ఇద్దరం మిగిలాం పిల్లల జ్ఞాపకాలతో..ముగ్గురి పిల్లల్లో ఎవరు ఎప్పుడూ వస్తారా అని ఎదురుచూస్తూ ఉండేవాళ్ళం..

పిల్లల పెళ్ళిళ్ళు అయ్యి మనవలు పుట్టాక ఈ చిన్న ఇల్లు ఒక్క గది సరిపోక మూడు బెడ్రూంల ఇల్లు కట్టాం కానీ ఈ మూల ఈ గదిని మళ్ళీ అలాగే కట్టుకునాం మాకోసం...

కాల ధర్మమో లేక, ఒంటరిగా నేను బ్రతకగలనని ఆ భగవంతుని నమ్మకమో. ఆయన్ని కూడా ఈ గదినుంచి శాశ్వతంగా వెళ్ళిపోయారు దైవ సన్నిధికి.

ఆయన వెళ్ళిపోయాక ఇంక ఈ గదిలో ఒంటరిగా మిగిలాను అనుకుంది జానికమ్మ.

జానికమ్మా పిల్లలకి తల్లి అంటే చాలా ప్రేమ, కొడుకు పుట్టిన ఊరిలోనే సొంత ఇంట్లోనే ఉండాలని దగ్గరలో ఉద్యోగం చూసుకుని వచ్చేశాడు..ఇప్పుడు ఆదే ఇంట్లో పక్క గదిలో ఉంటున్నాడు....

కూతుర్లిద్దరు ఆ గదిలో ప్రేమగా అమ్మకోసం AC పెట్టించారు..

అన్ని ఉన్నా కానీ ఆ గదిలో ఒంటరిగా మిగిలి గత జ్ఞాపకాలుతో అవస్తపడుతోంది..

ఐదుగురం ఇరుక్కుని ఆనందంగా బ్రతికిన గతం.. ఎవరి నంబర్ వచ్చినప్పుడు వారు వెళ్ళిపోయారు, ఇంక మిగిలింది నా నంబర్..ఎదురు చూస్తున్నాను అనుకుంది..

ఇంతలో గది తలుపుని ఎవరో కొడుతున్నారు చిన్నగా, తలుపు తీసే ఉంది రండి అంది ఆమె..

రవి కొడుకు మామ్మ కథ చెప్పవా నిద్ర పట్టడం లేదు అని వచ్చి హత్తుకుని పక్కనే పడుకున్నాడు...ఎప్పుడూ ఎవరొకరికి సేవ చెయ్యడమే అలవాటు పడిన ఆమెకి , మనవడికి జోల పాడి ,

కథలు చెబుతూ పడుకోపెడుతుంటే, ఆమెకి కూడా కొద్దిగా కంటిమీద కునుకు పట్టింది..

నలుగురితో కలిసి బ్రతికి, కుటుంబం కోసమే జీవితం అనుకున్నా మనుషులు వారు..ఒంటరిగా ఎన్ని సౌకర్యాల మధ్య ఉంచినా ఏకాంతం వారిని వీడదు..

వీసెంత సమయం..

సమాధానం చెప్పే ఓపిక.. ఒంటరిగా ఉండిపోయే వారి జీవితాల్లో మేము ఉన్నాము అని గుర్తు చేస్తే మనః శాంతితో పడుకుంటారు, అంతే చాలు.

ఒంటరితనంతో, గతం తాలూకు జ్ఞాపకాలతో మధన పడుతున్నా ఆమె గది తలుపు ఆ బాబు తెరవాగానే ఆ గదిలోకి చిన్న వెలుగు వచ్చింది..

కళ్ళు లేకపోతె కన్నీళ్ళు ఉండవా..?

బంధాలు దూరమైతె ప్రేమ ఉండదా..?

చీకటి ఉందటే అక్కడ మరేదీ లేనట్లు కాదు, చూడగలిగే కాంతి మన కళ్ళకి లేనట్లు..

వెలుగు రాగానే చీకట్లు సెలవనకుండా ఉండగలవా.

గోదానం

స్నేహితుడు విడిచివెళ్లినా, జ్ఞాపకాలతో ఈ మనిషికి "బంధం"
శివాలయం అర్చకులు సుబ్రహ్మణ్య శర్మ గారి కోసం జమీందారు
గారి అబ్బాయి మురళి వచ్చాడు..

శర్మగారు పూజలో ఉన్నారు..మురళీ గుడిలోకి రాకూడదు, వాళ్ల నాన్నగారు(జమీందారుగారు) చనిపోయి పదిరోజులయింది, రేపు 11వ రోజు..

గోదానం పుచ్చుకోడానికి రమ్మని పిలవడనికి వచ్చాడు,గుడిలో శివుని ఆరాధన తప్ప మరో పని చెయ్యడం శర్మగారికి పెద్దగా నచ్చదని మురళీకి తెలుసు,కానీ వాళ్ళ నాన్నగారికి శర్మగారంటే చాలా అభిమానం, ఆయన ఆచార విధానాలు, ఆయన నిజాయితీ , ఆయనలో ఉన్న తత్వ చింతన చూస్తే

సాక్షాత్తు వ్యాసుడే మళ్ళీ పుట్టడా అనిపిస్తుంది.

ఎంత ఆచారముందో,మనిషులందరని సమానంగా చూడాలనే నియమం కూడా అంతే ఉంది శర్మగారికి. తన గుడిలో అందరికి సమాన హక్కులు ఉంటాయి.

నడుస్తున్న అగ్నిహోత్రంలా ఉండే శర్మగారంటే ఊరందరికీ గౌరవమే, ఆయన కళ్ళలో కళ్ళు పెట్టి మాట్లాడే ధైర్యం ఎవరూ చెయ్యలేరు..

అందుకే జమీందారు గారికి శర్మగారంటే అంత ప్రేమ, ఇంకా బాల్యంనుంచి కలిసి చదువుకున్నారు కనుక కొద్దిగా చనువు కూడా ఉండేది..

శివుడులాగే ఈ శర్మగారు కూడా నిరాడంబరుడు, పేదవాడు కూడా..ఆయనకి ఎదోరకముగా సహాయంచేయలని ఉండేది జమీందారుగారికి కానీ శర్మగారు ఎలాంటి సహాయ సహకారాలు ఇష్టపడేవారు కాదు, అన్నింటికి ఆ పరమేశ్వరుడే ఉన్నాడు అనేవారు.

ఆయనకి సహాయం చెయ్యాలనే ఆశ జమీందారుగారికి తీరకుండానే వెళ్లిపోయారు కనుక గోదానం ఇస్తే తన తండ్రి ఆత్మ శాంతిస్తుందని మురళి నమ్మకం..

శర్మగారు పూజ ముగిసింది, బయటకు వచ్చారు.శర్మగారు ఒప్పుకోరేమో అనే సందేహంతో భయం భయంగా అడిగాడు మురళి.

" రేపు నాన్నగారిది 11వరోజు, గోదానం మీకుఇస్తే పైనున్న నాన్నగారు సంతోషపడతారు" అన్నాడు..

శర్మగారు ఒక్కసారి తనలో తాను నవ్వుకుని, లోపల శివలింగం వైపు చూసి రెండు నిమిషాలు ఆగి సరే అన్నారు..

మురళి సంతోషపడి నిండుమనసుతో ఇంటికి వెళ్ళాడు.

ఎప్పుడూ ఎక్కడికీ వెళ్లి ఏ దానము ముట్టని శర్మగారు ఎందుకు ఒప్పుకున్నారు..?

శర్మగారికి కూడా మనసుపొరల్లో దాగివున్న ప్రాణస్నేహితుడు జమీందారే.. గత ముప్పై సంవత్సరాలుగా ఏరోజు పూజ మానని శర్మగారు, జమీందారుగారు కాలం చేశారు అని తెలియగానే రెండు రోజులు గుడిలోకి కూడా అడుగుపెట్టలేదు.నాలుగు రోజుల ఆహారం ముట్టలేదు..

పెద్దగా మాట్లాడకోకపోయినా ఒకరిని ఒకరు ఎంతో ఆత్మీయంగా చూసుకుని కళ్ళతోనే మాట్లాడుకునె చిరకాల స్నేహితులు వారు..

ఆ గ్రామంలో వేద పాఠశాల నిర్మించి, ఎందరో పేదవారికి ఎన్నో దానాలు ఇచ్చి,ఎందరో ఆడపిల్లలని గొప్ప చదువులు చదివించి, పెళ్లికన్నా అడపిల్లకి చదువే ముఖ్యం అని తెలిపిన మహానుభావుడు ప్రభాకరరావు (జమీందారు గారు)..

ఆ గ్రామా జనాన్ని క్రమశిక్షణగా ఉండేలా ప్రేరేపించిది శర్మగారైతే, కష్టాల్లో ఉన్న వారికి తోడు నిలిచేది జమీందారుగారు.

ఆగ్రామంలో ఒకరు సూర్యడిలా వేలుగుతుంటే మరొకరు చల్లని వెన్నలై కరిగిపోయారు.

మరుసటి రోజు అనుకున్నట్టుకుగానే శర్మగారు గోదానం పుచ్చుకుని ఇంటికి వెళ్తున్నారు..

ముందు ఆయన నడుస్తుంటే పాలేరు అవునీ,దూడని వెనుక తోలుతూ వస్తున్నాడు.

నా ప్రాణస్నేహితుడి రూపమే ఈ ఆవు, అతను స్వచ్ఛమైన మనసే ఆ పొదుగు, పాలు తాగే ఆ దూడే ఈ గ్రామం..మిగిలిన పాలు దేవుడికి నివేదనం..

ఇకపై ఈ ఆవే నా బాల్య స్నేహితుడు ప్రభాకరం,గత పదిరోజులుగా శివుడిని కన్నీళ్లతో అభిషేకిస్తూ రోజు ప్రార్థిస్తూ అడిగిన కోరిక ఒకటే నా బాల్య స్నేహితుడుని నాకివ్వమని. నువ్వు ఇంకా నాకోసం రాలేదా ప్రభాకరం అని గుమ్మంలోకీ చూస్తూ ఉండేవాడ్ని,ఆ రోజు శివుడు కరుణించాడు

నాకోసం ప్రభాకరం కొడుకు వచ్చాడు అని తలుచుకున్నారు శర్మగారు.

ఆక్షణమే ఆయనకి తెలిసింది తాను తీసుకోపోయే గోవే తన ప్రాణ స్నేహితుడికి ప్రతిరూపం అని..ఆ శివుడే పంపాడని..

తల్లి గుండెలో

మంచి మనసున్న వారి కన్నీరు కూడా సమాజానికి వెలుగును నింపుతుంది.

గత ఐదు సంవత్సరాలుగా ఆ ఊరిలో భగత్ సింగ్ పుట్టినరోజు ఉత్సవాలు జరుగుతున్నాయి.చుట్టుపక్కల పదిహేను గ్రామాల యువకులు అక్కడికి వస్తారు.. ఆ గ్రామాల్లో యువకులందరూ చాలా ప్రయోజకులు ఇంకా వారి తల్లితండ్రులు వారిని చూసి గర్వపడే స్థాయిలో ఉన్నారు వారంతా.

మనిషి సమస్య ఆకలి

మనసు సమస్య అజ్ఞానం ...

ఆకలిని డబ్బుతో తీర్చగలం కానీ అజ్ఞానాన్ని మనిషిలోంచి ఎలా తీయ్యగలం..మనిషి మారితేనే దేశం మారినట్లు అని సభలో "వివేక్" మాట్లాడుతున్నాడు, క్రిందున్న వందల మంది యువకులు కరతాళ ధ్వనులు చేస్తున్నారు.

ఇప్పటివరకు మన మండలంలో ఐదు గ్రామాల్లో పూర్తిగా మద్యంపాన నిషేధం తీసుకురాగలిగాం.మిగతా పదిగ్రామాల ప్రజలతో మాట్లాడి, వారిని మద్యపాన నిషేధం వైపు ప్రేరేపించాలి..

గతసంవత్సరం ఆర్థిక సమస్యలవల్ల చదువు మధ్యలో ఆపేసిన 82 మంది పిల్లల్ని మళ్ళీ బడిలో చేర్పించాం..ఈ సంవత్సరం కూడా చాల మంది ఆర్థిక సమస్యలవల్ల పిల్లల్ని చదువుమాన్పించి పనిలోకి పంపాలనుకుంటున్నారు వారి బాధ్యతను మనం తీసుకోవాలి.

అన్నీ పాఠశాలల్లో అవసరమైన వనరులన్నీ సమకూర్చగలిగాం.పాడైన రోడ్లని మనమే బాగుచేసుకున్నాం.

ఇకపై ఇదే స్ఫూర్తితో మునుముందుకు సాగుదాం... వచ్చే సంవత్సరం సెప్టెంబర్ 28 నాటికి మనగ్రామాలన్ని ఉత్తమ గ్రామాల జాబితాలోకి చేరుకునేలా కృషిచేద్దాం.... అని చెప్పి సెలువుతీసుకున్నాడు..

భగత్ సింగ్ విగ్రహాన్ని పూలమాలతో అలంకరించి అక్కడికొచ్చిన యువకులందరికి "నా నేస్తం భగత్ సింగ్ " అనే పుస్తకాన్ని ఉచితంగా అందించారు.

ఆ కార్యక్రం పూర్తయ్యాక వివేక్ వచ్చి ఆఖరు వరసలో కూర్చున్న శ్యామలగారి కాళ్ళకి నమస్కారం చేసి, ఆమెని కౌగలించుకున్నాడు..తరవాత అనేకమంది యువకులు ఆమె దగ్గరకి వచ్చి కాళ్ళకి నమస్కారం చేస్తున్నారు, కొందరు ఆమెని అమ్మా ని కూడా పిలుస్తున్నారు..

ఇలా జరుగుతుంటే ఆమె ఆలోచనలు గతంలోకి వెళ్లాయి

****

ఇరుపై మూడేళ్ళ కొడుకు "రవి" రోడ్ ప్రమాదంలో చనిపోయి ఆరోజుకి సరిగ్గా సంవత్సరమైంది, తల్లి తండ్రుల మాటలను పెడచెవిన పెట్టి మద్యానికి, జూదానికి భానిసై జీవితాన్ని

అర్ధాంతరంగా ముగించుకున్నాడు.. తాగిన మత్తులో ఆగిఉన్న లారీ "ఢీ" కొని అక్కడక్కడే చనిపోయాడు.

రవి వ్యసనపరుడే కానీ చెడ్డవాడు కాదు, అతనిది బలహీనమైన మనసే కానీ చెడుమనసు కాదని శ్యామల అంటూవుంటుంది. ఆమెని, కొడుకుని సమర్ధించే తల్లిలా చూస్తారు తప్ప నిజానిజాలు ఎవరికీ కావలి.

వ్యసనాలకు బానిసై కనుమూసిన రవి అంటే చుట్టుపక్కలవారికి, బంధువులకి ఒక చేడ్డమనిషిలాగే మిగిలిపోయాడు..కొడుకు చనిపోవడం ఎంతబాధో, అంతకన్నా ఎక్కువబాధ చనిపోయిన తనకొడుకు ఒక చెడ్డవాడిగా మిగిలిపోవడం.

అలాంటి కొడుకు ఉంటె ఎంలాభమని, తల్లి తండ్రులకి అపకీర్తి తీసుకొచ్చాడని అంతా వెనకాల అనుకుంటుంటే తల్లి మనసు ఒప్పుకోలేకపోయింది.

ఆరోజు రాత్రి శ్యామల మనసు కొడుకు జ్ఞాపకాలతో నిండిపోయింది, రవి చనిపోయి సంవత్సరమైంది కానీ ఈ తల్లి మనసుకు తగిలిన గాయం ఇంకా పచ్చిగానే ఉంది, నిద్రపట్టక లేచి రవి గదిలోకి వచ్చింది శ్యామల. గుమ్మం పక్కనే చెక్కబీరువా ఉంది.కొడుకు జ్ఞాపకాలన్నీ దాచిన ఆ చెక్క బీరువా తీసింది.అందులో చిన్నప్పటి రవి ఫోటోలు, స్కూల్ బాగ్, అతను

పుస్తకాలు ఉన్నాయి అవన్నీ చూస్తూ, కొడుకుని ఇంకా ఇంకా గుర్తుచేసుకుంటూ,గుండెపగిలేలా ఏడ్చింది..

ఒక్కసారైనా తన కొడుకుని గుండెలకి హత్తుకోవాలనిపించింది, పక్కనే గోడమీద ఉన్న శివుడి ఫోటోని చూస్తూ వాడిని ఒక్కసారి నాదగ్గరికి పంపు స్వామి.. ఒక్కసారి.. ఒకే ఒక్కసారి కళ్లారా చూసుకుంటాను, మనసారా గుండెలకి హత్తుకుంటాను అని ఆర్తితో అడిగింది.

ఇంతలో ఆ బీరువా పైనుంచి ఒక చిన్న పుస్తకం క్రిందన పడింది.. రవి పదోతరగతి చదువుకుంటున్నప్పటి పుస్తకం అది..క్రింద పడిన పుస్తకం తీసిచూస్తే దానిమీద "నా నేస్తం భగతసింగ్" అని రాసి ఉంది..

భగతసింగ్ ఫోటోలు అందులో అతికించుకున్నాడు..ఎప్పుడు సేకరించాడో ఇన్ని భగతసింగ్ ఫోటోలు, ఆయన జీవిత చరిత్రలో అనేక ముఖ్యమైన విషయాలు ఆ పుస్తకంలో రాసిపెట్టుకున్నాడు.

ఆ పుస్తకం ఆఖరి పేజీలో ఇలా రాసుకున్నాడు...

నేను భగతసింగ్ లాగ ఈ దేశంకోసమే బ్రతుకుతాను, ఆయనలాగే అవసరమైనతే ఈదేశంకోసం ఉరికంబం ఎక్కుతాను అని రాసుకున్నాడు అమాయకంగా, ఆయనగురించి చాలా విషయాలు సేకరించి ఈ పుస్తకంలో పొందుపరిచాడు.. ఈ దేశాన్ని

కాకపోయినా ఏదోఒకరోజు నేను పుట్టిన ఊరుని, చుట్టూ ఉన్న పదిగ్రామాలనైనా గొప్పగా మారుస్తాను..R . రవి , 10th క్లాస్ , బి సెక్షన్ అని.

పదిహేనేళ్ల వయసులో ఇంత మంచి ఆలోచనల్లో ఉన్న రవి ఎందుకు ఆలా వ్యసనపరుడిలా మారిపోయాడు..

బాల్యంలో ఉండే ఉత్సాహం, ఆరోజే మేము గుర్తించి ఉంటె ఈరోజు రవి సంఘసంకర్త అయిుండేవాడు కానీ ఈరోజు చనిపోయి సంఘంలో చెడ్డ మనిషిగా మిగిలిపోయాడు అనుకుని బాధపడింది..

తల్లి మనసు ద్రవించిపోయింది, అసలు అంత మంచి ఆలోచనలతో ఉన్న నాకొడుకు ఎందుకు చెడువ్యసనాలకి బానిసైయ్యాడు అనే సందేహం వచ్చి ఆలోచనల్లో పడింది...

కాలేజ్ చదవుకుంటున్న రోజుల్లో తన స్నేహితుడు తండ్రి చనిపోతే, వాడిని ఓదార్చి తన దగ్గరున్న 10,000 /- సహాయం చేసి, నీ చదవుకి కావాల్సిన డబ్బు నేను సర్దుతానని మాట ఇచ్చి ఇంటికి వచ్చాడు..

జరిగిందత తెల్సుకుని రవి వాళ్ళ నాన్న రవిని మందలించారు, నిన్ను చదివించడమే కష్టంగా ఉండి వాడిని కూడా నేనే చదివించాలా అని..కష్టం పంచుకుంటే తను కూడా మనమనిషే

అవుతాడు నాన్న, నీకు ఇంకో కొడుకవుతాడు..నువ్వే డబ్బులు కట్టక్కర్లేదు నువ్వు ప్రేమగా ఆదరించు చాలు, కాలేజ్ అయ్యాక ట్యూషన్స్ చెప్పి నేను డబ్బులు సంపాదించి కడతాను అంటే ఆయన ఒప్పుకోలేదు..ముందు నీ చదువు నువ్వు చూడు దేశాన్ని తరవాత ఉద్ధరిదుగాని అని రెండు దెబ్బలేశారు..

వాడు చేసే సేవలు వెనక ఎంతో డబ్బుఖర్చు చేస్తున్నాడని ఆయన అనేవారు. ట్యూషన్స్ చెబుతూ నేను దాచుకున్న డబ్బులు నాన్నగారు నలుగురికోసం ఉపయోగిస్తే తప్పా అనేవాడు..ఆ డబ్బులు దాచుకుని ఇంటికి పనికొచ్చే పని చెయ్యచ్చుగా ఎందుకు డబ్బులు తగలేస్తావు, ఎవరికో కష్టం వచ్చిందని నువ్వు ముందుకు వెళ్తున్నావ్ రేపు నీకు అవసరం వస్తే ఎవరూ రారు..నీకు లోకంతీరు తెలియదు అనేవారు..

తాను చేసిన ప్రతీ మంచిపనిని వ్యతిరేకించే నాన్న తనకోసం ఎన్ని బట్టలు కొన్న, కొత్త బండి కొన్న ఆయనలో ఉండే స్వార్థం వాడు తీసుకోలేకపోయాడు..

రోజు ఇంట్లో తండ్రీకొడుకుల గొడవలే, సున్నితమైన వాడిమనసు గాయపడింది నిజమే కానీ సమాజానికి మంచి చెయ్యాలనుకున్నవాడు మంచి గురించి ఆలోచించకుండా తండ్రిమీద ద్వేషం పెంచుకుని అదే సమాజంలో చేడ్డ మనిషిగా ముగిసిపోయాడు.

తన స్నేహితుడు తండ్రిపోయాక వాడేమైపోతాడో అని బాధపడ్డ రవి, వాడు చనిపోతే ఈ తల్లితండ్రులు ఏమైపోతారో ఆలోచించుకోలేకపోయాడు.

తన చేసిన మంచిని తండ్రి ఒప్పుకోడమేలేదని కృంగిపోయాడే తప్ప నిలబడితే ఎదోకరోజు తనతండ్రే తనగురించి గొప్పగా చెప్పుకుండాడు అనుకోలేకపోయాడు..

ఆదర్శాలని సరిగ్గా అర్ధంచేసుకోకపోతే అవి ఇలా కన్నీటి గాథలాగే మారతాయి అందుకే యువకుల మనసులో సరైన ఆలోచనలని,ఆదర్శాలని నింపి మంచి చేద్దాం అనుకున్న ఎందరో యువకులకు ప్రోత్సహించాలనుకుంది ఆమె..

భగతసింగ్ ఇరవైమూడేళ్ళకి చనిపోయాడు, తనకొడుకు కూడా ఇరవైమూడేళ్లకే చనిపోయాడు కానీ రెండు చావుల్లో ఎంత తేడా ఉంది ఒకరు దేశంకోసం చనిపోతే ఇంకొకరు తండ్రిమీద కోపంతో వ్యసనపరుడిలా చనిపోయాడు..

మంచి ఆలోచనలతో జీవితం ప్రారంభించడం తెలిసినా, మధ్యలో అనవసర భావావేశాలకి లోనై తన కొడుకు చెయ్యాలనుకున్న మంచినీ వదిలేశాడు ,తన జీవితాన్ని పాడుచేసుకున్నాడు ఇలా వేరే యువకులు కాకూడదు అని సంకల్పించుకుంది...

భర్తని ఒప్పించి, తన సొంత ఇల్లుని కూల్చి, అక్కడ భగతసింగ్ విగ్రహాన్ని ఆవిష్కరించి.. ఆ గ్రామంలో యువకులందర్నీ ఆహ్వానించి వారితో కాసేపు మంచివిషయాలు మాట్లాడి ,వారికి స్వీట్స్ పంచి, "నా నేస్తం భగతసింగ్" అని తన కొడుకు రాసిన పుస్తకం ఆయువకులకు పంచింది...ఆరోజు సాయంత్రం వివేక్ అనే కుర్రాడు మళ్ళీ ఆమెదగ్గరికి వచ్చి..అమ్మ మీరు చెప్పిన మంచి మాటలు నాకు బాగా నచ్చాయి, ఇకనుంచి మీరు చూపిన మార్గంలో నడుస్తాను..అమ్మా నాన్నలని ప్రేమగా చూస్తూనే సమాజానికి ఉపయోగపడే మనిషిలాకూడా ఎదుగుతాను అని మాట ఇస్తున్న అమ్మ అని కౌగలించుకున్నాడు ఆమెని...

ఆ పుస్తకం ఆఖరు పేజీలో కొడుకు రాసిన మాటలు తొలగించి ఆమె ఇలా వ్రాసింది "భగతసింగ్" గొప్ప దేశభక్తుడు కానీ ఆయన తండ్రి కూడా సామాన్య మానవుడే, ఆయన్ని జైల్లో ఉరితీస్తారని తెల్సి కొడుకుకి క్షమాబిక్ష పెట్టించమని బ్రిటిష్ ప్రభుత్వానికి విన్నపం పంపారు, కానీ దానికి బగత్ సింగ్ తిరస్కరించి చావును ఆహ్వానించాడు..

తల్లితండ్రుల ప్రేమ మీరు చెయ్యాలనుకున్న మంచికి ప్రతిబంధకాలు కావు కానీ వారి ప్రేమని సున్నితంగా అర్థంచేసుకోవాలని మనవి.

పదిమంది యువకులతో ఐదు సంవత్సరాల క్రితం ప్రారంభించిన ఈ కార్యక్రమం,ఈరోజు వందలమంది యువకులతో నిండిపోయింది.

ఒక్క ఊరితో ప్రారంభమై ఈరోజు పదిహేను గ్రామాల యువకులు దేశంకోసం,మంచికోసం శ్రమిస్తున్నారు. వారంతా శ్యామలని అమ్మా అని పిలుస్తారు,గుండెలకు హత్తుకుంటారు..

ఆరోజు శివుడిని కోరుకున్న కోరిక తీరింది ఒక్క కొడుకుని పంపమంటే స్వామి ఇంతమంది కొడుకులని పంపాడు..

తన గుండెల్లో ఉన్నది తన కొడుకే ఐనా, ఆ కొడుకు ప్రతీ రూపమాలే ప్రతీ యువకుడు అనుకుంది..మళ్ళీ ఇంకో తల్లి ఇంకో కొడుకుని అలా కోల్పోకూడదు అని కల కంది..

తల్లి కొడుకు కోసం కనే కల ఎంత అందంగా ఉంటుందో అదే కొడుకు కోసమే కార్చే కన్నీరు అంత బాధగా ఉంటుంది...

మనసుకి ప్రతిరూపం

అనుభవాలతో నిండిన బాల్యమే వృద్ధాప్యం.

రోడ్డుపక్కనే పంటకాలువ..

అది దాటితే కొబ్బరితోట..

ఆ కొబ్బరితోటలో పనస చెట్టు, ఆ చెట్టుకి ఆనుకుని కూర్చున్నాడు కేశవ.

ఎవరో వచ్చినట్లు అలికిడి అయింది, ఎవరా అని చూసాడు.. కేశవ స్నేహితుడు మాధవ వచ్చాడు..

ఎరా ఒక్కడివే కూర్చున్నావు..

పిల్లలు గుర్తొచ్చారా..?

లేక ... లేక "లీల" గుర్తొచ్చిందా..?

నీ భార్య దూరమైందని, పిల్లలు పెళ్ళిళ్ళై వెళ్ళిపోయారని ఆలా మౌనంగా ఉండిపోతే నాతో ఎవరు మాట్లాడతారురా..? వారందరూ మన జీవితాల్లో వచ్చి వెళ్లిపోయిన పాత్రలు, మిగిలిపోయిన స్నేహితులం మనం.

ఈ ఊరిలో నాకు నువ్వు కావాలి, నీకు నేను కావాలి మనకంటూ పట్టించుకునేవారెవరున్నారు రా, నీకోసమే వెతుకుతున్నాను ప్రొద్దునించి, ఇదిగో ఇక్కడ దొరికావు అన్నాడు మాధవ.

లే ..లేచి ఊరిలోకి వెళ్దాం పద ... లే .. లే అన్నాడు..

ఇద్దరూ నడుచుకుంటూ ఊరిలోకి వెళ్తున్నారు..మొదట వాళ్లిద్దరూ చదువుకున్న స్కూల్ వచ్చింది..

ఇక్కడ మొదలయ్యిందిరా మన స్నేహం, ఆరోజు స్కూల్లో నువ్వు, నేను కొట్టుకోకపోతే మధ్యలో సుశీల మేడం మన ఇద్దర్ని కలపకపోతే, ఈ డబ్బైఏళ్ళ ముసలోడికి ఈ స్నేహితుడే ఉండేవాడు కాదుకదరా అన్నాడు మాధవ, కేశవ చిన్న నవ్వు నవ్వాడు..

పదరా, ఈరోజు ఆదివారం స్కూల్లో ఎవరూ ఉండరు ఒక్కసారి స్వేచ్ఛగా మన స్కూలంతా చూసొద్దాం రారా అన్నాడు..

ఇద్దరూ లోపలకి వెళ్లారు.. ఒకటో తగతి నుంచి ఆరోతరగతి వరకు ఇక్కడ చదువుకున్నారు, ఆతర్వాత పక్కనే ఉన్న హైస్కూల్లో చదువుకున్నారు వీళ్లిద్దరు..ఆ రెండు స్కూల్స్ చూసారు..

పదోతరగతి క్లాసులోకి రాగానే కేశవ మనసు కలుక్కుమంది,మాధవ కళ్ళు చెమ్మగిల్లాయి ..ఎందుకంటే ఒకప్పుడు వీరు ఇద్దరు కాదు ముగ్గురు స్నేహితులు..

రామలక్ష్మి అంటే వీరిద్దరికి చాల ఇష్టం, చెరువుదగ్గర చింతకాయలు కోసుకొచ్చి ఇచ్చేవారు అప్పుడు అవి తీసుకుని వారికి లెక్కలు చెప్పేది..ఆమె చాలా బాగా చదివేది, మధ్యాహ్నం ముగ్గురూ ఒకేచోట కూర్చుని

భోజనం చేసేవారు..రామలక్ష్మికి 10th అవ్వగానే పెళ్ళిచేసేసారు ఆ పెళ్ళికి కేశవ, మాధవ సొంత అన్నల్లాగే నిలబడి పెళ్లి పనులు చేశారు..

పండక్కి రామలక్ష్మి వస్తోందంటే చాలు ఇంక చాలా హడావుడి చేసేవారు.. పెళ్ళై మొదటి రెండు పండగలు అయ్యాయంతే , మూడోపండక్కి ఇంక రామలక్ష్మి రాలేదు.. కడుపులో బిడ్డ అడ్డంతిరిగి, సమయానికి సరైన వైద్యం అందక రామలక్ష్మి చనిపోయింది..

చిన్నతనంలో పెళ్లిళ్లు చెయ్యకూడదని, పిల్లల్ని మొయ్యడానికి కూడా ఆడపిల్లలకి ఒక వయసు రావాలని మా గ్రామాల్లో మొండి మనుషులకు తెలియదప్పుడు..రామలక్ష్మి భర్త ఆరునెలలయ్యాక వేరే పెళ్లి చేసుకున్నాడు...

పెళ్ళాం పోతే ఇంకో పెళ్లి చేసుకున్నట్లుగా స్నేహితురాలు పోతే ఇంకో స్నేహాన్ని తెచ్చుకోలేరుగా...అందుకే గుండెల్లో జ్ఞాపకంలా ఉంచుకున్నారు..బరువెక్కిన హృదయంతో ఇద్దరు స్కూల్ నుంచి బయటకు వచ్చారు.

ఇద్దరూ నడుస్తూ వెళ్తున్నారు , దారిలో శ్రీ రాముడి గుడి వచ్చింది ఆగుడి మండపం లోనే "లీల, కేశవ" పెళ్లి జరిగింది, వారికి

ఇద్దరాడపిల్లలు పుట్టారు, పెద్దపాపకి రామలక్ష్మి అనే పేరు పెట్టుకున్నాడు తన స్నేహితురాలి గుర్తుగా.

జీవితములో ప్రతి పదిఅడుగులకి ఒక్కసారైనా కాలం మనిషిని ఏడిపిస్తుంది..అలానే పెళ్లైన పదేళ్లకు పాము కరిచి లీల కూడా చనిపోయింది. రెండో పెళ్లి చేసుకోడానికి కేశవ ఒప్పుకోలేదు. ఏ బంధమైనా ఒక్కసారే, పోతే మళ్ళీ రెండోసారి తెచ్చుకోడం నచ్చదు కేశవకి.

ఇద్దరుపిల్లని తల్లిలేని లోటు తెలియకుండా పెంచాడు,బాగా చదివించాడు, నచ్చిన వారికిచ్చి పెళ్లిళ్లు చేసి వారినొక గూటికి చేర్చాడు.

కేశవకి చిన్నప్పటినుంచి వాడిదగ్గరున్నది ఇవ్వడానికి ఇష్టపడేవాడు అందుకేనేమో దానం ఇచ్చేయమని ఇద్దరు అమ్మాయిలని ఇచ్చాడు తప్ప తనతో ఉండటానికి కొడుకుని ఇవ్వలేదు ఆభగవంతుడు, ఆఖరికి తన భార్యని కూడా మిగల్చలేదు.

వయసు పెరిగేకొలది, చిన్న తోడు కావలి అదే లేదు కేశవకి, స్నేహితుడిని ఒంటరిగా వదలడం ఇష్టం లేక మాధవ తానే అన్నీ అయ్యాడు కేశవకి...

నడుచుకుంటూ ఊరిచివరున్న వంతేన దగ్గరకి వెళ్లారు అక్కడ కూర్చుని గతంలోకి వెళ్లారు మళ్ళీ ..

బాల్యాన్ని, ఇన్నాళ్లు మోసిన జీవితాన్ని, మధ్యమధ్యలో వచ్చిన కన్నీళ్ళని అన్నీ తలుచుకుంటూ, కబుర్లు చెప్పుకుంటూ, మధ్యమధ్యలో గట్టిగా నవ్వుతూ. ఆలా చాలాసేపు గడిచిందింది.

మాధవ లేచి ఇక పదరా చాలు ఇంటికి వెళదాం, అని ఆ కాలవ క్రింద హనుమంతుడి గుడిపక్కనే ఉన్న చిన్న పాకలోకి వెళ్లారు ఇద్దరూ,గత మూడేళ్లుగా అదే వారిద్దరి ఇల్లు..

ఒకప్పుడు వారిద్దరూ ఆడుకునే చోటే చిన్న పాక కట్టుకుని ప్రశాంతగా బ్రతుకుతున్నారు కేశవ కోసం మాధవ కూడా ఊరిలో ఉన్న తన కొడుకులతో కాకుండా స్నేహితుడితో కలిసి ఇక్కడుంటున్నాడు.. గత మూడు సంవత్సరాలుగా ప్రశాంతంగా, సంతోషంగా ఒకరికోసం ఒకరు ఇలానే కలిసి బ్రతుకుతున్నారు..

జీవితపు పోరాటం,బాధ్యతలు అన్ని తీరక ఈ చివరి రోజులైనా స్నేహితులిద్దరు కలిసి మనసారా బ్రతకాలనుకున్నారు. అలాగే బ్రతుకుతున్నారు.

ఆ పాకలో మూడు కంచాలు, మూడు గ్లాసులు, మూడు మంచాలు అన్ని మూడు మూడు ఉన్నాయి.. కేశవ, మాధవ, లేని రామలక్ష్మి జ్ఞాపకాలతో కలిసి బ్రతుకుతున్నారు ఊరిచివర

ఇంటిలో..రామ లక్ష్మి కూడా తమతోనే ఉందనే ఊహతో మళ్ళీ పదోతరగతి పసిపిల్లల్లా సంతోషంగా బ్రతుకుతున్నారు.

వెలుగు రాలేని చోటే నీడ ఏర్పడుతుంది,స్నేహితుడు లేని జీవితమే "శూన్యం" అవుతుంది.

మన దేహానికి ప్రతిరూపం "నీడైతే" మరి మనసుకు ప్రతిరూపం "స్నేహం"...

తన కుటుంబం

భర్త, కొడుకూ కోడలు, మనవలు. ఆనందమైనా, బాధైనా అన్ని ఇప్పుడు వారితోనే.

కారు నెమ్మదిగా నడుస్తోంది, బయట చిరుజల్లు ఒక్కసారిగా పెద్ద వర్షంలా మారింది. ఆకాశం వర్షపుశర పరంపర కురిపిస్తుంటే తడిసిముద్దవుతున్న కారు జీవనపోరాటంలో ముందుకు నడుస్తున్నట్లుగా నడుస్తోంది.. ముందు సీట్లో కూర్చున్న ఆయన, మా అబ్బాయి ఈ పోరాటంలో జీవితాన్ని ముందుకు నడిపే సారధుల్లా ఉన్నారు.

మా అబ్బాయి కారు నడుపుతుంటే ఆయన పక్కనే ఉండి ఎలా నడపాలో సలహాలిస్తున్నారు, వాడేమైనా చిన్నపిల్లాడా.

ఈ నడుస్తున్న కారు మా జీవితంలా ఉంటె, ఈ కుటుంబాన్ని ముందుకు నడిపే సారధి స్థానంలోకి కొడుకు చేరుకున్నాడు, ఆయన వాడి పక్కన కూర్చుని ఎప్పుడు వేగంగా వెళ్లాలో ఎప్పుడు నెమ్మదిగా నడపాలో సలహాలిస్తున్నారు అనిపించింది.

మనవలు వెనకాల మూడో వరస సీట్లలో ఆడుకున్నంత సేపు ఆడుకుని అలసి పడుకున్నారు...

వర్షం మరీ ఎక్కువవడంతో, కారుని కాసేపు పక్కనే ఉన్న చెట్లక్రింద ఆపమని చెప్పారు ఆయన..జీవితంలో కూడా పరిస్థితులు అనుకూలంగా లేనప్పుడు కాసేపు ఆగి సంయమనం పాటించాలి అని చెప్తారు..ఇప్పుడు ఈ ప్రయాణంలో కూడా అదే సలహా ఇచ్చారు.

అక్కడే పక్కన చెట్టు మీద తడిసిముద్దయినా రెండు పిచ్చుకులు కనిపించాయి, పక్కనే పిచ్చుకుగూడ కూడా ఉంది అందులోంచి పిచ్చుక పిల్లలు కిచ కిచమని అరుస్తున్నాయి..ఆ సన్నివేశం చూడగానే మనసులో కాలం నలభైయేళ్ల వెనక్కి వెళ్లింది.

అమ్మ, నాన్న మేము నలుగురు ఆడపిల్లలం, నలుగురికీ పెళ్లిళ్లు చేసి నాన్న మమల్ని తలో గూటికి పంపేశాడు..ఇప్పుడు ఆయనలేరు మా బాల్యంలో ఆ గూడు కూడా ఇప్పుడు లేదు..ఏదో గాలివానకు పడిపోయింది..

ఆడపిల్ల జీవితం ఎంత చిత్రమో కదా,అప్పుడు మేము ఆరుగురం అది మా కుటుంబం ..ఇప్పుడు ఈ ఆరుగురూ ఇప్పుడు ఇది కుటుంబం. ఇంతలో మా అబ్బాయి అమ్మ అని పిలిచాడు, ఎందుకమ్మా ఆలా ఉన్నావ్, రేపు నేను మళ్ళి పిన్ని ఇంటికి తీసుకెళ్తాలే రెండు రోజులు ఉండి వద్దువుగాని.నాన్నగారి గురించి తెల్సిందే కదా అన్నాడు..నేనేం మాట్లాడలేదు చిన్నగా నవ్వాను.

మా రెండో చెల్లి పక్కనే కాకినాడలో ఉంటోంది, తనకి నాలుగురోజులనుంచి జ్వరం లేవడంలేదని తెల్సి చూడటానికి తీసుకెళ్లమని మా అబ్బాయిని అడిగాను, మా ఆడపచు కుమారి కూడా కాకినాడలోని ఉంటోంది తనని చూడటానికి ఆయనకూడా వస్తాను అన్నారు..ఇంకా ఒకరిని చూసి ఒకరు అందరం కాకినాడ వెళ్ళాం..

ముందు మా కుమారి ఇంటికి వెళదాం అన్నారు ఈయన, నా మనసులో మా చెల్లిని చూడాలని ఎంత తపన ఉన్న ఆయన మాట కాదు అనలేక సరే అన్నాను..

కాకినాడ వెళ్ళేటప్పటికి పదకోండు అయ్యింది, కుమారి మా అందరికీ భోజనాలు సిద్ధంచేసింది. కాసేపు కబుర్లు చెప్పుకుని భోజనాలకి కూర్చున్నాం...అందరూ సంతోషంగా మాట్లాడుకుంటూ భోజనాలు చేస్తున్నారు కానీ నాకు ఒక్క ముద్దకూడా సహించలేదు.ఇంత దగ్గరికి వచ్చాకా మా చెల్లిని చూడాలనే ఆశ నాలో మరీ ఎక్కువయింది..నాలుగు రోజులనుంచి జ్వరంతో బాధపడుతోంది అంటే అమ్మ తరవాత అమ్మలాంటి అక్కని నాకు మనసు ఎలా ఉంటుంది, కానీ అర్ధంచేసుకునేదెవ్వరు.

బోజనాలయ్యేటప్పటికీ మధ్యాహ్నం ఒంటిగంట అయ్యింది, ఇప్పుడైనా తీసుకెళ్తారేమో అని ఆశగా మా అబ్బాయి వంక చూసాను, వాడు దగ్గరకొచ్చి అమ్మ ఒక్క అరగంటలో మా ఫ్రెండ్ కిరణ్ ని కలిసి వస్తాను..నేను కాకినాడ వచ్చానని తెల్సి రమ్మని గోల చేస్తున్నాడు అన్నాడు..మళ్ళీ కాదు అనలేకపోయాను.

వాడు వెళ్ళాడు, అందరూ కాసేపు నడుం వాల్చారు, నేను వాడు ఎప్పుడు వస్తాడా అని ఆ కుర్చీలో కూర్చుని చూస్తోనే

ఉన్నాను..రెండున్నరకి వచ్చాడు. వచ్చి కూర్చుని వాడి ఫ్రెండ్ గురించి కబురులు చెబుతున్నాడు..

కొడుకే కదా అనే చనువుతో "రేయ్ నాన్న ఇంకా బయలుదేరి పిన్ని ఇంటికి వెళదాంరా" అని. అడిగాను.వాడు సరే అనేలోపు కుమారి వచ్చి టీ పెడుతున్నాను అంది..నా ఊపిరి నిరుత్సాహంతో నిస్సహాయతతో నిండిపోయింది.

మొత్తానికి టీ తాగి బయలుదేరాం, అందరికన్నా ముందే చిన్న పిల్లలా కారు ఎక్కి కూర్చున్నాను, ఒకరితరవాత ఒకరు నెమ్మదిగా వచ్చి కారు ఎక్కారు.మొత్తానికి టైం మూడయింది, పోనిలే ఇప్పటికైనా వెళ్తున్నాం అనుకున్నాను..

మెయిన్ రోడ్ లో ఒక షాపింగ్ మాల్ దగ్గర కారు ఆపాడు మా అబ్బాయి, ఆశ్చర్యంగా అందరి ముఖాలూ చూసాను, మా మనవరాలు పుట్టిన రోజు వచ్చే వారమంట కాబట్టి బట్టలు కొని వెళదాం అత్తయిగారు అని మా కోడలు..

ఇంతేనా నా మనసుకి విలువా, వీళ్ళకి సేవలు చేసి, చాకిరీ చేసి ఎంత అరిగిపోయినా నామనసులో నేనేం కోరుకుంటున్నానో తెలియదా.

ఇదేనా ఇల్లాలు అంటే..

ఇదేనా నేను అంటే ..

ఇదేనా నాకు మిగిలింది అని కన్నీళ్లు తుడుచుకుంటూ పక్కకి చూసాను అప్పటికీ అందరూ కారు దిగి లోపాలకి వెళ్తున్నారు..మరో మార్గం లేక నేను వారివెనకాలే నడిచాను.

సాయంత్రం అయిదున్నరకి మా చెల్లి ఇంటికి వెళ్ళాం, నా చెల్లెళ్ళో ఎవరిని చూసిన మా నాన్న ,అమ్మ చిన్నప్పుడు మా ఇల్లు మా ఊరు అన్ని ఒక్కసారిగా గుర్తొస్తాయి..జ్వరం వల్ల అన్నం సహించక సన్నంగా అయిపోయింది, అంత జ్వరంతోకూడా నేను వచ్చా అని లేచి కూర్చుని అక్క అని నవ్వుతూ మాట్లాడింది..అమ్మవారి గుడిలో పూజ చేయించిన కుంకుమ ఇచ్చి తగ్గిపోతుందమ్మా అని ఏదో మాట్లాడుతున్న..ఇంతలో "వేణు వెళదామా అని మాట వినిపించింది హాల్ లోంచి" నా పేరు కృష్ణ వేణి అందరూ వేణూ అంటారు...

నేనేం మాట్లాడలేదు, బయట వాతావరణం బాలేదు మనం చాలా దూరం వెళ్ళాలి అన్నారు..చిన్నపిల్లలా ఏడుపొచ్చేసింది వచ్చి పదినిమిషాలు అయ్యింది అంతేనా అనిపించింది..ఏమనలేక సరే అన్నాను.ఆయన కనీసం లోపాలకి వచ్చి ఎలా ఉంది అని మా చెల్లిని అడిగితే బాగున్ను అనుకున్నా అది జరగని పని..మా చెల్లిని ఒక్కసారి గుండెలకి హత్తుకుని జాగ్రత్త అని చెప్పి వచ్చేసాను.

ఉదయం నుంచి నా ఎదురుచూపులకి ప్రతిఫలంగా నాకు దొరికింది కేవలం పదినిమిషాలు.

<u>ఇంతలో</u> కారు స్టార్ట్ అయ్యింది వర్షం తగ్గిందని అర్థమైంది..అక్కడ చెట్టుపక్కనే చిన్న హనుమంతుడి గుడి ఉంది, అది చూసి ఒక్కసారి కారు ఆపమని అడిగాను మా అబ్బాయిని, క్రిందకు దిగి దణ్ణం పెట్టుకున్నాను మా చెల్లికి తగ్గిపోవాలని,దణ్ణం తో పాటు స్వామి ముందు కన్నీళ్లు కూడా పెట్టుకున్నాను.

మా నాన్న ఇల్లానే బ్రతకడం నేర్పాడు, ఇప్పుడు అమ్మాయిలకి ఇలా జరిగితేనా భర్తల ప్రాణాలు తోడేస్తారు అనుకుంటుంటే ఇంతలో ఫోన్ మోగింది. మా చెల్లి కొడుకు పెద్దమ్మ అమ్మకి జ్వరం తగ్గింది, నువ్వు చూసి వెళ్ళావో లేదో అమ్మకి జ్వరం తగ్గింది..నీమీద బెంగో ఏమో అని ఆనందంగా చెప్పాడు.

మధ్యతరగతి ఇల్లాలికి బాధలు బెంగాలు ఉన్న ఎవరికీ కావలి..అన్ని ఉన్నాయ్ కానీ నేనూ కూడా ఉన్నాను అని తెల్సుకునే మనుషులే లేరు.

ఒకప్పుడు కలిసి పెరిగాం, కలిసి ఆడాం కానీ ఇప్పుడు కేవలం కలిసి కన్నీళ్లు మాత్రమే పెట్టుకుంటున్నాం.

అతని గమ్యం

చీకటిపై వెలుగు సంతకం చేసి వెళ్ళిపో అంతే జీవితం. ఇక్కడ చీకటి అంటే కష్టాలూ వెలుగు అంటే ఆశ.

నిరంతరం మనల్ని వెంటాడేవి మన ఆలోచనలే.. ప్రపంచానికి దూరంగా ఎక్కడో ఏకాంతంగా మౌనంగా కూర్చున్నా మన ఆలోచనలే ఈ ప్రపంచాన్ని మన కంటి ముందు నిలబెడతాయి..

మనమున్న ప్రపంచంనుంచి పారిపోగాలమెమో కానీ మనలో ఉన్న ప్రపంచాన్ని మనం వీడలేము.

"రామ" అతను వేసే అడుగులే ఈ

కథకి మార్గం, అతని గమ్యమే ఈ కథకి ముగింపు..

పెద్ద ఉద్యోగం నెలకి నాలుగు లక్షల జీతం,ఆఫీస్ కాకుండా అతనికున్న మరో ప్రపంచం పల్లెటూరులు. అతను ఈసారి ఎక్కడో గోదావరిజిల్లాలో, కపిలేశ్వరపురం అనేగ్రామం వెళ్తున్నాడు..ప్రతీ సంవత్సరం ఉద్యోగానికి ఒక నెలరోజులు సెలవు పెట్టి ఏదో మారు మూలగ్రామానికి వెళ్తాడు..అక్కడ ప్రజలతో కొన్ని రోజులు గడిపి కొన్ని మధుర జ్ఞాపకాలను మనసునిండా నింపుకుని వస్తాడు..

వెళ్ళిన గ్రామానికి మళ్ళీ వెళ్ళడు..ఎందుకంటే తనకి కావలసినవి స్మృతులే తప్ప బంధాలు కాదు. ఎక్కడ బంధం ఉంటుందో మనిషి అక్కడికే మళ్ళీ మళ్ళీ వెళ్ళాలి అనుకుంటాడు.

చిన్నతనంనుంచి ఒంటరిగా అనాధాశ్రమంలోనే పెరిగిన రామకి..తన అమ్మ నాన్న ఎవరో , తనని అక్కడ ఎవరు చేర్పించారో పూర్తిగా తెలియదు..

తన తల్లి తండ్రి చనిపోయాక మేనమామ అక్కడ చేర్పించారు అనే ఒక్క విషయమే చెప్పారు ఆశ్రమంలో.అమ్మ నాన్న ఫోటో కూడా తను ఎప్పుడూ చూడలేదు.

కానీ 46 సంవత్సరాలు ఒంటరిజీవితం గడిపాక తన అమ్మ నాన్న ఎవరో తెలుసుకోవాలనే ఆశ పుట్టింది..వారంరోజులు క్రితం అనాధాశ్రమనికి వెళ్ళాడు. చిన్నప్పటినుంచి తనని తల్లి,తండ్రులలాగే పెంచిన అనాధాశ్రమ నిర్వాహకులు మల్లేష్, శ్రీదేవి గార్లని కలిసి తన అమ్మ నాన్నలు ఎలా ఉండేవారో చూడాలని ఉందని ఒక చిన్న ఫోటో ఉన్న చూడమని అడిగాడు..

పాత రికార్డ్స్ వెతికి చూస్తే కేవలం తన మేనమామ పేరు తప్ప అందులో మరే ఇతర వివరాలు లేవు...తమ మనుషుల్ని పంపి వెతికిస్తామని చెప్పారు ఆశ్రమ నిర్వాహకులు.

తను కపిలేశ్వరపురం అనే గ్రామ వెళ్తున్నానని ఏమైనా వివరాలు తెలిస్తే అక్కడ గ్రామ పంచాయితీకి పోస్టు చ్చెయ్యండి.. నేను అక్కడ పోస్టుమాన్ తో మాట్లాడాతాను అన్నాడు.

ఇప్పటికి 18 గ్రామాలకు వెళ్ళాడు.. ప్రతీ సారి కొత్త వాతావరణం, కొత్త మనుషులు వారి ప్రేమఅనురాగలు చవిచూసి తిరిగి వెళ్లిపోవడం అతనికి అలవాటు.

ఆ గ్రామానికి చేరుకున్నాడు, రాత్రి ఎనిమిది గంటలైంది.ఊరంతా నిర్మానుష్యంగా ఉంది, వీధి దీపాలు కూడా లేవు.చుట్టూ తిరిగి చూసాడు ఎవరూ కనబడలేదు..దూరంగా ఏదో ప్రవచనం వినబడుతోంది అటువైపుగా నడవడం ప్రారంభించాడు..ఒక కిలోమీటర్ నడిచాక అక్కడో గుడి కనిపించింది, గుడి అరుగుమీద పంతులుగారు రామాయణం ప్రవచనం చెబుతున్నారు..ఆతను అక్కడికి చేరే రోజున ఆ ప్రవచనం సుందరకాండ లోకి చేరింది.హనుమంతుడు సీతాదేవి కోసం వెతికే ఘట్టం జరుగుతోంది.

గ్రామ ప్రజలతో పాటు తను కూడా అక్కడ కూర్చుని రామాయణం వింటున్నాడు...హనుమంతుడు ఎంత ఆర్తితో సీతాదేవికోసం వెతుకుతున్నాడో వింటే అతని కళ్ళు చెమ్మగిల్లాయి ఎందుకంటే తన మనసులో అమ్మ నాన్నల గురించి తెలుసుకోవాలని అంతే ఆర్తి ఉంది..

కళ్ళు తుడుచుకుని ప్రవచనం వినడం కొనసాగిస్తుంటే అనుకోకుండా పంతులుగారి పక్కనే కూర్చున్న ఆయాన కూతురు మీదకి అతని దృష్టి మరిలింది..

ఒకపక్క ఆయన ప్రవచనం చెబుతుంటే ఈ అమ్మాయి హాయిగా ఆయన బుజం మీద పడుకుని నిద్రపోతోంది..నిద్రలోకూడా నవ్వుముఖం.పదిహేనేళ్ల వయసుకూడా ఉండదు కానీ ఆముఖంలో ఎంత హుందాతనం,పేద్దరికం.

బహుశా ఈ పంతులుగారి ఆచారవ్యవహారాల మధ్య పెరిగింది, ఆయన నిష్ఠని చిన్నతనంనుంచి చూస్తూ, ఆయన్ని గౌరవిస్తూ పెరగడం వల్లే ఆ అమ్మాయిల్లో అంత తేజస్సు. నిద్రలో కూడా ఏదో అణుకువ స్పష్టంగా కనిపిస్తోంది.

ఇంతలో హనుమంతుడికి అశోకవనంలో సీతమ్మ కనబడింది అన్నారు పంతులుగారు.. తుళ్ళి పడి ఆయానవైపు చూసాడు రామ..ఆరోజు ప్రవచనం అక్కడ ఆగింది..

గ్రామ ప్రజలకు రామ తనని తాను పరిచయం చేసుకున్నాడు..గుడిపక్కనే ఉన్న పూజరిగారి ఇంటిలో అతనికి బస ఏర్పాటు చేశారు...కొద్దిగా మొహమాటంతో ఆరోజు అక్కడే గుడి అరుగుమీద పడుకుంటాను అని, ఆరోజుకి ఆకలి లేదని చెప్పాడు..

గ్రామప్రజలు, పంతులుగారు అతన్ని అతిగా ఇబ్బంది పెట్టడం ఇష్టం లేక సరే అని చెప్పి వెళ్లిపోయారు..పాపం పంతులుగారి

అమ్మాయి నిద్రముఖం తోనే ఆయన వెనుక నడుచుకుంటూ వెళ్ళిపోయింది.

రాముకూడా తన పక్క సిద్ధం చేసుకిని నిద్రకి ఉపక్రమించాడు..వయసులో పెళ్లి జరిగిఉంటే నాకు అలాంటి చక్కటి కూతురుండేది..అమ్మ, భార్య, చెల్లి, కూతురు ఇవేమీ లేవు కనుకే ఇలా గాలికి తిరుగుతున్నాను..నాకున్న ఒకే ఒక్క బంధం ఈ భరతమాత అనుకుని తనలో తాను నవ్వుకుని పడుకున్నాడు..

అర్ధరాత్రి వేళా అతనికి వెక్కిళ్ళు ప్రారంభమయ్యాయి.లేచి తన వాటర్ బాటిల్ చూసుకున్నాడు అందులోని నీళ్లు లేవు..చుట్టూ చూసాడు ఎక్కడైనా మంచినీరు దొరుకుందేమో అని.ఇంతలో పూజరిగారి అమ్మాయి మరచెంబుతో నీళ్లు పట్టుకొచ్చింది.

కొన్ని నీళ్లు నోట్లో వేసుకుని ఎమ్మా ఇంకా పడుకోలేదా తల్లి అని ప్రేమగా పలకరించాడు రామ.. లేదండి ఇంకా నిద్రపట్టలేదు అంది..చీకటి వేళ ఇలా బయటకి వచ్చావ్ బయమేయ్యలేదా తల్లి అన్నాడు..లేదండి ఇది మా గుడే కదా నాకెందుకు భయం అంది..

ఆ పాప ముద్దు ముద్దగా మాట్లాడుతుంటే తండ్రి కానీ తనలో తండ్రి పుట్టుకొచ్చాడు.. భావోద్వేకంతో మళ్లి కళ్ళు చెమర్చాయి..వెళ్లి పడుకోమ్మ అని తాను పడుకున్నాడు..

మరుసటి రోజు ఉదయాన్నే లేచి దూరంగా ఉన్న కాలువలో స్నానం చేసి వచ్చి గుడి అరుగుమీద కూర్చున్నాడు..పూజరిగారు వచ్చి గుడి తలుపులు తీసి పూజాకార్యక్రమలు ప్రారంభించారు.

పూజ అయ్యాక ప్రసాదం తీసుకుని, గ్రామంలోకి వెళ్ళాడు రామ.కానీ ఆయన కూతురు ఇంకా లెవలేదేమో తనకీ ఇంకా కనబడలేదు అనుకున్నాడు మనసులో.

సాయంత్రం వరకు గ్రామమంతా తిరిగాడు.సాయంత్రం ఊరిపెద్దలని కలిసి గ్రామంలో పాఠశాలసరిగా లేదని తను బాగుచేయించాలనుకుంటున్నాని చెప్పాడు..వెళ్లిన ప్రతీ గ్రామంలోని ఏదో ఒక మంచి పని చేస్తూ వెళ్లడం తనకి అలవాటు అని చెప్పాడు.గ్రామస్తులు సంతోషించారు.

ఇంతలో గుడిదగ్గర సాయంకాలం రామాయణ ప్రవచనం ప్రారంభమయింది..గ్రామమంతా అక్కడికి చేరుకున్నారు.

నిన్నటిలాగే సగం ప్రవచనం అయ్యేసమయనికి పంతులుగారి పాప ఆయన భుజంపై మళ్ళీ పడుకుండిపోయింది...ఆమెని చూస్తూ రామ తనలో తానే మురుసిపోతున్నాడు..ఆరోజు "సీతమ్మ కనబడింది అని రాముడికి హనుమంతుడు చెప్పడంతో " ప్రవచనం పూర్తయింది.

గ్రామస్తులంతా ఇళ్ళకి బయలుదేరారు, పూజరిగారు తన ఇంటికి ఆయన వెళ్తున్నారు.. కానీ ఆయన కూతురు ఆయన వెనకాలే వెళ్ళలేదు.ఒక్క క్షణం ఆగి నన్నుచూసి నవ్వి మూసి ఉన్న గుడిలోపలికి వెళ్ళిపోయింది..ఒక్కసారిగా అలా అదృశ్యమయ్యిపోయింది ఆమె..రామ నిర్గాంతపోయాడు..

ఆమె ఒకవేళ సీతమ్మ తల్లా, పరమ భక్తుడైన ఈ పంతులుగారు ప్రవచనానికి వచ్చి వింటోందా రోజు.మరి నాకెందుకు కనబడుతోంది,ఆమె రామాయణం వింటూ పరవశించిపోతుంటే నేను పడుకుంది అనుకున్నానా అనేక ఆలోచనలతో ఆరోజు అతనికి నిద్రపట్టలేదు..ఉదయాన్నే లేచి స్నానాదికార్యక్రమాలు పూర్తి చేసుకుని గుడికి వచ్చి జరిగిందంతా పూజరిగారికి చెప్పాడు రామ..

ఆయానకూడా ఆశ్చర్యపోయి, తనకి కూతురు లేదని, రోజు తనపక్కన ఎవరూ కూర్చోడంలేదని చెప్పాడు.

ఇంతలో రామకి ఎదో పోస్ట్ వచిందని పోస్టుమాన్ పట్టుకొచ్చి ఒక కవర్ ఇచ్చాడు..తీసి చూస్తే అందులో ఒక ఫోటో ఒకఉత్తరం ఉంది అనాధాశ్రమమం నుంచి, రామ ఇందులో ఉన్నది మీ అమ్మానాన్నలతో నువ్వు ఉన్న ఫోటో..చాలా కష్టపడి మీ మావయ్య పిల్లలు ఎక్కడ ఉన్నారో తెల్సుకుని వారిని

కలిసాము..ఈ ఒక్క ఫోటో మాత్రమే సంపాదించగలిగాం అని ఉంది.ఫోటో తీసి చూసాడు..

ఆఫోటోలో తను గుండుతో ఉన్నాడు,నాన్న తనని ఎత్తుకున్నారు, పక్కనే అమ్మ ..జీవితంలో మొదటిసారి అమ్మానాన్నలని చూస్తున్నాడు మాటలకందని బావిదద్వేకంలోకి వెళ్ళిపోయాడు.

కానీ ఆఫోటోలో ఒక విషయం నెమ్మదిగా గ్రహించాడు. ఆ ఫోటోలో వెనకాల ఈగుడే ఉంది..

అవును ఆఫోటో ఈ గుడిముందే తీయించుకున్నారు అమ్మ,నాన్న.

అంటే చిన్నతనంలో అమ్మ, నాన్న ఇక్కడికి వచ్చారా..?

అనుకుంటుంటే ఎవరో జంట బండిమీద వచ్చి అక్కడ ఆగారు, చేతిలో చిన్నబాబు ఉన్నాడు..గుడిలోకి వెళ్ళి పూజరిగారితో ఇలా చెబుతున్నారు,అయ్యా ఇక్కడ పిల్లలకోసం అమ్మవారికి మొక్కుకుంటే కోరిక నేరవేరుతుందని మాట నిజమైంది, మాకు బాబు పుట్టాడు, "సీత రామచంద్ర మూర్తి" అనే పేరు పెట్టుకున్నాం.దర్శనం చేసుకోడానికి వచ్చాం అన్నారు.అలా ఎందరో దంపతులు పిల్లల పుట్టాక అక్కడికి వచ్చి దర్శనం చేసుకుంటారట.

అప్పుడు అర్ధమైంది రామకి తన తల్లి తండ్రులు కూడా ఇలాగే వచ్చి నాకోసం మొక్కి ఉంటారు. మా అమ్మ నాకోసం ఎంతో భక్తితోప్రార్ధించి ఉంటుంది, అందుకె తల్లి లేని నాకు నేను ఉన్నాను అనే భరోసా ఇవ్వడంకోసమే సీతమ్మ తల్లి నాకు కనిపించింది..ఇకపై ఆమె నా తల్లి అనుకుని ఆగ్రామన్నే చిరునామాగా మార్చుకున్నాడు.

అక్కడే సొంత ఇల్లు కట్టుకున్నాడు..ఇకపై తాను అనాధ కాదు సీతారాములని తల్లి తండ్రులుగా పొందిన "ధన్యజీవి"...

మరసటి రోజు గుడికి వెళ్తుంటే రామకి దారిలో పూలు మొక్కలు కనిపించాయి..ఎప్పుడూ ఏదో అలోచనాలతో నడిచే అతను మొదటి సారి మార్గాన్ని చూస్తున్నాడు..దారిలో ఎన్ని పువ్వులు అతని పలకరించాయి..అతని ఉదయంలో మరింత వెలుగులు నింపుతూ.

మనసుపొరల్లో "మనిషి"

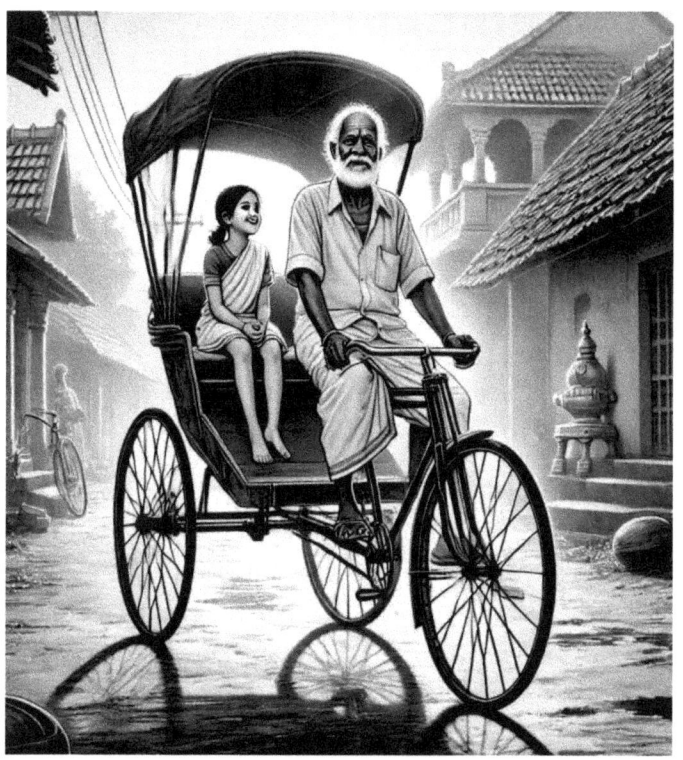

కాలం ఎంత మారినా మన మనసుపొరల్లో ఒక మనిషి మాత్రం శాస్వితంగా ఉండిపోతాడు...

ఆశకి అవసరమైన తోడుగా...

ఆకలిని గుర్తుంచె ప్రేమగా..

అలసటతో ఆగిపోతే ముందుండి నడిపించే గురువుగా నాగయ్య "మనసువోరల్లో ఒక మనిషి" ఉన్నాడు..

సుమారు పదిహేనేళ్ల తరవాతా ఆ ఇంటి గుమ్మం ముందుకి వెళ్ళాడు నాగయ్య..

పెద్దాయన కనుమూసాక ఆ ఇంటికి మళ్ళీ వెళ్ళాలనిపించలేదు నాగయ్యకి..ఒకప్పుడు రిక్షా నాగయ్య అంటే ఊరందరికి తెలుసు.

పెద్దాయన పక్కఊరుకి వెళ్లాలన్నా, పాతిక కిలోమీటర్ల అవతల ఊరికి వెళ్లాలన్నా నాగయ్య రిక్షా తొక్కాల్సిందే..

కష్టంచూసి డబ్బులిచ్చేవారు..

ఆకలి చూసి కడుపునిండా అన్నం పెట్టేవారు..

రేయ్ నాగయ్య ఆ బియ్యం మూట పట్టుకుపో, ఇందా ఈ ఇరవై తీసుకో అనేవారు..ఇంట్లో గడవక ఇబ్బందిగా ఉంటే నోరుతెరిచి అడగక్కర్లేదు వెళ్లి ఆయన గుమ్మం ముందు చేతులు కట్టుకుని నించుంటే చాలు, ఆయనే కళ్ళు చూసి అర్ధం చేసుకుని సహాయం చేసేవారు.

ఆయన దయవల్ల అప్పట్లో ఎన్నో రోజుల పస్తుల అవస్థలు తప్పాయి.తన భార్య, పిల్లలకి కడుపునిండా అన్నం పెట్టగలిగాడు..అక్కున చేర్చుకుని ఆదరించిన మనిషి దూరమైతే మనసు బెంగపడిపోతుంది, మళ్ళీ ఒంటరిదైపోతుంది.

పెద్దాయన వెళ్ళిపోయాక అఇంట్లో ఎవరూ తనుకి పెద్దగా తెలియదు.పెద్దాయాన్నే రిక్షా ఎక్కించుకుని తొక్కడం అలవాటు పడ్డ నాగయ్య ఆయన వెళ్ళిపోయాక రిక్షా తొక్కడం మానేశాడు..కానీ కూలిపని చేసుకుంటూ బ్రతకడం ప్రారంభించాడు.

పెద్దాయనది ఒకప్పుడు పెకుంటిల్లు, ఇప్పుడు అది తీసేసి పెద్ద ఇల్లు కట్టారు.. ఇంటివేనకాల రేకుల షెడ్డు కడుతున్నారు కూలి పనికి మనిషి తక్కువైయ్యాడట అందుకే తాపిమేస్త్రి నాగయ్యకి కబురు పెట్టాడు.

నాగయ్య ఆ ఇంటి గుమ్మం ముందు నించుని ఇల్లు చూస్తూ పెద్దయ్యగారి మనసంత ఉంది ఈ ఇల్లు అనుకున్నాడు తనలో తాను..రోజంతా పనిచేస్తూ ఆ పెద్దాయన జ్ఞాపకాలనే నెమరేసుకున్నాడు..ఆయన మునిమనవరాలు(మనవడి కూతురు) బయటకు వచ్చి నన్ను చూసి నీ పేరేంటి అని అడిగింది, మా ముత్తాత గారుని రిక్షా మీద తీసుకెళ్లేవాడివట కదా

లోపల మా అమ్మవాళ్ళు ఇదే మాట్లాడుకుంటున్నారు అంది నవ్వుతూ.

ఇప్పుడు నీ రిక్షా లేదా.?

ఏమైపోయింది.? అని అడిగింది, ఉంది పాపగారు ఇక తొక్కడం ఆపేసి కూలిపని చేసుకుంటున్నాను అన్నాడు నాగయ్య..

ఇంతలో ఎవరో లోపల్నుంచి పిలిచారు అమ్ములు ఇలా రా అని, లోపలకి వెళ్లి వారందరికీ మజ్జిగ తీసుకొచ్చింది.

ఆ పాప కబుర్లు వింటూ, మరోపక్క పనిచేసుకుంటుంటే సాయంకాలం ఎప్పుడైందో తెలియలేదు..

అందర్నీ లోపలకి పిలిచారు పెద్దయ్యగారి అబ్బాయిగారు, ఆరోజు కూలి డబ్బులిస్తున్నారు..నాగయ్య కూడా లోపలకి వెళ్ళాడు, అక్కడ మెట్లు పక్కనే పెద్ద ఫోటో ఉంది "పెద్దాయనది" , నవ్వుతూ కూర్చున్న ఫోటో..చాలా సంవత్సరాల తరవాతా ఆయన్ని చూడటం మనసు ఉప్పొంగిపోయింది..తెలియకుండానే బుజం మీద ఉన్న

తువ్వాలు తీసి చేత్తో పట్టుకున్నాడు.ఆ ఫోటో ఆయన పుట్టినరోజునాడు నాగయ్యే పట్టణం తీసుకెళ్లి తీయించాడు..అప్పటి పుట్టినరోజు ఫోటో ఇప్పుడు ఆయన జ్ఞాపకంగా గోడమీద మిగిలింది.

పెద్దాయనకి, నాగయ్యకి ఉన్న అనుబంధం ఆయన వారసులకి కూడా తెలియదు అందుకే ఒక మామూలూ కూలీలా మాత్రమే మిగిలిపోయాడు. పెద్దాయన కుటుంబసభ్యులంతా చాలా మంచివారు కాని అతను కేవలం రిక్షానాగయ్యలాగ మాత్రమే తెలుసు వారికి. పెద్దయనకి తనకి ఉన్న ఆ ఆత్మీయబంధం తెలియదు.

పెద్దయన ఫోటో మీద దుమ్ము, కాస్త బూజు ఉంది..అబ్బాయిగారు నాన్నగారి ఫోటో మీద బూజు ఉంది తుడిచేస్తానండి అని ఆయన సమాధానంకొసం ఆగకుండా ముందుకి వెళ్లి తన చేతిలో ఉన్న తువ్వాలతో తుడవడం ప్రారంభించాడు..ఆయన ఫోటో తుడుస్తుంటే "రేయ్ నాగయ్య కాళ్ళు నొప్పులుగా ఉన్నాయి ఒక పట్టు పట్టరా అనేవారు పెద్దాయన" అదిగుర్తొచ్చి కళ్ళలో నీళ్ళు తిరిగాయి నాగయ్యకి..

అది అయ్యాక కూలి తీసుకుని వెళ్లిపోతుంటే వెనకాల నుంచి నాగయ్య నన్ను రేపు రిక్షామీద సరదాగా ఊరంతా తిప్పుతావ సరదగా అని అమాయకంగా అడిగిందిన ఆ చిన్నపాప..మా ముత్తతగారి పెరే నాకు పెట్టారు రమణి అని ఆయన పేరు రమణమూర్తి కదా

అంది. ఆయానలాగే నన్ను రిక్షా మీద తీసుకెళ్తావా అని.

పాప వాళ్ళమ్మగారు మందలించారు, రేపు స్కూల్ ఉందిగా మనేయ్యాలని ఈ కబుర్లు అని అంది..

రేపొక్కరోజే కథమ్మా పర్వలేదమ్మ నాకు పనేం లేదు ప్రొద్దున్నే తొమ్మిదిగంటలకు వస్తాను అన్నాడు నాగయ్య.

రేయ్ నాగయ్య రేపు రా అలా సరదాగా ఊరంతా ఒక రౌండువేద్దాం అనేవారు పెద్దాయన అదే గుర్తొచ్చింది..సాయంత్రం ఇంటికి వచ్చి రిక్షాని శుభ్రం చేసుకుని మరుసటి రోజు పొద్దున్నే రిక్షా బయటకి తీసాడు ..

ఏంనాగయ్య ఇప్పుడు రిక్షా మళ్ళీ తీసావ, యాభై లో పడ్డావ్ తొక్కగలవా అని అన్నాడు పక్కింటి సుబ్బిగాడు వెకిలి నవ్వు నవ్వుతూ.వాడికేం తెల్సు రిక్షా తొక్కేది నా మనసు దానికి వయసులేదు అని అనుకున్నాడు లోపల, వాడి మాట వినబడనట్లుగా వదిలేసి, బయలుదేరాడు నాగయ్య.

దారిలో హనుమంతుడి గుడి దగ్గర ఆగి, దణ్ణం పెట్టుకుని కాస్త సింధూరం రిక్షాకి పెట్టి వెళ్ళాడు..

పాపగారిని ఊరంతా తిప్పుతుంటే పెద్దయ్యగారిలాగే రిక్షాలో కాలుమీద కాలు వేసుకుని కూర్చుని అటూ ఇటూ చూస్తోంది..ఆ

చిన్నపిల్ల నవ్వులో, మాటల్లో, చివరకి మౌనంలో కూడా పెద్దాయన స్పష్టంగా కనిపిస్తున్నాడు..

మనసుపొరల్లో ఉన్న మనిషి జ్ఞాపకాలు ఎప్పటికీ విడిచి పోవు.

అతని జీవితం – కళ

భక్తి. జ్ఞానం. వైరాగ్యం

భక్తి ద్వారా జ్ఞానం, జ్ఞానం ద్వారా వైరాగ్యం

వైరాగ్య భావమే మోక్షం

ఇవన్నీ తెలియని సామాన్యుడి జీవితం కూడా తరించిపోయేలా చేసేది కళ.

ఒకరు రాసిన కథలో,గీసిన చిత్రంలో, ఏకాంతంగా తీసిన కూని రాగంలో కూడా ఎన్నో అనుభవాలు మరియు కన్నీళ్లు దాగి ఉంటాయి..

మనసులో ప్రతీ భావాన్ని మాటలో కూర్చలేము, సాటిమనిషితో పంచుకోలేము, కెవలం మనలో ఉన్న కళతో తప్ప.

కొడుకు చనిపోయిన బాధలో ఉన్నాడు నాగయ్య, చేతికి అందోచ్చిన కొడుకుని ఆభగవంతుడు తీసుకెళ్లిపోయాడు.

పాముకరిచిన నాగయ్య కొడుకుని సకాలంలో ఆసుపత్రికి తీసుకెళ్లలేకపోవడం వల్ల కాలంచేసాడు.

చుట్టాలంతా నాగయ్య ఇంటికిచేరారు, అక్కడ జనమంతా గుండెలు పగిలేలా రోధిస్తుంటే, అది ఏ జోలపాట అనుకున్నాడో ఏమిటో ప్రశాంతంగా నిద్రపుతున్నాడు తన కొడుకు.

ఆవీదిలో ఆరోజు కన్నీరే వర్షంలా వర్షించింది, శోకమే గాలిలా వీచింది.

కనపడిన ప్రతీమనిషిని నవ్వుతూ పలకరించి, ఎవరికి ఏపని కావలన్నా చేసిపెడుతూ అందిరికి తలలో నాలుకులా ఉండేవాడు నాగయ్య కొడుకు..

సాయంకాలమైతే చాలు కొండమీదున్న వేణుగోపాలస్వామి గుడి దగ్గర ఉన్న హనుమంతుడి విగ్రహం పక్కనే కూర్చుని ఏదో రాసుకునేవాడు, కానీ ఏరోజూ గుడిలోపలకి వెళ్లి ఆ కృష్ణునుడికి దణ్ణం పెట్టేవాడు కాదు.

వాడికి కృష్ణుడు అంటే భక్తే కానీ హనుమంతుడితో స్నేహం.

ఎప్పుడూ ఎవరిని ఏదీ అడిగేవాడుకాదు కానీ సాయంసంధ్యా సమయంలో ఒక గంట మాత్రం ఏకాంతంగా గుడి దగ్గర ఉండి వస్తాను అని అడిగేవాడు.దానికికూడా నాగయ్య తిడుతూ ఉండేవాడు.పనిపాట లేకుండా ఆ కొండ ఎక్కి ఏంచేస్తావ్రా అనేవాడు..తండ్రి తిట్ల తనకి పట్టనట్లుగా వెళ్లిపోయేవాడు.

చివరకి ఒకరోజు ఆ సాయంసంధ్యా సమయంలో కొండపై కృష్ణ మూర్తి గుడిలో దీపం వెలిగించడానికన్నా ముందే నాగయ్య కొడుకు ఊరిచివర శివయ్య సన్నిధిలో జ్యోతిలా వెలిగిపోయాడు.ఆఖరికి ఆ శివుడు ధరించే బూడిదలా మారిపోయాడు.

కొడుకుని సాగనంపిన నాగయ్య ఇంటికి చేరుకుంటుంటే

కొండమీద కృష్ణుడి గుడిలో గంట మోగింది.కానీ సాయంసంధ్య వేళ గుడిలో గంట మోగిస్తారా..? ఏమో ఎందుకు మోగిందో కానీ ఆ గుడి ప్రాంగణంలోనే తన కొడుకు ఉన్నాడని భావించాడు నాగయ్య..

పదిరోజులూ గడిచిపోయాయి, కాలం నెమ్మదిగా నాగయ్య గాయానికి మందు వేస్తోంది..కొడుకు జ్ఞాపకాలను మాత్రం దూరంచేయ్యలేకపోతోంది.

ఒకరోజు కొడుకు రాసుకునే పుస్తకం పట్టుకుని

ఆ కొండమీదకు తను వెళ్ళాడు, పుస్తకం తీసి చదవాలి అంటే చదువు రాదుగా నాగయ్యకి..పుస్తకం చేత్తో పట్టుకుని అలా గుడి గోపురాన్ని చూస్తూ ఉండిపోయాడు.

ఇంతలో రోజు సాయంకాలం గుడిలో భజన చేసే వరలక్ష్మి గారి బృందం అక్కడికి వచ్చారు, దిగులుగా ఉన్న నాగయ్యని చూసి పలకరించారు లక్ష్మమ్మ, ఏదో ఓదార్చే ప్రయత్నం చేశారు..

మాటల్లో అతని చేతిలోఉన్న పుస్తకం చూసి ఏమిటా పుస్తకం అని అడిగింది ఆమె..

ఎమోనమ్మ నా కొడుకు పిచ్చి రాతలు,ఇవే నాకు మిగిలిచ్చి వెళ్ళిపోయాడు అన్నాడు..

ఏది చూడని అని, ఆ పుస్తకం తీసి చూసింది లక్ష్మమ్మ..

రెండు పేజీలు తిప్పగానే ఆమె కళ్ళలో ఎన్నో కన్నీళ్ళు, ఆ పుస్తకంలో కృష్ణుడిమీద ఎన్నో భక్తిపాటలు రాసి ఉన్నాయి ..

ఆ పుస్తకం రెండో పేజీ చివరలో ఒక చరణం ఇలా రాసి ఉంది..

"ఎన్ని జన్మలు ఎత్తనో..

ఎక్కడినుంచి వచ్చానో కృష్ణయ్యా..

తెలిసిన సాక్షివి నువ్వే..నా మూలం నువ్వే"

ఆమెకి ఆ గాలిపాటలు అన్నమాచార్య కీర్తనలంత గొప్పగా కనిపించాయి..

లక్షమమ్మ ఆపుస్తకాన్ని అచ్చు వేయించి గ్రామమంతా పంచిపెట్టింది..ఇది జరిగి సుమారు 60 వసంతాలు గడిచింది ఇప్పటికీ ఆ నాగయ్య కొడుకు రాసిన పాటలే సాయంకాలం ఆగుడిలో వినవాడతాయి..

ఇంతకి నాగయ్య కొడుకు పేరు చెప్పలేదు కదూ...అతనిపేరు "కిట్టయ్య"... కృష్ణని పేరు కదా అతనిలాగే పెంచిన నందయశోదలని విడచి, ఎదో రాచకార్యనికి వెళ్ళిపోయాడు..కానీ తన కళని, ఆ రచనా మాధుర్యాన్ని అక్కడే విడిచి వెళ్ళాడు,ఆ పాటల్లోనే ఇంకా అక్కడ బ్రతికే ఉన్నాడు..

కళ అతని జీవితాన్ని తరించిపోయేలా చేసింది..

బజ్జీల బండి

కష్టంతో వచ్చిన ప్రతి రూపాయి, ప్రేమతో చేసిన త్యాగం ఎప్పుడూ గుర్తుంటాయి.

కపిలేశ్వరపురంలో మండల ఆఫీస్ ఉంది, అందులో MRO గా పనిచేస్తోంది సరస్వతి...

ఒకరోజు ఆఫీస్ నుంచి కార్లో ఇంటికి వెళ్తోంది, పెద్దకాలువ వంతెన మీద నుంచి వెళ్తుంటే ఆ గట్టు పక్కనే మిరపకాయ బజ్జీలు బండి కనిపించింది.. ఆ బండికి వెనకాలా బుంగమూతి పెట్టుకుని పదమూడేళ్ళ పాప కూర్చుంది..పాప తల్లి బజ్జీలు వేస్తుంటే పక్కన తండ్రి బేరాలు చూసుకుంటున్నాడు..

అది చూసి సరస్వతి కారు ఆపమని డ్రైవర్కి చెప్పి, తాను కార్ దిగి నాలుగు ప్లేట్లు మిరపకాయ బజ్జి కట్టమని చెప్పింది..

వేడి వేడి గా వేస్తున్నాను కారులో కూర్చోండి అమ్మగారు అన్నాడు అతను, పర్లేదు కానీ మీ పాప తను..? ఏం చదువుతోంది అని అడిగింది సరస్వతి..

అవున్నమ్మగారు మన ఊరి బడిలో ఎనిమిది చదువుతోంది అమ్మగారు అన్నాడు అతను..

సరస్వతి ఆ పాపని దగ్గరకు పిలిచి, బుగ్గమీద ముద్దుపెట్టుకుని ఎందుకురా ఆలా కూర్చున్నావు అని అడిగింది..ఆ పాప తల్లి తండ్రులు మాత్రం మొహమాటంగా ఏదో అమాయకంగా సరస్వతి వంక చూస్తున్నారు..

పాప చేతులు కట్టుకుని ఏంలేదండి అని సమాధానం చెబుతూ వెనక్కి తిరిగి అమ్మ నాన్నలని చూస్తోంది..

నేను నీకు అక్కలాంటి దానిని చెప్పు ఎందుకు అలా ఉన్నావో చెప్పు అంది..ఆ పాప చెప్పలేదు మొహమాటంతో..

పోనీ నేనే చెప్పనా నువ్వు అలా ఎందుకు ఉన్నావో అంది, చెప్పండి అన్నట్లుగా ఆశ్చర్యం నిండిన కళ్ళతో సమాధానం చెప్పింది ఆ పాప..

రేపు స్కూళ్ళో పుస్తకాలకో, లేక విహారయాత్రకో లేక మరో పనికో డబ్బులు కావాలి, స్కూలు నుంచి నేరుగా నాన్న దగ్గరకి వచ్చావ్ డబ్బులు కావాలని చెప్పడానికి ఇంటికి వెళ్లకుండా..తీరా వచ్చాక నాన్న డబ్బులు లేవు అన్నారు..

ఈరోజు బాగా బజ్జీలు అమ్ముడుపోతే ఆ డబ్బులు ఇస్తా అన్నారు కదా అంది సరస్వతి నవ్వుతూ..

ఆ పాప ముసి ముసిగా నవ్వుకుంటూ, చేత్తో నోరు నొక్కేసుకుంటూ అవునండి అంది..

చేతులు ఎంత ఆపినా ఆమె పెదాల నుంచి నవ్వు, మోములో సిగ్గు ఆగడంలేదు పాపం..ఇంతలో బజ్జీలు కట్టి కారు డ్రైవర్ చేతికి ఇచ్చాడు పాప తండ్రి.

సరస్వతి వెయ్యిరూపాయలు తీసి పాప తల్లికి ఇచ్చి ఆమెకి ఏంకావలో చూడు అని చెప్పి పాపకి టా..టా..చేప్పి కారు ఎక్కేసింది..

కారు వెళ్తోంది.. ఒక వైపు పంటపొలాలు మరో వైపు కాలువ మధ్యలో చిన్న తారు రోడ్ మీద కారు ముందుకు వెళ్తుంటే , సరస్వతి ఆలోచనలు మాత్రం వెనక్కి వెళ్తున్నాయి..

అమే చిన్నతనంలో వాళ్ళ నాన్న పగలంతా వేరే చోట పని చేసి సాయంత్రం అవుతుంటే బజ్జీలు అమ్మేవాడు..ఆ సంపాదనతో ఆమెని ఈ స్థాయికి తీసుకొచ్చాడు..

ఆమె చిన్నతనంలో ఒకరోజు స్కూల్లో హెడ్ మాస్టర్ వారిని విహారయాత్ర తీసుకెళ్లడానికి తలకో రెండొందలు తీసుకుని రమ్మన్నారు..

అప్పుడు సరస్వతి ఇంటికి వెళ్లకుండా బజ్జీల బండి దగ్గరకి వెళ్లి నాన్న నాకు రెండొందలు కావాలి వచ్చే శనివారం మేము ధవిళేశ్వరం బ్యారేజ్ ఇంకా రాజమండ్రి రామకృష్ణ మఠం వెళ్తున్నాం, మా స్కూల్లో తీసుకుని వెల్తారట అని ఎంతో ఆనందంగా చెప్పింది..

సరస్వతి వాళ్ళ నాన్నకి అప్పుడే కొంచం ఇబ్బంది గా ఉంది..ఇంతకముందు రోజుకి బండిమీద వందరూపాయలనుంచి నూట యాభై రూపాయలు వచ్చేవి కానీ ఇప్పుడు పక్కనే పానీ పూరి బండి పెట్టడం వల్ల ఊరి జనం అంతా అక్కడకే వెళ్తున్నారు..

ఎప్పుడో హైద్రాబాద్ వెళ్తే తినేవారు ఇప్పుడు ఊరిలోనే బండి పెడితే ఇంక అంతా అక్కడికే వెళ్తున్నారు ఆ విషయం పాపకి చెప్పలేక, సరే అమ్మా ఈరోజు డబ్బులు బాగా వస్తె ఇస్తాను అన్నాడు..

అప్పుడు సరస్వతి కూడా ఎంతో ఆతృతగా చూసింది ఎవరైనా వస్తారని కానీ ఎవరూ రాలేదు అందరూ పానీ పూరి బండి దగ్గరకే వెళ్తున్నారు.. రాత్రి ఏడు గంటలు అయ్యింది..వర్షం పడేలా ఉంది ఎవరూ రాలేదు..సరస్వతి పాపం ఏడుపు ముఖం పెట్టి కూర్చుంది ఇంతలో ఒక కారు వచ్చి ఆగింది.. హైదరాబాద్ నుంచి వస్తున్నారట కాకినాడకు దారి అడిగారు..

అక్కడ పానిపురి చాట్ దొరికినంత బాగా బజ్జీలు దొరకవంట అందుకే అందరూ దిగి చాలా ఇష్టంగా మిరకాయ బజ్జీలు తిన్నారు..ఆ పెద్ద కారులో సుమారు పదిమంది ఉన్నారు.

నాన్న చాలా ఆనందపడ్డాడు సుమారు 300వచ్చాయి. నీఅదృష్టమే పిల్ల అన్నాడు మురిసిపోతూ..

తొమ్మిది అయ్యింది..సరస్వతి,నాన్న, అమ్మ ఇంటికి నడుచుకుంటూ వెళ్తున్నారు..కానీ సరస్వతికి మాత్రం ఏదో వెలితి..

భోజనాలు అయ్యాకా నాన్న పడుకుంటే ఆయన కాళ్ళు రాస్తోంది సరస్వతి..ఆయన నిద్రలోకి వెళ్తుంటే నాన్న నాన్న అని నెమ్మదిగా నిద్ర లేపింది.. ఏమ్మ పడుకోలేదు అన్నాడు అతను..

నాకు డబ్బులు వద్దు నాన్న , మొన్నే పుస్తాకాలు కొన్నావు, స్కూలు యూనిఫారం కోన్నావు..డబ్బులు ఉన్నప్పుడు నువ్వు నేను అమ్మ వెళ్దాంలే ధవిళేశ్వరం ఇప్పుడు వద్దు నాన్న అని నాన్న గుండెల మీద తల పెట్టి పడుకుంది..

కూతురు తన కష్టం చూసింది అని తనకి అర్థమైంది...కళ్ళు చెమ్మగిల్లాయి బయట వర్షం ప్రారంభమైంది..

అంత కష్టపడి సంపాదించిన రూపాయి కి ఎంతో విలువ ఇచ్చింది సరస్వతి..ఆ జ్ఞాపకాలతో ఇంటికి చేరింది..

నాన్న గదిలోకి వెళ్లింది..ఆయన నడుం వాల్చి కిటికీలోంచి బయట వర్షాన్ని చూస్తున్నాడు, నాన్న అని పిలిచి వెళ్ళి ఆయన పక్కనే పడుకుంది.

నాన్న ఈ శనివారంమైనా ధవిళేశ్వరం బ్యారేజ్ చూపిస్తావా అంది..గట్టిగా పక పక నవ్వాడు ఆమె తండ్రి.

చుక్కన్న హోటల్

"అంకితభావం" నిన్ను చేరాల్సిన తీరమే చేరుస్తుంది.

సూర్యోదయం జరగకముందే, గుడితలుపులు తెరవకముందే అతను హోటల్ తెరిచాడు..ఆగ్రామంలో చుక్కన్న చనిపోయాక

మళ్ళి ఆ హోటల్ తెరుస్తారని ఎవరూ అనుకోలేదు. కానీ చుక్కన్న కొడుకే మళ్ళి వెనక్కి వచ్చి హోటల్ తెరిచాడు..ఊరంతా ఆశ్చర్యపోయారు..

చుక్కన్నది దిగువ మధ్యతరగతి కుటుంబం..ప్రెసిడెంట్ గారి చలవతో ఊరిచివర ఉన్న చిన్న పెంకుటిల్లు కొనుక్కుని అందులో హోటల్ ప్రారంభించాడు...ఉదయం ఐదునుంచి పదిగంటలవరకు హోటల్ కి జనం వచ్చేవారు తర్వాత మిగిలిన ఆహారపదార్ధాలని పట్టుకుని గుడిబయట ఎవరైనా బిక్షగాళ్లు ఉంటె వారికి ఇచ్చి వచ్చేవాడు....

ఆ ఊరిలో అతనికి ప్రాణ స్నేహితుడు ఆ గుడి పూజారి కోటేశ్వరరావు గారు, ఇద్దరిది అపారమైన దైవ భక్తి, కష్టమొచ్చినా, సుఖమొచ్చిన అన్నింటికీ దేవుడే ఉన్నాడని అనుకునే మనస్తత్వం..ఇద్దరూ ఏనాడూ తాము ఎదగడం కోసం తప్పులు చేసి ఎరుగరు.

హోటల్ పెట్టిన సంవత్సరానికి గ్రైండర్ కొన్నాడు, అదే పెద్ద పండగలా గ్రైండర్తో మొదటిసారి రుబ్బి చేసిన ఇడ్లీలని హోటల్కి వచ్చినవారికి ఉచితంగా పెట్టాడు ..వ్యాపారస్తుడు లక్షణం ఇదికాదు చుకున్న ఇలా సంతర్పణలు చేస్తే నువ్వు జీవితంలో ఎదిగినట్లే అని అనేవారు ఆ ఊరి ప్రెసిడెంట్ గారు.

కొడుకు సైకిల్ మీద ఊరిలోకెళ్ళి ఇడ్లీలు అమ్మేవాడు..చుక్కన్న,తనభార్య హోటల్ చూసుకునేవారు.. ఉదయం తొమ్మిది గంటలవరకు ఊరిలో ఇడ్లీలు అమ్మి స్కూల్కి వెళ్ళేవాడు చుక్కన్న కొడుకు, ఆలా చదువుకుని పదవతరగతి మండలంలోనే మొదటి స్థానంలో ఉత్తీర్ణుడయ్యాడు...

తన తోటి విద్యార్థులు హోటల్కి వచ్చినా మొహమాటంలేకుండా వారికి కావల్సినవి తెల్సుకుని తానే అందించేవాడు..చిన్నతనంలోనే తండ్రిని, తండ్రి వృత్తిని గౌరవించడం అలావాడు పడింది చుకన్న కొడుకుకి..

చుకన్న నడవడికతో, నమ్రతతో ఊరందరికీ ఇష్టుడైయ్యాడు..అతని హోటల్ కూడా దినదినాభివృద్ధి చెందింది..

చెట్టు ఎంత ఎదిగిన తనకి తాను ఎండకి ఎండుతూ, వర్షంలో తడుస్తూ నలుగురికి మాత్రం నీడనిస్తుంది.. చుక్కన్న కూడా చెట్టులాంటివాడే తాను ఎదిగి కొందరికైనా నీడనివ్వడమే తెల్సు తప్ప తనకి దాచుకోడం తెలియదు..

ఆ ఊరిలో స్కూల్లో ఆడపిల్లలు క్రింద కుర్చీని పాఠం వినడానికి ఇబ్బంది పడుతున్నారని తెల్సుకొని, తన స్థాయికి మించిందే అయినా తలకెత్తుకుని అరవతరగతి నుంచి పదోవతరగతి వరకు ఎత్తుబల్లలు చేయించి ఇచ్చాడు..

రోజులాగే ఆరోజు మిగిలిన ఇడ్లీలని పట్టుకుని గుడిబయట ఉన్నవారికి ఇవ్వడానికి వెళ్ళాడు చుక్కన్న.. వారుకూడా చుక్కన్న ఎప్పుడొస్తాడా అని ఎదురుచూస్తున్నారు..అందరికి ఇడ్లీలు ఇస్తూ గర్భగుడిలో తలుపుకు జారబడి కూర్చున్న పూజారిగారిని చూసాడు...ఆయన కళ్ళలో ఏదో దిగులు కూడా చూసాడు.

మనిషి కళ్ళని చూసి అతని కష్టాన్ని తెలుసుకోగలిగే మనిషే కదా ప్రాణస్నేహితుడంటే. ఒక బియ్యం మూట, రెండువందల రూపాయలు. రెండు రోజులకు సరిపడే కూరగాయలు తీసుకొచ్చి "కోటేశ్వరరావు గారు మొన్న మా అబ్బాయికి జ్వరం వస్తే మన శివుడికి మొక్కుకున్నాను, ఇవన్నీ సమర్పిస్తాను అని..మొక్కు తీర్చుకోడానికి వచ్చాను ఇవన్నీ ఎక్కడ పెట్టమంటారు అని అడిగాడు"

మొక్కు కాదు ఏమి కాదు నా ఆకలి బాధని గ్రహించడమే కాకుండా నా గౌరవాన్ని కూడా తగ్గకుండా చూస్తున్నాడు చుక్కన్న అనుకున్నారు పంతులుగారు మనసులో..అక్కడ పెట్టు అని కళ్ళతో సైగలు చేశారు..

పంతులుగారు గర్భగుడిలోకి వెళ్ళి శఠగోపం, తీర్థం తీసుకొస్తుంటే, చుక్కన్న గుడిలో శివుడిని దర్శించుకుంటూ తలపైకి ఎత్తి చూసాడు అక్కడ గుడి పైభాగం బీటలు గీసింది..కోటేశ్వరరావు

గారు గుడి పైన బాగాబీటలు గీసిందండి ఆలా వదిలేస్తే గుడికే ప్రమాదం కదా అన్నాడు..అవును చుక్కన్న ఊరి పెద్దలతో ఎన్నిసార్లు చెప్పిన ఎవరూ పట్టించుకోలేదు..వర్షానికి గర్భగుడిలో దేవుడు తడవకూడాదయ్యా ఆలా తడిస్తే ఊరికే అరిష్టం అని ఎన్నిసారు చెప్పిన నావి పిచ్చి నమ్మకాలూ అనుకుంటారే గాని ఎవరూ పట్టించుకోరు అన్నాడు..

ఆ దైవాన్నే నమ్ముకున్న నా జీవితం, ఈ గుడి ఒకేలా ఉన్నాయి ఏక్షణమైనా కూలిపోడానికి సిద్ధంగా, ఎప్పుడూ అమంగళం పలకని పంతులుగారినోట ఎందుకో ఆ మాట వచ్చింది.

అవునా పంతులుగారు, అవునులెండి మనలాంటి సామాన్యులం ఆ శివుడికి దణ్ణం పెట్టగలమే తప్ప ఆయన నివాసాన్ని మనం ఏర్పాటు చేయగలమా అన్నాడు చుక్కన్న....ఆలా అన్నాడు కానీ మనసంతా ఆ శివుడు గుడికి ఏంటి ఈ దుస్థితి, ఎప్పుడూ తప్పు మాట పలకని పంతులుగారి నోటా ఎందుకు అమంగళమైన మాట వచ్చింది అనుకున్నాడు..

ఆరోజు సాయంత్రం పూట కొడుకుని, భార్యని పిలిచి చుక్కన్న తన మనసులో అభిప్రాయం చెప్పాడు..చిన్నతనం నుంచి ఆ శివుడే తన తల్లితండ్రుల్లా భావించి బ్రతుకుతున్నాను, శివుడిని దర్శించకుండా ఒక్కరోజు కూడా లేను ఈరోజు అలాంటి ఆ శివుడు గుడి శిధిలావస్తకి చేరుకుంటుంది..ఈ ఇల్లు, హోటల్లో

సామాను అమ్మేసి ఆ డబ్బుతో భగవంతుడికి గుడి బాగుచేయించాలనుకుంటున్నాను అన్నాడు చుక్కన్న..

మారుమాట లేకుండా సరే అన్నారు భార్య, కొడుకు..ఉన్నట్లుండి వర్షం ప్రారంభమై పెద్ద గాలివానలా మారింది ఊరిలో జనాలంతా ప్రాణాలు అరచేతుల్లో పెట్టుకుని బిక్కు బిక్కుమంటూ ఉన్నారు కానీ ఆ ఊరిలో ఇద్దరు మాత్రం శివుడేమైపోతాడో అని తాపత్రయపడుతున్నారు...

అంతగాలివానలోను శివుడి గుడికి ఏంప్రమాదం జరుగుతుందో అని ఇక్కడ చుక్కన్న, అక్కడ పంతులుగారు ఒకేసారి గుడికి బయలుదేరారు...తెల్లవారెవరకు వారు ఇళ్ళకి చేరుకోలేదు..వెళ్లి చూస్తే శివాలయం గర్భగుడిలో శివలింగానికి అటు ఇటు ఇద్దరు పడి ఉన్నారు, గుడి పైకప్పు వారి మీద పడి ఉంది .

శివుడు వారిని తనలో కలిపేసుకున్నాడు.శివైక్యం చెందటం అనే మాటకి అసలైన అర్థం ఇదే కదా అనిపించింది గ్రామస్తులందరికి...

ప్రాణస్నేహితులు, స్వచంగా బ్రతికారు,,,శివుడి తలపై తులసీదళంలా వాలిపోయారు. ఆహా ఎంత గొప్ప మరణం అని వారిని చూడటానికి ఊరంతా వచ్చారు..శివుడి గుడినుంచి ఊరిచివరున్న కైలాసానికి తీసుకెళ్లారు..

పదిరోజులు గడిచాక ఆ గుడిని పునఃనిర్మించడం కోసం పెద్దలందరూ కూర్చుని మాట్లాడుకుంటుంటే చుక్కన్న కొడుకు వచ్చి మా నాన్న చివరి కోరిక నేను తీర్చలండి అని చెప్పి, ఇల్లు సామాను అమ్మిన డబ్బులు గుడి నిర్మాణానికి ఇచ్చి కట్టు బట్టలతో వేరే అద్దె ఇంట్లోకి వెళ్ళిపోయాడు..

ఒకప్పుడు చుక్కన్న జీవితం ఎక్కడ ప్రారంభమైందో ఈరోజు తన కొడుకూ జీవితం అక్కడే ప్రారంభమైంది..ఊరంతా తిరిగి ఇడ్లీలు అమ్మేవాడు. తండ్రి అడుగుజాడల్లోనే నడిచి మళ్ళీ పదిసంవత్సరాలలోనే అమ్మిన ఇంటిని మళ్ళీ కొన్నాడు ..ఈరోజే ప్రారంభం.

చుక్కన్న కొడుకు శివుడి గుడికెళ్ళి వచ్చి, తన తండ్రి ఫోటోకి దణ్ణం పెట్టుకుని హోటల్ ప్రారంభించాడు..పక్క ఊరు హైస్కూల్లో లెక్కల మాస్టర్ గా పోస్టింగ్ కూడా ఈరోజే .

తోడు

నీ ఆలోచన అంటే నువ్వే కాని, ఆ ఆలోచనకు కారణమే నీ బంధం.

ఫ్యాన్ గాలికి గూటిలో ఏదో పేపర్ కొట్టుకుంటున్న శబ్దం వినబడుతోంది.

తెల్లవారు జామున మూడుగంటలకి కూడా నిద్ర పట్టక కిటికీలోంచి బయటున్న పొలాలను తదేకంగా చూస్తున్నాడు గోపాలకృష్ణమూర్తి, పగటికి ఎన్ని రంగులో కానీ రాత్రికి ఒకటే రంగు..అదే నలుపు

సుఖాల్లో జీవితానికి ఎన్ని రంగులద్దినా కష్టానికి ఒకటే కదా రంగు, అంటే అందరి కష్టం ఒకటే అనేకదా కాలం చెబుతున్న నిజం.

అలా ఆలోచిస్తుంటే పొలాల మధ్యలో ఉన్న రెండు కొబ్బరి చెట్లు మీదకి తన దృష్టి మరిలింది.

రెండు చెట్లకి ఒకటే మొదలు, పైన ఆకులు కూడా తగులుతూ, ఒకదానికి ఒకటి అర్ధచంద్రాకారంలో ఆనుకుని ఉన్నాయి.

ఆ చెట్లని తన ఆరేళ్ల వయసు నుంచి చూస్తున్నాడు,అంటే సుమారు ఇరవై సంవత్సరాలుగా..

వర్షం వచ్చినా, మంచు కురిసినా, ఎండ మండుతున్నా ఆ రెండు చెట్లు అలా ఆ వాతావణంలో అందంగానే కనిపిస్తాయి..

ఇన్ని సంవత్సరాలుగా కలిసి ఉండటమే వాటిలో ఆ అందం.. చీకట్లో కూడా అవి ఎంత అందంగా కనిపిస్తున్నాయో.

ఇంతలో పక్కనే ఉన్న తన భార్య చిన్నగా మూలుగుతోంది..ఆమె వైపు తిరిగి ఆమె ముఖాన్ని చూస్తున్నాడు , ఆ అమ్మాయి ఏమండీ ఇంకా పడుకోలేదా అని అడుగుతోంది కాస్త నీరసంగా..

లేదు లక్ష్మి, పడుకుంటానులే కానీ నువ్వు పడుకో ముందు అని ఏదో చెప్పబోతుంటే , నన్ను పెళ్లిచేసుకోవడం వల్లే కదండీ మీకు ఇన్ని సమస్యలు అని అంటోంది లక్ష్మి.

డాక్టర్ గారు మందులు నెలరోజులు వాడమన్నారు కదా తగ్గిపోతుంది, అతిగా ఆలోచించకుండా పడుకో అన్నాడు..

లక్ష్మి కళ్లనిండ నీరు, మూసివున్న ఆ కళ్ళ తలుపు సందులోంచి కొద్ది కొద్దిగా బయటకు వస్తున్నాయి కన్నీరు..బయట అంత చీకటి ఉన్నా ఎక్కడినుంచో కాస్త వెన్నెల ఆమె కంటి నీటిమీద పడి ముత్యంలా మెరుస్తోంది..

అవును మనసున్న మనిషి కళ్ళల్లోంచి వచ్చే కన్నీరు కూడా ముత్యమంత స్వచ్ఛమైనవి, విలువైనవి అనుకున్నాడు గోపాలం తనోలో తాను..

ఎందుకో ఆ నీటి బిందువులను తుడవాలి అనిపించలేదు అతనికి.

కాసేపటి లక్ష్మి నెమ్మదిగా మళ్లి నిద్రలోకి జారుకుంది.. ఫ్యాన్ గాలికి గూటిలో కొట్టుకుంటున్న కాగితం వైపు మరిలింది అతని దృష్టి..

మధ్యాహ్నం కడుపులో విపరీతమైన నొప్పి ఉండటం వల్ల పట్నం తీసుకెళ్లి డాక్టర్ గారికి చూపించాడు గోపాలం.

కిడ్నీ లో కాస్త సమస్య ఉందని, నెలరోజులు మందులు వాడమని తగ్గకపోతే ఆపరేషన్ చేయాలనీ చెప్పారు..ఈలోపు కూడా కడుపులో నొప్పి వస్తె వెంటనే తీసుకుని రావాలి అప్పుడు వెంటనే ఆపరేషన్ చేయ్యాలనీ చెప్పారు. ఆలస్యం చేస్తే కిడ్నీ ఫెయిల్ అయ్యే అవకాశం అని చెప్పారు డాక్టర్ గారు ,, ఆ రిపోర్ట్స్ గూటిలో ఈ ఫ్యాన్ గాలికి కొట్టుకుంటున్నాయి.

పెళ్ళై ఒక్క సంవత్సరమైంది..

పెళ్లి రోజు లక్ష్మి మా ఇంటికి వస్తుంటే మా నాన్న కూతురొస్తోందని మురిసిపోతే, మా మవయ్యగారు కూతురు వారింటినుంచి వెళ్లిపోతోందని బాధతో కన్నీరులా జారిపోయారు..

ఈ ఆడవాళ్ళు అన్ని వదులుకుని మన ఒక్కరి చెయ్యి పట్టుకుంటే, కాస్త అనారోగ్యం వచ్చిందని లేక మరో సమస్య వచ్చిందని వదిలేస్తానా..ఈ అమ్మాయ్ పిచ్చి కాకపోతే తన సమస్య నాది కాదా అనుకున్నాడు మొదటిసారి..

పెళ్లి రోజు ప్రమాణాలు నాకు తెలియదు, బయట ఆ చందమామ, ఎన్నో సంవత్సరాలుగా నిలిచిన ఆ చెట్లు, ఈ పంటపొలాలు

సాక్షిగా ఈ అమ్మాయి జీవిత కాలం ఈ చెయ్యి వదలను అనుకున్నాడు.

లక్ష్మి వంక చూస్తూ ఆ నుదిటి మీద ముద్దు పెట్టుకున్నాడు, నిద్రలోంచి ఒక్కసారి కళ్ళు తెరిచిన లక్షికి కంటి ముందు ఉన్న తన భర్తలో నాన్న కనిపించాడు..ఆ అమ్మాయి చూపులో రేపటి తన కూతురు కనిపించింది గోపాలనికి.

అప్పటి వరకు ఆ అమ్మాయిలో బార్య మాత్రమే కనిపించింది, ఎప్పుడైతే తన కష్టం నాది అనుకున్నాడో మొదటి సారి ఆ అమ్మాయితో కలిసి యాభై సంవత్సరాలు నడిచే నడక కనిపించింది..

బహుశా ఈ క్షణం నామనసులో జరిగిన మథనం అందులోంచి పుట్టిన ఈ ప్రేమ, బాధ్యతలే నిజమైన వివాహం అనుకున్నాడు..

ఇంతలో దూరంగా ఉన్న గుడిలోంచి "శ్రీ వేంకటేశ్వర సుప్రభాతం" వినబడుతోంది, అవును ఇక లేవాలి సుప్రభాతం లో చెప్పినట్లుగా "కర్తవ్యం దైవమాహ్నికమ్", కర్తవ్యమే దైవం, ఈ లక్ష్మి పైద్యనికి లక్ష పైనే అవ్వచ్చు అన్నారు డాక్టర్, లేచి పనికి పెళ్ళి నాలుగు రూపాయలు దాచాలి అనుకుంటూ గోపాలం నిద్ర లేచాడు..

సమయం 5.45 అయ్యిందీ.. కిటికీ నుంచి బయటకు చూస్తే ఆ రెండు చెట్ల మద్యలో సూర్యోదయం జరుగుతోంది.ఆ సూర్య

కిరణాలు పడి అప్పటివరకు నల్లగా కనిపించిన ఆ రెండు చెట్లు మెరిసిపోతున్నాయి. కిటికీ లోపల గోపాలం లక్ష్మి కూడా.

మనసు పలికే కథలు

హైదరాబాద్ బస్సు

మనకి ఏది కావాలని ఆశపడతామొ అందులోంచే మన బలహీనత పుడుతుంది...

గత ఇరవై సంవ్సరాలుగా ఆ ఊరి ప్రెసిడెంట్ అతనే, గ్రామాన్ని ఆదర్శ గ్రామంగా తీర్చి దిద్దాడు ఉత్తమ సర్పంచ్ గా చాలా అవార్డ్లు అందుకున్నాడు నారాయణ..

చుట్టూ పక్కల గ్రామాల్లో కూడా చాలా మంచి పేరు ఉంది అతనికి...

చిన్నతనంలోనే తల్లి తండ్రులను కోల్పోయాడు నారాయణ.నాయనమ్మ పెంపకంలో పెరిగాడు.ఇప్పుడు ఆమె కూడా లేదు..

నలభై నాలుగు సంవత్సరాల వయసు, తనకంటూ ఒక కుటుంబం లేదు.

ఉదయాన్నే లేచి హనుమ గుడికి వెళ్ళి వస్తూ.. వస్తూ.. దారిలో రావిచెట్టు దగ్గర ఒక గంటసేపు కూర్చుని వచ్చి వెళ్లే బస్సులను చూస్తూ ఉంటాడు.

హైద్రాబాద్ నుంచి వచ్చే బస్ వస్తుంటే మాత్రం అతని

మనసంతా ఆత్రుతతో నిండిపోతుంది,ఎక్కడనుంచో చిన్న మొహమాటం కూడా అతన్ని ఆవహిస్తుంది..

వచ్చిన బస్సు వచ్చినట్లే వెళ్లిపోతుంటే తదేకంగా ఆ బస్సు వంక చూస్తూ ఉండిపోతాడు..ఆ బస్సు కనిపించేంత దూరం చూసి వెళ్ళిపోతాడు నారాయణ.

పదిహేనేళ్ల వయసులో చూసిన మనిషి కోసం ఈ ఎదురుచూపు..

చిన్నతనంలో చదువు మీద ధ్యాసలేక నాలుగో తరగతి నుంచే స్కూల్ కి వెళ్ళడం మానేశాడు నారాయణ, స్కూల్ మాస్టర్ తెలిసిన వారు అవడం చేత అతని పేరు తొలగించకుండా ప్రతి సంవత్సరం మరుసటి తరగతి పంపుతూనే ఉన్నారు..

ఆఖరికి తనకే తెలియకుండా పదోతరగతి వరకూ వచ్చేశాడు.. అప్పుడప్పుడు హెడ్ మాస్టర్ ఇంటికి వచ్చి నారాయణను స్కూల్ కి పంపమని తన నాయనమ్మకి చెబుతూనే ఉన్నారు కానీ అది సాధ్యపడలేదు..

ఒకరోజు ప్రొద్దున్నే లేచి అమ్మ నాన్న పెళ్లి ఆల్బమ్ పట్టుకొని డాబాపై కూర్చుని చూసుకుంటున్నాడు...అమ్మ, నాన్న గుర్తొచ్చిన ప్రతీసారి అదే చేస్తాడు..అమ్మ అమ్మ అంటూ ఆ ఫొటోస్ లో పెళ్లి కూతురులా ఉన్న తన తల్లిని చూసి గుక్కపట్టి ఏడుస్తున్నాడు....

ఇంతలో ఆకాశమంతా మేఘాలతో ముసిరేసింది, దిగులుతో

నిండిన అతని మనసులా.. నెమ్మది గా చిన్న చిన్న చినుకులు పడుతున్నాయ్ దిగులుతో నిండిన అతన మనసులోంచి వచ్చే కన్నీరులా.

అమ్మ నాన్న ఆల్బమ్ తడిసిపోతుందేమో అనే కంగారు, కంగారుగా క్రిందకి వచ్చి బీరువాలో పెట్టేశాడు..

ఇంతలో గాలి వర్షం కొద్దిగా పెరిగింది పక్కనె రోడ్ మీద ఏదో అలికిడి, ఏమిటా అని బయటకెళ్ళి చూస్తె..ఎవరో అమ్మాయి స్కూల్ కి వెళ్తుంటే సైకిల్ చైన్ ఊడిపోయినట్లుంది..ఒక పక్క వర్షం, భుజాన పుస్తకాల బాగ్, గాలి , చేతిలో సైకిల్ పట్టుకొలేకపోతోంది..

నారాయణ గబగబా వెళ్లి ఆ అమ్మాయి చేతిలో సైకిల్ తీసుకుని, నాన్నమ్మ నీ పిలిచాడు ఆమె వచ్చి చూసి పాప పరిస్తితి అర్థం చేసుకుని ఇంట్లోకి తీసుకెళ్ళింది..

ప్రొద్దునుంచి మబ్బుగానే ఉంది కదా అమ్మాయ్ స్కూల్ కి ఎందుకు బయలుదేరావు అని అడిగింది నాయనమ్మ..

ఈరోజు నుంచి పరీక్షలు, వెళ్ళాక తప్పదు కదండీ అంది.

వేడి వేడి పాలు గ్లాసు ఇస్తూ

ఎం చదువుతున్నావు అమ్మ.?

నువ్వు ఎవరమ్మాయివి.?

నీ పేరేంటి అని అడిగితే..

అని వరసగా ప్రశ్నలకు పది చదువుతున్నానండి,

నా పేరు పద్మ, ప్రసిడెంట్ గారి అమ్మాయినండి అని చెప్తూ

ఇప్పుడే ఇంట్లో పాలు తాగి బయలుదేరాను వద్దులే మామ్మ గారు అంది.

పర్వాలేదు తీసుకో అని చేతికి ఇచ్చింది.

పక్క గదిలోంచి ఆ అమ్మాయి మాటలు వింటున్నాడు నారాయణ, అతని మనసులో ఒకటే కుతోహలం ఆ అమ్మాయిని చూడాలని..ఏదో అటూ ఇటూ తిరుగుతూ ఆ అమ్మాయిని చూస్తున్నాడు...

వేడి వేడి పాల గ్లాసు పట్టుకోలేక అవస్త పడటం చూసి తనలో తాను నవ్వుకుని..మామ్మ పాలు కొద్దిగా చల్లార్చి ఇవ్వకపోయావా అన్నాడు..బయట చల్లగా ఉంది కదరా ఆ మాత్రం వేడి తగలాలి నోటికి అంది.

ఎందుకో తెలియదు ఆ అమ్మాయి అంటే చాలా ఇష్టం వచ్చేసింది.

వర్షం తగ్గింది..

పరీక్ష టైం అవుతోంది వెళ్ళొస్తా మామ్మగారు అని చెప్పింది..

రేయ్ నారాయణ ఆ పిల్లని బండిమీద దింపెయ్ రా పాపం అంది నాయనమ్మ..సిగ్గు ,మొహమాటం, ఆరాటం, ఆత్రుత అన్ని కలిపి ముఖం అదోలా పెట్టి లేదు నేను మిల్లుకు వెళ్లాలి చాలా పనులున్నాయి అని గొప్పగా చెప్పే ప్రయత్నం చేశాడు.

ఏడిసావులే నీ సొంత మిల్లుకి రెండు నిమిషాలు లేటుగా వెళ్తే ఎంటి అంది..వద్దులే అండి నేను వెళ్తాను స్కూల్ కి అంది ఇంతలో ప్రెసిడెంట్ గారు బండి మీద వచ్చారు .సైకిల్ చూసి ఆగి.

ఏమ్మా ఇక్కడున్నవా అదే వర్షంగా ఉంది ఎలా వెళ్ళావా అని వెనాకలే వచ్చాను..సైకిల్ సాయంత్రం తీసుకెళ్దాం బండి ఎక్కు బడికాడ దింపెస్తాను అన్నారు..వెళ్ళొస్తా అని చెప్పి వెళ్ళిపోయింది పద్మ.

నారాయణ తన పనుల్లో తాను ఉన్నట్లు ఉన్న ఆ అమ్మాయి వెళ్లిపోతుంటే మనసులో కలుక్కుమంది.

వెళుతూ వెళుతూ రోడ్ పక్కనే ఉన్న హనుమంతుడు గుడి దగ్గర ఆగి ఆయనకి దణ్ణం పెట్టుకుని వెళ్లింది.

అది నారాయణ అమ్మ నాన్నలు కట్టించిన గుడి..అతని తల్లి హనుమ భక్తురాలు.

సాయంత్రం సైకిల్ తీసుకోడానికి వస్తుందేమో అని మిల్లు నుంచి త్వరగా వచ్చేశాడు కానీ పాలేరు వచ్చి సైకిల్ తీసుకెళ్ళాడు..ఆమె రాలేదు.

ఆరోజు నుంచి ఆ అమ్మాయి రోజు స్కూల్ కి వెళ్ళే సమయంలో ఆ డాబా ఎక్కి చూస్తూ ఉండేవాడు..ఆ అమ్మాయి హనుమ గుడి దగ్గర ఆగి స్వామికి నమస్కకరించుకుని వెళ్ళేది...

ఎందుకో తన తల్లికి హనుమ ఇష్టం..ఈ అమ్మాయి ఆ హనుమ గుడికి రోజూ వెళ్ళడం చూసి అతనికి ఆమె పై ప్రేమ ఇష్టం తో పాటుగా గౌరవం కూడా ఏర్పడింది.

గుండెలనిండా ప్రేమ ఉన్నా , అదేంటో ఎవరికీ చెప్పాలో, తనకేం కావాలో తనకి తెలియదు. ఆ అమ్మాయిని దూరం నుంచి చూస్తూ ఉండటం తప్ప..

ఆ అమ్మాయి కోసం చూడటం .

రాకపోతే బాధపడటం..

వెళ్లిపోతే మళ్ళీ ఎప్పుడు వస్తుందా అని చూడటం తప్ప మరొకటి చేతకాదు అతనికి.

ఆదే దారిలో స్కూల్ కి వెళ్ళేది రోజు..

పది పూర్తవ్వగానే పక్కనే పట్నంలో డిగ్రీ వరకూ చదివింది.

ఆదే దారిలో రోజు కాలేజీకి వెళ్ళేది..దూరం నుంచే చూడటం తప్ప మరో ఆలోచన లేదు అతను మనసులో.

ఇంతలో ఒకరోజు పద్మకి పెళ్లి చేశారు, ఆదే దారిలో హైదరాబాద్ అత్తారింటికి వెళ్ళిపోయింది.. ఇంక ఈ ఊరిలో రోజు కనిపించదు అనే ఆలోచన అతని మనసుని పెక్కి పెక్కి ఎడ్చేలా చేసింది మళ్ళీ చిన్నతంలో ఏక్సిడెంట్ లో అమ్మ నాన్న కోల్పోయినా రోజు గుర్తొచ్చింది.

కొన్నాళ్ళకి పాత ప్రెసిడెంట్ గారు ఇంక చెయ్యలేను అంటే నారాయణ ఏకగ్రీవం గా ఎన్నుకున్నారు ఊరి జనం. రైస్ మిల్లు లో పనిచేసే పనివారిని ఆదరణ గా చూడటం..అమ్మ నాన్న పెళ్లిరోజు ఊరంతా అన్నదానం చేయడం..వయసు పెరుగుతున్న కొలది ఊరి మనిషిలా మారి అందరి కష్ట సుఖాల్లో వారి మనిషిలా మారడంచేత ఊరంతా అతన్నే కొత్త ప్రెసిడెంట్గా ఎన్నుకున్నారు..

కానీ అతను మనసులో పద్మ పదిలంగా ఉండిపోయింది..

పుట్టింటికి ఎప్పుడొస్తుందా అని ఏదురుచూసేవాడు..

పెళ్లైన సంవత్సరానికి పండగక్కి హైదరాబాద్ నుంచి వచ్చే బస్సు దిగింది భర్తతో..

కొన్నాళ్ళకి కడుపులో బిడ్డను మోస్తూ దిగింది..

మరి కొన్ని పండగలకి పదేళ్ల వయసు దాటిన పిల్లలతో దిగింది..

ఆ హైద్రాబాద్ నుంచి బస్సు రాకపోతుందా పద్మ దిగకపోతుందా అని రోజు ఆ రావిచెట్టు దగ్గర ఆమెకోసం ఎదురుచూస్తూనే ఉండేవాడు నారాయణ..

పాత ప్రెసిడెంట్ గారు పోయాక సంవత్సరం తిరగకుండానే ఆయన బార్య కూడా పోయారు..తల్లి కడచూపుకోసం వచ్చిన పద్మని ఆఖరిసారి చూసాడు నారాయణ..

తండ్రీ పోయినప్పుడే తట్టుకోలేక తల్లిడిల్లిపోయింది, ఇక తల్లికూడ పోయాక ఇంక ఊరితో ఋణం తీరిపోయింది అనుకుని బస్ ఎక్కడం నారాయణకి ఇంకా గుర్తు.

రెండు సంవ్సరాలక్రితం ఆఖరు సారి ఊరు వచ్చింది. ఋణం తీరిపోయింది అనుకుందింకాని తన జ్ఞాపకాలతో కొట్టుకునే ఒక మనిషి ఇక్కడే ఉన్నాడని ఆమెకి తెలియదు పాపం.

ఆశ లేకపోయినా,

ఏడ్చి. ఏడ్చి.

కళ్ళు ఎంత అలసిపోయినా మనసు క్షమించదు

జ్ఞాపకాలను మోసుకొస్తూనే ఉంటుంది.

తిరిగి రానిదాని కోసం ఈమనిషి

వేచి ఉంటాడు.ఎందుకో.

కన్యాదానం

నిస్సహాయ స్థితిలో ఉన్న ప్రతి గుండెకు, దేవుడు ఉన్నాడనేది ఒక ఆశ.

పాప పుట్టింది గంగాధరం అని డాక్టరుగారు చెప్పిన మాట ఇంకా ఇప్పుడే విన్నట్లు ఉంది కానీ అప్పుడే ఇరవైయేళ్లు అయ్యింది..

కూతురే ప్రాణమైతే, కన్యాదానమే ప్రాణదానం కదా ..? అప్పుడు తండ్రి ప్రాణం పోయినా ఆయువు తీరక కదలాడే దేహమే కదా. ఇప్పుడు గంగాధరం పరిస్థితి కూడా అదే, ఈరోజు వేణుగోపాలస్వామి గుడిలో తన కూతురు "ఆనంది" పెళ్లి...

ఊరంతా గుడికి చేరారు, పందరిలో పిల్లల సవ్వడి, మరోపక్క సన్నాయి మేళం, ఎటుచూసినా కోలాహలం కానీ, గంగాధరం మాత్రం గుండెల్లో పెనుభారం మోస్తున్న మేఘంలా, ఏక్షణమైనా వర్షించడానికి సిద్ధంగా ఉన్న కన్నీళ్లను తనలో దాచుకుని గంభీరంగా,మౌనంగా ఒక పక్కన కూర్చుండిపోయాడు.

"ఆనంది" పుట్టిన రోజు మనసులో కదలాడుతోంది గంగధారానికి..మొదటిసారి తనని చూసినప్పుడు చిన్న చిన్న చేతులు నోట్లో పెట్టుకుంటూ, పువ్వులాంటి కళ్ళతో గంగాధరం కళ్ళలోకి చూసింది, జీవితంలో మొదటిసారి కన్నీళ్లు, చిరునవ్వు ఒకేసారి కలిగాయి అతనికి..

మొదటిసారి కొన్న మువ్వల పట్టీలు, చేతికి తొడిగిన నల్లటి గాజులు బుగ్గ చుక్క, బోసినవ్వులు ఆ జ్ఞాపకాలతో నిండిన అతని మనసు చాలా భారంగా ఉంది...

ఇంతలో పంతులుగారు అతన్ని దగ్గరకి పిలిచి ఏదో చెప్పారు, సరే అన్నట్లుగా తల ఊపాడు.పార్వతిని పిలిచి అమ్మాయిని తీసుకురమ్మంటున్నారు పంతులుగారు అని చెప్పాడు..

బంధవులు, ఆత్మీయులు, అందరూ "ఆనంది" ని తీసుకుని రావడానికి వెళ్లారు..

అందరిలో ఏదో మౌనం,స్తబ్దత, కళ్ళలో కన్నీరు...పట్టుపరికిణీ కట్టిన పంచలోహాలతో చేసిన ఆనంద విగ్రహాన్ని అంగరంగ వైభవంగా మండపంలోకి తీసుకొచ్చి పంతులుగారి చేతికి ఇచ్చారు..

ఆ విగ్రహాన్ని తీసుకెళ్లి వేణుగోపాల స్వామికి ఎదురుకుండా కూర్చోబెడుతుంటే పండితులంతా వేదమంత్రాలు చదువుతున్నారు..ఆ ప్రాంగణం అంతా నమో నారాయణాయ మంత్రంతో, హరి కీర్తనలతో మారుమ్రోగుతుంటే, మరో పక్క వేణుగోపాల స్వామికి,"ఆనంది"ని ఇచ్చి కన్యాదానం చేసారు, తలంబ్రాలు , మాంగళ్యధారణా కూడా జరిగింది.

గంగాధరం వేణుగోపాలస్వామికే మావగారు అయ్యాడు కానీ ఐదు సంవత్సరాల క్రితం తనని విడిచి వెళ్ళిపోయినా తన కూతురు ఆలోచనలతో నిండిపోయాడు.

చిన్నతనం నుంచి కృష్ణుడి మీద ఎంతో భక్తితో, ప్రేమతో పెరిగింది ఆనంది, కృష్ణుని కీర్తనలు పాడితే ఏడవకుండా పడుకునేది, భాగవతం వింటూ పేచీ పెట్టకుండా అన్నం తినేసేది ..తన ఎనిమిదోయేట పుట్టిన రోజుకి మట్టి కృష్ణుని బొమ్మని కానుకగా ఇచ్చాడు గంగాధరం...

రోజు స్వామికి పువ్వులు పెట్టి కాస్త వెన్న నైవేద్యం పెట్టి బడికి వెళ్ళేది...బడినుంచి ఇంటికి వచ్చాక ఆ కృష్ణుని బొమ్మదగ్గరే కుర్చీని బడిలో జరిగిన విషయాలు అన్ని చెప్పేది...

ఎక్కడికి వెళ్లిన కృష్ణ వెళదాం వస్తావా అనేది..అన్నంతినడానికైతే కృష్ణ తినేసి వద్దాం పద, పాడుకోడానికైతే కృష్ణ పడుకుందాం పద అనేది..

కాస్త కాళీ దొరికితే తన పుస్తకాల్లో కృష్ణుడి బొమ్మలు గీసి మురిసిపోతూ ఉండేది..

చదువులోకూడా ఎప్పుడూ మొదటి స్థానమే, కూతురుని బాగా చదివించాలని కోరిక ఉండేది గంగాధరానికి.

పదో తరగతికి వచ్చాక ,పట్నంలో చదువుకి , అక్కడే హాస్టల్లో ఉండిటానికి ఏర్పాట్లు చేసాడు గంగాధరం..

పడవమీద గోదావరి దాటి పట్నం వెళ్ళాలి, ఆరోజు ప్రొద్దున్నే లేచి కృష్ణయ్యా నిన్ను విడిచి వెళ్తున్న, అక్కడ అన్ని చూసుకుని మళ్ళీ

వచ్చినప్పుడు నిన్నూ తీసుకుని వెళ్తాను అని చెప్పింది..నాన్న వేనకాలే తల వంచుకుని పడవ ఎక్కింది పట్నం చేరింది..

ఆడపిల్లకి సమాన హక్కులు అంటాం కానీ నిజానికి ఈ సమాజంలో బ్రతికే హక్కులు లేకుండా చేస్తున్నాం..ప్రతీరోజు ఎక్కడ చూసిన అత్యాచారాలే.ఆడపిల్లని గౌరవంగా చూడాలనే సంస్కారం ఈ సమాజానికి నేర్పలేకపోతున్నాం.ఈ విషయంలో సమూహంగా, ఒక సంఘంగా ఓడిపోతూనే ఉన్నాం.

రోజు చూసే అనేక సంఘటనల మాదిరిగానే, పట్టణంలో ఆనంద జీవితం కొందరి మృగాల చేతిలో ముగిసిపోయింది..సభ్యసమాజంలో సాక్షాలు లేక, కోర్టులోనే మిగిలిపోయిన కథలా తన జీవితం ముగిసిపోయింది...

అమాయకంగా తండ్రి మాట జవదాటక, తల వంచుకుని చదువుకోడానికి వెళ్లిన పిల్ల, అదే గోదారని ధాటి పడవలో చాప చుట్టపెట్టుకొచ్చింది ఛిద్రమైన దేహంతో...

ఊరంతా గంగాధరాన్ని చూడటానికి వచ్చారు, పరామర్శించారు చాల మంది అమ్మాయిల కథలాగే గతంలోకి, జ్ఞాపకాల్లోకి వెళ్ళిపోయింది "ఆనంది" .

ఐదు సంవత్సరాల తరవాత ఒకరోజు కూతురు జ్ఞాపకాలతో ఆమె పుస్తకాలు అన్ని తిరగేస్తుంటే ఎక్కడో ఒక మాట కనిపించింది గంగాధరానికి.

"కృష్ణా నేను నీదానిని, నా భారం నీదే" అని అదే రోజు తండ్రి కలలో ఆనంద కనిపించి వేణుగోపాల స్వామికి ఇచ్చి పెళ్ళిచెయ్యమని అడిగింది.

తనకి ఇష్టంలేకుండా అత్యాచారం చెయ్యబడ్డ అమ్మాయిని కన్యనే అంటారని వేదాలు కూడా చెబుతున్నాయి. మరసటి రోజు పంతులుగారిని కలిసి తన బిడ్డని వేణుగోపాల స్వామికి ఇచ్చి వివాహం చేయాలనుకుంటున్న అని చెప్పాడు గంగాధరం.

పంతులుగారి అంగీకారంతో , పంచలోహాల విగ్రహం చేయించి ఆ దేవుడికే ఇచ్చి కన్యాదానం చేసాడు గంగాధరం..తన కూతురు భవిష్యత్తుకు దాచిన డబ్బు, పొలం వేణుగోపాల స్వామికి కట్నంగా ఇచ్చాడు..పెళ్లి అయ్యాక వేణుగోపాల స్వామిని, ఆనందాన్ని పల్లకిలో ఊరేగించారు.

మృగాలా చేతిలో కడతేరిపోతున్న ఆడపిల్లలకి, వారి తల్లితండ్రులకి ఈ సమాజం తరుపున క్షమాపణ చెప్పడం తప్ప ఏమి చేయలేకపోతున్నాం..చనిపోయిన ఆనంది భగవంతుడి

చెంతకి చేరింది కానీ ఇలాంటి సమాజంలో మనమే ఇంకా నరక కూపంలో కొట్టిమిట్టాడుతున్నాం.

గమ్యం లేని పయనం

లోపలికి పయనిస్తే... బయట దొరికేది నీకు నువ్వే

మనసుకి ఏదో సంతృప్తి దొరికింది.. ఈ నెలరోజులు ఆమె జీవనపయనం గమ్యం కూడా లేని ఏకాంతం..

మనం ఏదైనా పొందితే "ఆనందం"వస్తుంది కానీ సాటి మనిషి కోసం ఏమైనా వదిలితే అది సంతృప్తినిస్తుంది అని ఒకమనిషి తన పుస్తకంలో రాసుకున్న మాటే తన జీవితంలా మారింది..

ఇప్పుడు ఈ భూమిమీద సంతృప్తికోసం బ్రతికే అనేక మంది మనుషులలో మేఘన కూడా చేరింది..

రిషికేష్ గంగా వడ్డున కూర్చుని ఏదో పుస్తకం చదువుకుంటోంది ఆమె, చల్లటి గాలి వీస్తోంది, ఇంతలో గంగాహారతి ప్రారంభమయింది. లేచి అటువైపుగా నడుస్తోంది, తనలాగే ఆ గంగా హారతి చూడటానికి అనేక మంది మనుషులు నడుస్తున్నారు, అందరూ వేగంగా నడుస్తున్నారు కానీ ఎందుకో ఆమె అడుగులు కాస్త నెమ్మదించాయి,ఆ నెమ్మది బహుశా మనసులో ఉన్న ప్రశాంతత వల్ల వచ్చినదే కావచ్చు.

మనసుకి నచ్చిన వ్యక్తి చెప్పిన మాటల ప్రభావంతో హిమాలయాలకు దగ్గరగా ఉన్నా రిషికేష్ వచ్చింది..అనుకోని విధంగా రెండు నెలల క్రితం ఒక మనిషి ప్రేమలో పడింది మేఘన, ఆ ప్రేమే ఈరోజు తనను తానే వెతికే మార్గంలోకి నెట్టింది..

హైదరాబాద్లో సాఫ్ట్వేర్ ఉద్యోగం చేస్తున్న మేఘన, ఫ్రెండ్ శిరీష పెళ్ళికి అమలాపురం పక్కనే ఉన్న చిన్న పల్లెటూరు కూనవరం వెళ్లింది..

శిరీష అమ్మ నాన్న తనని చాలా ఆత్మీయంగా పలకరించారు, ఆ అమ్మాయికి ఉండటానికి ఒక గది ఇచ్చారు, ఆ గదిలోకి వెడుతూనే ఆ అమ్మాయి చూపు గోడమీద ఉన్న ఒక ప్రశ్నకి పడింది..

"నీకు తెల్సిన నువ్వు ...నీ చుట్టూ ఉన్నవారికీ తెల్సిన నువ్వు ఒక్కటేనా .?"

దాని అర్ధం చాలాసేపు అర్ధంకాలేదు తనకి, పక్కనే ఉన్న కుర్చీలో కూర్చుని ఆలోచిస్తోంది, ఎందుకంటే ఆ ప్రశ్నకి సమాధానం అంత సులభం కాదు అనిపించింది..

ఆ గదిలో ఒకవైపు చాలా పుస్తకాలున్నాయి, మరో గోడమీద అనేక ప్రశ్నలు మార్కర్ తో వ్రాసి ఉన్నాయి, అనేక ప్రశ్నలతో గోడంతా నిండిపోయింది..ప్రతీ ప్రశ్న తనని తానే అడుగుతున్నట్లు ఉంది కానీ జీవితంలో ఎప్పుడూ ఎదురవని ప్రశ్నలు ఇవన్నీ..

మనసుకి అద్దిన రంగులు కాలంలో కలిసి మాసిపోతే, పాలిపోయిన మనసుతో కలిసి బ్రతకగలవా..? ఇది మరో ప్రశ్న ఇది కాస్త అర్ధమైంది ఆమెకి.. మనుషులం నటిస్తూ బ్రతుకుతాం రేపు ఎదైనా ఒకరోజు మన నటన బయట పడితే ఈ సమాజంతో కలిసి బ్రతకగలవా అని ఆ ప్రశ్నకు అర్ధం, జవాబు మాత్రం తెలియదు...

ఈ సమాజంతో మీకు సంధి కుదిరిందా..? అని ఇంకో ప్రశ్న దీనికి సమాధానం ఏమని చెప్పాలి అర్థం కాలేదు ఆమెకి..

ఇంతలో తన ఫ్రెండ్ శిరీష వచ్చి త్వరగా రెడీ అవ్వవే గుడికి వెళ్ళాలి అంది, రూమ్ అంత పిచ్చి పిచ్చి రాతలతో ఉంది ఏమనుకోకు, ఇల్లంతా రంగులు వేయించాము ఈ ఒక్క రూమ్ తప్ప.

ఆ పిచ్చి రాతలే మా అన్నయ్య జ్ఞాపకాలు మాకు..వాడు ఎప్పుడూ ఎవరికీ అర్థమయ్యేవాడు కాదు. ఇప్పుడు ఎక్కడ ఉన్నాడో ఏమిటో, ఇల్లు విడిచి సంవత్సరమమైంది అంటూ ఇప్పుడు వాడిగొడవ ఎందుకులే త్వరగా రెడీ అవ్వు అని శిరీష వెళ్ళిపోయింది..

నిజానికి శిరీష చెప్పిన మాటలవల్ల మేఘనకి మరింత ఆసక్తి వచ్చింది అతని గురించి తెలుసుకోవాలని కానీ పెళ్లి పనులన్నీ ఆపి కూర్చుని చెప్పమనలేదుగా, అందుకే తాను కూడా పెళ్లి హడావుడిలో మౌనంగా భాగమైపోయింది..కానీ మనసంతా అతని ప్రశ్నలే మేఘనకి.

అతని ప్రశ్నలకి జవాబు వెతకాలనుకుంది, కానీ రెండు రోజులు అవే ఆలోచనలతో బ్రతికి ఇప్పుడు అతని గురించి తెలుసుకోవాలని, చూడాలని , కలుసుకోవాలని ఆసక్తి పెరిగింది...

శిరీష పెళ్ళై అత్తారింటికి వెళ్ళిపోయింది, మేఘన కూడా ఇంకా బయలుదేరాలి కదా కానీ ఆ గదిని విడిచి వెళ్లాలని లేదు తనకి, గత రెండు రోజులుగా రాత్రిపూట పడుకోకుండా ఆ గదిలో ప్రతీ అణువునీ వెతికింది, అతని గురించి ఏమైనా తెలుస్తుందేమో అని.. గోడమీద అతను వ్రాసిన అనేక ప్రశ్నలన్నీ ఒక పుస్తకము మీద ఎక్కించుకుంది...

అంత ఆస్వాదిస్తూ ఆ రెండో రోజులూ గడిపింది ఆ గదిలో ఇప్పుడు ఆ గది విడిచి వెళ్లాలంటే బెంగగా ఉంది ఒకవైపు. మరోవైపు అతనిగురించి శిరీష ఇంట్లో అడగాలంటే మొహమాటం...

అతికష్టం మీద ఆగది విడిచి బయటకు అడుగు పెట్టింది, తలుపు వేస్తుంటే ఆ తలుపు పైన చిన్న చిన్న అక్షరాలతో దానిమీద ఇలా వ్రాసి ఉంది "ఇది నా మది గది" అని..

ఆ గది తలుపు మూసి బయటకు వచ్చింది, శిరీష వెళ్లిపోయిందనే బెంగతో వాళ్ళమ్మగారు ఏడుస్తున్నారు.. దగ్గరకి వెళ్లి ఓదార్చే ప్రయత్నం చేసింది.

మాటల మధ్యలో ఈ సమయంలో వాడు ఉంటె ఎంతో బాగుండేదమ్మ అంది, వాడు అంటే ఎవరో మేఘనకి అర్ధమైంది కానీ తెలుసుకోవాలనే ఆసక్తితో ఎవరు అంటీ అంది.

నా కొడుకమ్మ నా ప్రాణం నా "మహర్షి" అని గోడమీద అతని ఫోటో చూపించింది, ఆ పేరు పెట్టినందుకే అలా అయ్యాడా అనిపిస్తుందమ్మ...

ఈ సమాజంతో నాకు సంధి కుదరదమ్మ, నేను లోపల బయట వేరే మనిషిని కాను అంటూ ఉండేవాడు అంది వెంటనే ఆ అమ్మాయికి ఆ గోడమీద ఉన్న ప్రశ్న అర్ధమైంది..

నీకు తెలిసిన నువ్వు నీ యదార్ధం, నీవారికి తెల్సిన నువ్వు నీ నటన, నటన లేకుండా స్వచంగా బ్రతికే మనిషి అని అర్ధమైంది,, ఆలా అర్ధమైన క్షణమే అతనిమీద ప్రేమ పుట్టింది కానీ ఆ ప్రేమ పెళ్లికోసం కాదు, కేవలం ప్రేమిస్తూ ఉండటం కోసం అంతే అని నిశ్చయించుకుంది..

ఇప్పుడు మీ అబ్బాయి ఎక్కడ ఉన్నారు ఆంటీ అని అడిగింది, నేను ఖచ్చితంగా వెనక్కి వస్తానమ్మా నా బాధ్యతలని విస్మరించను కానీ నాకోసం నేను బ్రతకడానికి కొన్ని సంవత్సరాల సమయం కావలి అని చెప్పి ఒకరోజు ఇల్లు విడిచి వెళ్ళిపోయాడు.

అప్పుడప్పుడు ఫోన్ చేస్తాడు ఒకోసారి ఒకోచోటనుంచి, వాడికోసం దాచిన ఒక్క రూపాయి కూడా వాడికి వద్దని చెల్లికి ఇచ్చేయమని ఉత్తరం వ్రాసాడు.. వాడు వచ్చేవరకు జరగాల్సిన చెల్లి పెళ్లి వాయిదా వెయ్యద్దు అనేది కూడా వాడి మాటే..

వాడు పక్షిలాంటివాడు.

విహరించి..

విహరించి..

ఏదో ఒకరోజు ఈ గూటికి చేరతాడు...నిజానికి వాడు అమ్మ నాన్నలని విడిచి వెళ్లిపోయేవాడు కాదు తనని తాను వెతికి తెచ్చుకోవాలనే ప్రయత్నం చేస్తున్న జ్ఞానీ అంది ఆమె...

"తనని తాను వెతికి తెచ్చుకోవాలనే ప్రయత్నం" అనే మాట విన్నాక, మొన్న అతని గదిలో ఆమె చదివిన ఒక పుస్తకంలో ఉన్న మాట గుర్తొచ్చింది..

నిజమైన జ్ఞానం అంటే అర్థం స్వేచ్ఛ..

నిజమైన స్వేచ్ఛకు అర్థంచెప్పేది జీవితం..

నిజమైన జీవితం అంటే పరోపకారం అని వ్రాసి ఉంది..

ఆరోజు నుంచి ఆ మనిషికోసం మరో ప్రాణం వెతకడం మొదలుపెట్టింది...

గంగ హారతి ఇస్తుంటే రోజూ ఒక ఆయన వచ్చి కాసేపు మౌనముగా కూర్చుని ఆ హారతిని ఆస్వాదించి వెళ్ళిపోతాడు...అతన్ని చూడటానికే మేఘన రిషికేష్

వచ్చింది..అతన్ని దూరం నుంచి చూసి వెళ్ళిపోతుంది.అతనే మహర్షి..

రిషికేష్ ప్రాంతం అంటే అతనికి చాలా ఇష్టమని చిన్నప్పుడు అమ్మ నాన్నలతో కలిసి విహారయాత్రకు ఈ ఊరు వచ్చానని.అప్పుడే మొదటి సారి ఒక సన్యాసిని చూసి ఆకర్షితమైయ్యానని ఆతను గదిలో పుస్తకంలో వ్రాసుకున్నాడు.

అది చదివిన ఒకే ఒక్క వ్యక్తి ....

అతను లేని ఆ గదిలో అతన్ని చూసిన ఒకే ఒక్క మనసు..

అలా ఇరువై తొమ్మిది రోజులు అతన్ని దూరం నుంచి చూస్తూ.ముప్పైవరోజు ఆ హారతి అయ్యాకా అతని దగ్గరకు వెళ్ళి తన చేతిలో పుస్తకం అతనికి ఇచ్చింది..

అది మహర్షి వ్రాసుకున్న పుస్తకమే, తన గదిలో ఉన్న ఆ పుస్తకం ఇప్పుడు మళ్లీ అతనికి చేరింది..

కాస్త స్వేచ్ఛ తీసుకుని ఆఖరు పేజీ లో ఒక మాట వ్రాసింది.అమ్మ నాన్న లతో పాటుగా ఈ మేఘన కూడా మీకోసం ఎదురుచూస్తూనే ఉంటుంది అని..

ఏదో ఒకరోజు ఆ మహర్షి ఆఖరుపెజి చూడకుండా ఉంటాడా అని అమే ఆశ..

మామ్మ లాంటి అమ్మాయి

ప్రేమ, జ్ఞాపకాలు - నిజమైన జీవన సారం

ఇంజనీరింగ్ చదువుకున్నాడు విశ్వనాథం కానీ వెరే ఊరి వెళ్లి ఉద్యోగం చెయ్యాలనే ఆశలేదు అతనికి..

రోజు బస్సు మీద కాకినాడ వెళ్లి చదువుకునేవాడు, కానీ ఉద్యోగం కోసం పూర్తిగా ఊరుని వదలాలంటే అతనికి కష్టంగా అనిపించింది ..అందుకే వెళ్ళలేదు.

గోదారి గట్టునున్న అందమైన ఆ పెంకుటిల్లు..

అందులో అమ్మా, నాన్న..

అతనికున్న నాలుగెకరాల పొలం..

ఆపొలంలో ఉన్న పశువుల పాక అందులో రెండు గేదెలు, ఒక ఆవు..

అన్నింటికన్నా ఎక్కువగా మనసులోనే ఉన్న తాత, మామ్మల జ్ఞాపకాలు..

ఇంతే తన జీవితం..వాటిని దాటి ఒక్క అడుగుకూడా వెయ్యలేదు..

ఇంట్లో అతనికి పెళ్లిసంబంధాలు చూస్తున్నారు.. అమ్మాయికి "చదువు", "ఆస్తులు" లాంటివి ఉండాలనే కోరిక లేదు అతనికి కానీ ఉన్నది ఒక్కటే కోరిక. తనకి మామ్మ అంటే చాలా ఇష్టం, మామ్మలాంటి అమ్మాయి కావాలి అని చెప్పాడు ఇంట్లో..

మామ్మ లాంటి అమ్మాయి అంటే ఏంటో, ఎలాంటి అమ్మాయి కావాలో అమ్మ, నాన్నలకి అర్థం కాలేదు కానీ వారి ప్రయత్నాల్లో వారు ఉన్నారు..

గుడిలో శివలింగం చూసినప్పుడల్లా "ఎలాంటి అలంకారం లేని శివుడుకి శిరస్సుపై బిల్వ దళమే అందం" అనుకునేవాడు.

అలా నిరాడంబరంగా ఉన్న శివుడే మా తాత..

పచ్చని ఆ బిల్వ దళంమే మామ్మ..

వాళ్లిద్దరూ ఇలానే ఉండేవారు చూడటానికి అనుకున్నాడు.

వారు చాలా సామాన్యమైన జీవితం గడిపారు..మామ్మ కట్టుకున్న నేత చీర, మెడలో పసుపు తాడు, చామనఛాయా మోము,నుదిటిమీద పెద్ద బొట్టు ఇప్పటికీ జ్ఞాపకం అతనికి.

ఇంటికి ఎంతమంది జనం వచ్చినా వంటగదిలో మామ్మ కంగారు పడటం ఎప్పుడూ చూడలేదు, తాత భోజనం చెయ్యకుండా ఆమె ఏరోజు తినలేదు, తాత భోజనం అయ్యాక ఆమె తినేవరకు తాత కూర్చునేవారు.కబుర్లు చెప్పుకుంటూ పడుకునేవారు..

పులిహోర చేసినా, పరమాన్నం వండిన పదిమందికోసం వండి ఇరుగు పొరుగు ఇళ్ళకి పంచిపెట్టేది..చిన్న గిన్నెల్లో నలుగురికి మాత్రమే సరిపడేలా వండటం ఆమెకి చేతకాదు..

పనివాళ్ళని కూడా ఎంత ప్రేమగా చూసుకునేది. ఇవ్వడంలో ఆమెది చాలా పెద్దచెయ్యి, ఆమె ఎంతమందికి పిలిచి పెట్టినా తాత అడ్డుచెప్పేవాడుకాదు ఇంకా సహకరించేవాడు కూడా..

తాతకి మామ్మ అంటే భరోసా..

మామ్మకి తాతే స్వేచ్ఛ..

గుడిలో అమ్మవారు, మా ఇంట్లో మామ్మ, మా ఊరి గోదావరి ముగ్గురిదీ ఒకటే పోలిక..ఆఖరికి ఒకరోజు ఉదయాన్నే మడిబట్ట కట్టుకుని తులసికోట దగ్గర పూజ చేస్తూ పడిపోయింది మామ్మ, మళ్ళీ లేవలేదు..మామ్మ పోయిన రెండు నెలలకి తాత కూడా బెంగతో పోయాడు..

సీతారాముల్లాగే , మా తాతమామ్మ ప్రేమకి ప్రతీక అనేవాడు విశ్వనాథం తన స్నేహితులతో.

మామ్మ లాంటి అమ్మాయి దొరికితే గుండెల్లో పెట్టుకుని చూసుకోవాలనుకున్నాడు.. ఒకరోజు శివాలయానికి జమిందారుగారి కుటుంబం వచ్చింది, ఆయనది చాలా పెద్ద కుటుంబం సుమారు ఇరువై మంది వచ్చారు,అందరూ పట్టుబట్టలతో , బంగారు నగలతో ఉన్నారు..

అందరూ ముందు నడుస్తుంటే వెనకాల సామాన్యమైన నేత చీర కట్టుకుని, చేతికి రెండు మట్టి గాజులు, చామనచాయ రంగు, పెద్ద జడ, చక్కటి కళ్ళు, పెదాలపై చిరునవ్వుతో చిన్నప్పుడు స్కూల్లో తెలుగు మేడంగారిలా నడుచుకుంటూ వస్తోంది ఒకమ్మాయి..ఆ అమ్మాయి రావడాన్ని విశ్వనాథం చూసాడు, ఆ అమ్మాయి

ముందు నడుస్తున్నవారి బుట్టలోంచి బిల్వ దళాలు క్రింద పడ్డాయి.. అది తీసుకుని కళ్ళకద్దుకుని నించుంది..

విశ్వనాథం కళ్లన్నీ ఆ అమ్మాయిమీదే ఉన్నాయ్, పంతులుగారు అందరిని పువ్వులు తీసుకోమని చెప్పి మంత్రపుష్పం చదివారు.. ఆతరవాత అందరి దగ్గర ఉన్న పూలు తీసుకుని శివుడికి అలకరిస్తుంటే అందులో

బిల్వ దళం వచ్చింది, అది ఆఅమ్మాయి చేతులోనిదే అనుకోకుండా పూలతో కలిపి ఇచ్చేసింది..

ఆ బిల్వదళం తీసి పంతులుగారు శివుని తలపై పెట్టారు. వెంటనే ఆకాశంనుంచి చిన్న చిరుజల్లు పడింది...ఆ అమ్మాయి మీదే విశ్వనాథం మనసు నిలిచింది. పూజ అయ్యాక పంతులుగారికి బట్టలు, డబ్బులు ఇచ్చి కాళ్ళకి నమస్కారం చేసింది.. ఆ అమ్మాయి లేమ్మా "పద్మ" త్వరలో కలెక్టర్ అవ్వబోతున్నావు చాలా సంతోషం..

చదువుకున్న పిల్లలకి వంట చెయ్యడం రాదు అనుకునేవాడిని, ఉదయాన్నే లేచి, మడి కట్టుకుని నీ చేత్తో స్వామికి నైవేద్యం చేసావని అమ్మగారు చెప్పారు చాలా సంతోషం, గుడిలోకి వచ్చే భక్తులకి నీ చేత్తో నువ్వే పంచుతాను అన్నావట కదా.!..స్వామికి

నివేదించక చెబుతాను ఈలోపు పక్కనే ఉన్న అమ్మవారిని దర్శించుకుని రా అన్నారు పంతులుగారు..

పెద్ద చదువు, డబ్బు ఉన్నా ,కాబోయే కలెక్టరైనా ఆమెకి భక్తి, సామాన్యమైన మనిషిలా నడవడిక, అహకారం లేని మాటతీరు చూసి ఆ అమ్మాయికి తన మనసులో శాస్విత స్థానం ఇచ్చాడు విశ్వనాథం...

ఆఅమ్మాయి మీద ప్రేమని ఎలా వ్యక్తం చెయ్యాలో తెలియలేదు..పెద్దింటి అమ్మాయి ఇంకా పెద్ద చదువు , నెనేమో సామాన్యమైన రైతుని..అలాంటి అమ్మాయిని ప్రేమించడం తప్పు అనే ఆలోచనల్లో పడిపోయాడు..

గోదారిగట్టుమీద కూర్చున్నాడు, చేతిలో తాత,మామ్మది చిన్న ఫోటో ఉంది..

ఈ ప్రపంచానికి ఆ అమ్మాయిని ఇష్టపడ్డాను అని చెప్పలేను కనీసం మా తాత మామ్మలకైనా చెప్పాలి అనుకున్నాడు.. ఆలా అనుకుని ఆ ఫోటో వెనక్కి తిప్పి చిన్న చిన్న అక్షరాలతో, ఇరుకు ప్రదేశంలో ఆ అమ్మాయిమీద ప్రేమని ఇలా రాసాడు..

"తాత..! చిన్నప్పుడు మామ్మ ఎలా ఉండి ఉంటుందో అలాంటి అమ్మాయిని చూసాను.మామ్మని నువ్వు మొదటసారి చూసినప్పుడు ఎలాంటి అనుభూతికి లోనయి వుంటావో,

అలాంటి అనుభూతికి నేనూ లోనయ్యాను.. మామ్మ అప్పట్లో మన ఇంటికి కలెక్టర్ ఇప్పుడు ఈ అమ్మాయి కాబోయే జిల్లా కలెక్టర్ అంట..

అన్ని మమ్మా లాగే ఉంది...ఇష్టపడగలిగాను, ప్రేమించగలిగాను కానీ చెప్పాలంటేనే మనసులో అనేకాలోచనలు.

ఈ రైతు జిల్లా కలెక్టర్ భర్తగా ఎలా ఉండగలడు అని. ఆశివుడికి, మీ ఇద్దరికే నా మనసు చెప్పుకోగలను అంతే చాలు"...

****

లేచి ఇంటికి వెళ్తున్నాడు, ఆ అమ్మాయి "పద్మ" తన ఇంటి ప్రహరీ గుమ్మంలో నుంచుని ఎవరికోసమో ఎదురుచూస్తోంది.. విశ్వనాధం మొహమాటంతో తల ఒంచుకుని నడుస్తూ వెళ్లిపోతుంటే. విశ్వనాధంగారు అని ఆ అమ్మాయి పిలిచింది..

విశ్వనాధం ఆశ్చర్యపోయాడు, నన్ను ఎందుకు పిలుస్తోంది అని..

ఆగాడు కానీ ఏమి మాట్లాడలేదు,

పద్మ విశ్వనాధం దగ్గరకి వచ్చి మీతో కాసేపు మాట్లాడాలి, రేపు ఉదయం ఆరుగంటలకి ఒక్కసారి శివాలయానికి వస్తారా అంది విశ్వనాధంతో, ఆశ్చర్యంతో తల ఊపాడు విశ్వనాధం..

అతనికి అప్పటివరకు మనసులో ప్రేమ మాత్రమే ఉంది అప్పటినుంచి ప్రేమతో పాటుగా ఆత్రుత, భయం కూడా జతకూడాయి.రాత్రంతా పడుకోలేదు.ఉదయం లేచే స్నానం చేసి గుడికి వెళ్ళాడు అప్పటికే పద్మ అక్కడ ఉంది..

ఎందుకు పిలిచారో చెప్పండి అన్నాడు విశ్వనాధం భయం భయంగా. అమ్మాయి తన చేతిలో ఉన్న పుస్తకం తీసి దాని మధ్యలో ఉన్న వారి తాతగారి ఫోటో తీసింది..ఈయనెవరో తెలుసా మా తాతగారు..ఒక మద్యతరగతి ఇంట్లో పుట్టి, పొలం పనులు చేసి, కష్టజీవిగా ఎదిగి ఈరోజు మా కుటుంబం జమీందారుల కుటుంబంలా మారిందట దానికి కారణం మా తాతే....ఆయనంటే నాకు ప్రాణం అని ఆయన ఫోటో విశ్వనాధం చేతికి ఇచ్చి వెళ్ళిపోయింది..అతనికేం అర్ధం కాలేదు..

కాసేపు ఆగి ఆ ఫోటో తిప్పి చూసాడు, అక్కడ ఇల్లా రాసి ఉంది " తాత నీలాంటి మనిషిని మళ్ళి చూసాను , బాగా చదువుకుని కూడా ఊరిని ప్రేమించే మనిషి , ఊరిలో నలుగురికి సహాయపడే మనిషి, కష్టాన్నే దైవంగా భావించిన విశ్వనాధం అంటే నాకు చాలా ఇష్టం, అతన్ని చాల రోజుల తరవాత ఈరోజు గుడిలో చూసాను..రేపు అతనికి నా ప్రేమ చెప్పే దైర్యం నువ్వే ఇవ్వాలి అని".

విశ్వనాధం కళ్ళు చెమ్మగిల్లాయి, గుడిలో ఉన్న శివుడు వంక చూసాడు అప్పుడే పంతులుగారు బిల్వదళాన్ని శివుడి శిరస్సుమీద పెడుతున్నారు.

జీవితాంతం తాత చాటున మిగిలిపోయిన మామ్మ లాంటి అమ్మాయి కావాలని అతను, కష్టాన్నే నమ్ముకుని కుటుంబాన్ని నిలబెట్టిన తాత లాంటి అబ్బాయే కావాలని ఆ అమ్మాయి.

ఒకరికి తెలియకుండా ఒకరు ఆ శివుడు దగ్గర ఒప్పందం చేసుకున్నారు, ఆయన లీల ఒకరినొకరు కలుసుకున్నారు.

www.ingramcontent.com/pod-product-compliance
Lightning Source LLC
LaVergne TN
LVHW061538070526
838199LV00077B/6826

9789365548044